द्वापरयुगात कौरव आणि पांडवांत झालेल्या संघर्षाची रोमांचक कथा अतिशय सोप्या भाषेत 'महाभारता' मध्ये सादर करण्यात आली आहे, जी प्रत्येक थरातील वाचकासाठी वाचनीय आहे.

महाभारतातील कथेत सत्याचा असत्यावर आणि न्यायाचा अन्यायावरील विजय इतक्या सोप्या भाषेत वर्णन करून सांगितला आहे, की प्रत्येक लहान थोर ते वाचून समजू शकतो आणि त्यातील चांगल्या गोष्टी ग्रहण करू शकतो.

AA000778

महाभारत

प्रियदर्शी प्रकाश

डायमंड बुक्स

www.diamondbooks.in

© प्रकाशकाधीन

प्रकाशक	:	**डायमंड पॉकेट बुक्स (प्रा.) लि.** X -30, ओखला इंडस्ट्रियल एरिया, फेज-II नई दिल्ली-110020
फोन	:	011-40712200
ई-मेल	:	wecare@diamondbooks.in
वेबसाइट	:	www.diamondbooks.in
संस्करण	:	2024

Mahabharat (Marathi)
By : Priyadarshi Prakash

महाभारत

प्राचीन काळातील गोष्ट आहे. द्वापारयुगाच्या अखेरीस...

या आर्यावर्त्तावर राजा शंतनुचे राज्य होते. तो अतिशय तेजस्वी आणि वीर होता. त्याला शिकारीचा अतिशय नाद होता. संधी मिळाली की ते शिकारीसाठी राजधानी हस्तिनापूरच्या जंगलात जात असत.

एका वेळची गोष्ट आहे.

राजा शंतनु शिकारीचा शोध घेत घेत गंगा नदीच्या काठावर जाऊन पोहचले. गंगेच्या किनाऱ्यावर त्यांना एक अतिशय रुपवान अशी एक तरुणी दिसली. तिला पाहताच राजा आपली शुद्ध हरवून बसला. ती तरुणी त्यांला आवडली आणि दुसऱ्याच क्षणी ते तिच्यावर प्रेम करू लागले.

शंतनु राजा त्या तरुणीकडे गेला आणि तिला आपला परिचय करून देत भाव विव्हळ होऊन म्हणाला, "हे परम सुंदरी, तू माझी पत्नी होशील का?"

ती तरुणीही राजा शंतनूचे भव्य व्यक्तिमत्त्व पाहून प्रभावित झाली होती. म्हणून म्हणाली, "महाराज, मला हे मंजूर आहे; पण माझा हात धरण्यापूर्वी तुम्हाला माझ्या काही अटी मान्य कराव्या लागतील."

"तुझ्या अटी काय आहेत ते मला लवकर सांग?" शंतनु राजा म्हणाला, "तुला मिळविण्यासाठी तुझी कोणतीही अट मला मान्य आहे."

"तर मग महाराज, माझे म्हणणे काळजीपूर्वक ऐका, " ती तरुणी सांगू लागली, "विवाहानंतर मी तुमची पत्नी झाल्यावर मी कोण आहे, ते जाणून घेण्याचा तुम्ही कधीही प्रयत्न करणार नाहीत. मी काहीही करण्यासाठी पूर्णपणे स्वतंत्र राहिल. माझ्या कोणत्याही कामात तुम्ही हस्तक्षेप करणार नाहीत. याच माझ्या अटी आहेत. तुम्ही या अटीनुसार माझ्याशी वागाल तोपर्यंत मी तुमची पत्नी होऊन तुमच्या सोबत राहील. माझ्या वाटेत तुम्ही कोणत्याही प्रकारे अडथळा निर्माण केल्यावर मी तुम्हाला सोडून निघून जाईल."

शंतनु राजाने तिच्या सर्व अटी मान्य केल्या. अशा प्रकारे मग त्या दोघांचा विवाह संपन्न झाला.

काही काळानंतर राजा शंतनुची ही पत्नी गर्भवती राहिली.

आपल्या घरी पहिल्यांदा संतती जन्माला येत आहे म्हणून राजा आनंदा होता, पण राणीने

आपल्याला पहिली संतती झाल्यावर तिला नदीत विसर्जित केलेल पाहून राजाला खूप आश्चर्य वाटले.

राजाला धक्काच बसला. राणीने असे का केले ते त्याला कळत नव्हते? अर्थात त्याबद्दल राजा तिला काही विचारू शकत नव्हता कारण त्याने आधीच तिला तसे वचन दिले होते. त्याने आपल्या काळजावर दगड ठेवला. दुसरी संतती होईल तेव्हा सर्व काही ठीक होईल, असा त्याने विचार केला.

दुसरी संतती झाल्यावरही राणीने तेच केले. त्यालाही नदीत सोडून दिले. अटी अशा होत्या की राजा विवश होता. तिकडे राणी एका नंतर एक जन्माला आलेली प्रत्येक संतती नदीत सोडून देत होती. असे करीत असताना राणीच्या चेहऱ्यावर ना खेद होता की खंत होती. उलट प्रत्येक संतती नदीत सोडल्यावर तिच्या चेहऱ्यावर समाधान दिसत असायचे. तिचा चेहरा फुलून यायचा.

अशा प्रकारे राणीने आपल्या सात नवजात शिशूना नदीत सोडले. राजा शंतनुचे मन रडत होते, पण त्याला अशी भीती वाटत होती की, तिच्या या निर्दयतेबद्दल आपण काही विचारले तर ती आपल्याला सोडून जाईल.

योग्य वेळी राणी पुन्हा गर्भवती राहिली.

आठवे मूल जन्माला येताच त्यालाही नदीत सोडण्यासाठी ती निघाली. आता शंतनुचा धीर सुटला होता. तो सर्व अटी विसरून गेला आणि राणीला अडवून विचारू लागला, "तू कशी आई आहेस, जी आपल्याच मुलांना जन्मानंतर नदीत सोडून देत आहेस? आता मला हे सहन होत नाही, तुला आपली ही सवय बदलावी लागेल. "

राणीने डोळे उचलून शंतनूकडे पाहिले आणि मग गंभीर स्वरात म्हणाली, "ठीक आहे. सर्व काही तुमच्या इच्छेप्रमाणे होईल. या आठव्या मुलाला आता मी नदीत सोडणार नाही. तसेच आता मी तुमच्यासोबतही राहू शकत नाही कारण तुम्ही आता वचन मोडले आहे."

राजा शंतनुला कळून चुकले की आपण आता राणीला अडवू शकत नाही. तरीही त्यांना सर्व रहस्य जाणून घ्यायचे होते, म्हणून तिला म्हणाले, "जाण्यापूर्वी आता मला हे तरी सांग की तू कोण आहेस? आणि अशा प्रकारे अतिशय निर्दयपणे आपल्या मुलांना नदीत का सोडून देत होतीस?"

राणीने उत्तर दिले, 'हे राजा, वास्तव असे आहे, की मी स्वतःच गंगा आहे. महर्षी वशिष्ठांच्या आदेशानुसार मी हे मानवी शरीर धारण केले आहे. कारण मला आठ पुत्रांना जन्म द्यायचा होता. तू माझ्यासमोर लग्नाचा प्रस्ताव मांडला तेव्हा मी तो लगेच स्वीकारला कारण त्या आठ पुत्रांना जन्म देण्यासाठी माझ्या दृष्टीने तुम्ही सर्वस्वी योग्य होतात. ही आठ मुले दुसरी तिसरी कोणी नसून आठ वसू आहेत. त्यांनी मागील जन्मी एक पाप केले होते. त्यामुळे त्यांना मानवी योनीत पृथ्वीवर जन्म घेण्याचा शाप मिळाला होता.

"ते एकदा आपल्या पत्नीसहीत महर्षी वशिष्ठांच्या आश्रमाच्या आसपास फिरत होते. त्याच वेळी आठव्या वसूच्या पत्नीची नजर महर्षी वशिष्ठांच्या कामधेनुवर, नंदिनी गायीवर गेली. आपल्याला ती गाय हवी असा तिने हट्ट धरला. खूप समजावल्यावरही ती ऐकली नाही तेव्हा आठ वसूनी ती गाय चोरून नेली. महर्षी वशिष्ठांना ही गोष्ट कळल्यावर ते खूप क्रोधीत झाले आणि त्यांनी आठही वसूंना पृथ्वीवर जन्म घेण्याचा शाप दिला. आता वसू घाबरले. त्यांनी आपल्या कृत्याची क्षमा मागितली. महर्षी वशिष्ठांना त्यांची दया आल्यावर ते म्हणाले, 'आता मी शाप दिला आहे, तो तर परत घेऊ शकत नाही, पण शापाचा प्रभाव नक्कीच कमी करू शकतो." असे म्हणून त्यांनी सात वसूंना तर पृथ्वीवर जन्म घेताच आपले शरीर त्यागण्याचा वर दिला, पण ज्यांने नंदिनी चोरली होती, त्या आठव्या वसूला मात्र दीर्घकाळ पृथ्वीवर राहण्याचा शाप कायम राहू दिला. पण त्याच बरोबर त्याचे नाव या जगाच्या अंतापर्यंत अमर राहील असा वर दिला. माझ्या हातात जिवंत असलेला पुत्र म्हणजे आठवा वसू ाहे. महिर्षी वशिष्ठांनी या कामासाठी मला विनंती केली आणि मी त्यांचे म्हणणे मान्य केले होते. "

शंतनु आश्चर्यचकीत होऊन गंगेचा म्हणणे ऐकत होता. त्याला काय बोलावे ते सूचत नव्हते.

गंगा म्हणाली, "ठीक आहे. मी आता जाते. माझ्यासोबत आठव्या पुत्रालाही नेत आहे. योग्य वेळी तो तुम्हाल परत देईल."

शंतनु शुद्धीवर आला. विचारले, "पण कधी? कुठे?"

गंगा काहीच बोलली नाही. दुसऱ्याच क्षणी ती आपल्या आठव्या पुत्रासह नदीत अंतर्धान पावली.

राज शंतनु हात चोळीत राहिला.

□□

हळू हळू काळ जात राहिला.

एकदा शंतनु शिकारीचा पाठलाग करीत करीत परत त्याच जागी जाऊन पोहचला, जिथे त्याला पत्नी म्हणून गंगा मिळाली होती. तोच त्यांना एक युवक धनुष्याची दोरी ताणून बाणाने निशाणा साधीत असताना दिसला. सर्व बाण सू सू करीत नदीच्या प्रवाहावर वार करीत होते. त्यामुळे नदीच्या प्रवाहाचा मार्ग अडवला गेला होता. असा विलक्षण धनुर्धारी पाहून शंतनु परेशान झाला. तो युवक अत्यंत तेजस्वी आणि उच्च कुळातील वाटत होता. शंतनु विचार करू लागला,"हा युवक कोण असेल? एखाद्या राजकुळातील तर नसेल?"

तोच त्यांच्यासमोर गंगा प्रकट झाली आणि म्हणाली, "राजा, ज्याला पाहून तू परेशान झाला आहेस, तो तुझाच पुत्र आहे. मी अतिशय कष्टाने त्याचे पालन पोषण करून त्याला मोठे केले आहे. त्याला महर्षी वशिष्ठांनी संपूर्ण वेदांचे शिक्षण दिले आहे. त्याची तीरंदाजी तर लाजबाब आहे. अस्त्र

7

संचलनात तो पट्टू आहे. त्याशिवाय त्याची बौद्धिक आणि आत्मिक शक्ती अमर्याद आहे. त्याचे नाव देवव्रत आहे. आता तुम्ही त्याला घेऊन जाऊ शकता.''

इतके बोलून गंगा पुन्हा अंतर्धान पावली.

राजा शंतनुने देवव्रताला आपल्या सोबत घेतले आणि अतिशय आनंदाने आपल्या महालात परत आला. आता त्यांचा वंश पुढे चालविणारा पुत्र देवव्रत त्याला मिळाला होता.

□□

साधारणपणे चार वर्षानंतर.

राजा शंतनू पुन्हा शिकारीसाठी निघाला.

वनात त्याला एक हरीण दिसले. त्याचा पाठलाग करीत तो खूप दूरवर निघून गेला.

यमुना नदी वाहत होती. सर्वत्र मनोहारी जंगल पसरले होते. तिथे त्याला एक परम संदुर तरुणी दिसली. तिच्या शरीरातून अतिशय सुंदर सुगंध येत होता. त्यामुळे सर्व वातावरणात एक सुगंध पसरला होता. तिचे सौंदर्य पाहून शंतनु मंत्रमुग्ध झाला.

त्याने जवळ जाऊन त्या तरुणीला विचारले, ''हे सुंदरी, तू कोण आहेस? इथे काय करीत आहेस?''

ती सुंदरी म्हणाली, ''मी केवठ पुत्री आहे. प्रवाशांना नदी ओलांडून जाण्यासाठी मी माझ्या वडिलांना मदत करीत असते.''

रात शंतनु तिला म्हणाला, ''मी इथला राजा आहे. तू माझी राणी होशील का?''

केवट मुलगी लाजून म्हणाली, ''तुमच्यासारखा पती मिळण्यासाठी सुदैव लागते, पण त्यासाठी तुम्हाला माझ्या वडिलांची परवानगी घ्यावी लागेल.''

राजा शंतनू लगेच केवट राजला भेटला आणि त्याला म्हणाला, ''मला तुमच्या मुलीशी लग्न करायचे आहे. कृपया तुम्ही मला यासाठी परवानगी देऊन कृतार्थ करा.''

आता केवट राजाला याबद्दल काय अडचण असणार? पण त्याने जग पाहिले होते म्हणून तो म्हणाला, ''माझी मुलगी सत्यवतीचा हात तुझ्या हातात देताना मला आनंद झाला असता, पण...?''

''...पण काय? '' राजाने अतिशय उत्सुकतेने विचारले.

''सत्यवतीपासून झालेला पुत्रच तुझ्या राज्याचा वारसदार होणार असेल, तर तू माझ्या मुलीशी लग्न करू शकतोस.'' केवट म्हणाला, ''हीच माजी अट आहे, राजा मान्य असेल.....?''

अर्थात राजा ही अट कशी काय मान्य करू शकला असता? देवव्रत त्याचा सर्वात मोठा मुलगा होता आणि राज्याचा वारसदार होण्यासाठी प्रत्येक दृष्टीने लायक आणि सक्षम होता. पंरपरेनुसार तर त्याचा पुत्र देवव्रतच राज्याचा वारसदार होणार होता. म्हणून मग त्याने उत्तर दिले, ''केवट राज ही

अट तर अन्यायी आहे. अशा प्रकारे देवव्रताला अधिकारापासून वंचित करणे योग्य होणार नाही. ”

“मग महाराज, मीही मजबूर आहे.”

केवट राजाचे असे उत्तर ऐकल्यावर राजा शंतनु निराश होऊन परत आला.

त्याच्या मनात आणि हृदयात मात्र सत्यवतीचे सौंदर्य आणि सुगंध कायमस्वरूपी बसला होता. तो ते विसरू शकत नव्हता. त्याचा परिणाम असा झाला की त्यामुळे राज्य कारभारात त्याचे मन लागेना झाले. खाण्या पिण्यातही लक्ष लागत नव्हते. रात्र दिंवस फक्त सत्यवतीचा सुंदर चेहरा त्याच्या डोळ्यासमोर येत होता.

आपल्या वडिलांचा हा उदासपणा आणि दुःख देवव्रतापासून लपून राहिले नाही. त्याने एके दिवशी आपल्या वडिलांना विचारले, “महाराज, आपल्याला काय दुःख आहे? सध्या आपला निराशपणा सातत्याने वाढत जात आहे.”

शंतनु राजा तरी काय उत्तर देणार? कसे सांगणार की आपण सत्यवतीच्या विरहाच्या आगीत जळत आहोत. सत्यवतीशिवाय आपण जगू शकत नाही.

थोडा विचार करून शंतनु राजा म्हणाला, “बाळा, तूच माझी एकमेव संतती आहे. भविष्याचा विचार करून मी काळजीत राहतो, की आपल्या राज्याचे काय होईल? तुला काही झाले तर आपल्या वंशाचे काय होईल? तू यौद्धा आहेस. सतत शस्त्र आणि अस्त्रांशी खेळत असतोस. रणांगण हेच तुझे जीवन आहे. अशा परिस्थितीत राज्याबद्दल काळजी वाटणे साहजिकच आहे. विद्वानांनी अतिशय योग्य म्हटले आहे, की एकच पुत्र असणे आणि नसणे सारखेच असते. अरे रे! मला आणखी काही संतती असती तर....?”

हे ऐकून देवव्रत परेशान झाला. वडिलांच्या अशा म्हणण्यामुळे त्याला संशय वाटू लागला तेव्हा त्याने सत्य जाणून घेण्याचा प्रयत्न केला. तो मंत्र्यांना भेटला आणि राज्याच्या काळजीचे खरे कारण जाणून घेण्याचा प्रयत्न केला. एका मंत्र्याने सांगितले, “युवराज, राजाला एका केवट राजाच्या मुलीशी विवाह करायचा आहे. पण केवट राजाची अशी अट आहे, की त्याच्या मुलीचा मुलगाचा राज्याचा वारसदार व्हायला हवा. ही गोष्ट राजाला मान्य नाही.”

आपल्या वडिलांनी निराश, उदास रहावे असे देवव्रताला वाटत नव्हते. तो सरळ केवट राजाकडे गेला आणि म्हणाला, “मी राजा शंतनूचा पुत्र आहे. मी राज्याच्या वारसदार होण्यापासून स्वतःला वंचित ठेवतो. आता तुम्ही तुमच्या मुलीचे लग्न राजाशी करून द्या.”

अर्थात केवट राजही खूप दूरचा विचार करून बसला होता. म्हणाला, “तुमचे म्हणणे योग्य आहे, पण तुमच्या संततीने राज्यावर आपला अधिकार सांगितला तर माझ्या मुलीच्या मुलांचे काय होईल?”

“तुमची भीती योग्य आहे,” देवव्रत हासून म्हणाला, “यावर एकच उपाय आहे, की मी विवाह करणार नाही. मी प्रतिज्ञा करतो, की आजापासून मी आजन्म ब्रह्मचारी राहील. आता तर तुम्हाला

काही अडचण नाही? "

देवव्रताच्या प्रतिज्ञेमुळे केवट राज खूप प्रभावित झाला. एखाद्या नवयुवकाने अशा प्रकारे प्रतिज्ञा करावी ही नक्कीच रोमांचक बाब होती. या विवाहासाठी त्याने लगेच आपली मान्यता दिली. म्हणाला, "युवराज, तू धन्य आहेस. माझ्या मुलीला घेऊन जा. ती आज पासून राजा शंतनूची झाली."

देवव्रत पुढे होऊन सत्यवतीला म्हणाला, "महाराज महालात तुमच्या विरहात अस्वस्थ झाले आहेत. तुम्ही याच वेळी माझ्यासोबत महालाकडे चला. आज पासून तुम्ही माझी आई आहात."

सत्यवतीला घेऊन देवव्रत महालाकडे रवाना झाला.

देवव्रताने ब्रह्मचार्याची कठोर प्रतिज्ञा आजन्म पाळली. त्याने अशा प्रकारची भीषण प्रतिज्ञा केली म्हणून त्याचे नाव 'भीष्म' पडले. त्याच्या या भीषण प्रतिज्ञेसमोर स्वर्गातील देवताही नतमस्तक झाल्या.

□□

सत्यवती राणी म्हणून मिळाल्यामुळे राजा शंतनू अतिशय आनंदीत झाला.

योग्य वेळी सत्यवतीला शंतनु राजापासून दोन पुत्र झाले. त्या पुत्राची नावे चित्रांगद आणि विचित्रवीर्य अशी होती. चित्रांगद मोठा होता. त्यामुळे शंतनु नंतर राज्याचा वारसदार तोच झाला. दुर्दैवाने एका गंदर्व राजाशी झालेल्या युद्धात चित्रांगद मारला गेला. त्याची कोणीही संतती नव्हती. त्यामुळे त्याच्यानंतर राजगादीवर विचित्रवीर्याला बसविण्यात आले. विचित्रवीर्य तेव्हा खूप लहान होता आणि एकट्याने सर्व राज्य कारभार करणे ही काही त्याच्या आवाक्यातील गोष्ट नव्हती. तो प्रौढ होत नाही तोपर्यंत त्याच्या नावे भीष्मानेच राज कारभार केला.

विचित्रवीर्य मोठा झाल्यावर भीष्माला त्याच्या विवाहाची काळजी सतवत होती. शेवटी काहीही करून वंश पुढे नेणे आवश्यक होते.

त्याच वेळी भीष्माला अशी माहिती मिळाली की काशीचा राजा आपल्या तीन मुलींच्या स्वंयवराचे आयोजन करणार आहे. त्यामुळे त्याने विचार केला की काशी नरेशाच्या एखाद्या मुलीचा विचित्रवीर्यासाठी विचार करायला काय हरकत आहे?

असा विचार करून तो काशीला रवाना झाला.

(दोन)

काशीच्या राजाला तीन मुली होत्या, अंबा, अंबिका आणि अंबालिका. तिन्ही राजकुमारी अतिशय सुंदर होत्या.

स्वंयवराच्या दिवशी राज दरबारामध्ये देश विदेशातील अनेक राजकुमार आले होते. शेवटी राजकुमारी आपला जीवनसाथी म्हणून कोणाची निवड करतात, हे जाणून घेण्यासाठी सर्वजण उत्सुक झाले होते.

त्याच वेळी राज दरबारात भीष्माने प्रवेश केला. खरं तर ते आले होते विचित्रविर्यासाठी राजकुमारीची निवड करायला, पण तिथे उपस्थित असलेल्या राजकुमारांना वाटले की ते स्वतःसाठीच या स्वंयवरात सहभागी झाले आहेत.

भीष्म वृद्ध होत आले होते. सर्वत्र त्यांची टिंगल केली जात होती, "मोठे आपल्याला ब्रह्मचारी सांगत फिरत होते. आता म्हातारपणी स्वंयवरात सहभागी व्हायला आले आहेत."

मनातून संतप्त झाले होते तरीही भीष्म शांत होते.

तिन्ही राजकुमारी हातात वरमाला घेऊन आपापला जीवनसाथी निवडण्यासाठी पुढे आल्या तेव्हा त्या भीष्माला पाहून कटवट हासल्या.

आता भीष्माला सहन झाले नाही. ते उठून म्हणाले, "ज्याच्यामध्ये शक्ती आहे, तोच या सुंदरींना आपली पत्नी बनवू शकतो. मी या तिन्ही राजकुमारींना इथून नेत आहे. ज्याच्यात हिम्मत असेल त्याने माझ्याशी युद्ध करून यांना जिंकावे."

सर्व दरबारात भयानक शांतता पसरली.

भीष्मांचे शौर्य कोणाला माहीत नव्हते? काशी नरेश, उपस्थित राजकुमार किंवा इतर कोणी भीष्माला विरोध करण्यापूर्वीच भीष्माने सर्वांना एका बाजूला सरकावले आणि तिन्ही राजकुमारींना रथात बसवून आपल्या महालाकडे निघाले.

सर्व जण फक्त पहातच राहिले.

भीष्माचा रथ हस्तिनापूरच्या दिशेने धावत होता.

स्वंयवरात सोम देशाचा राजा शाल्वही आला होता. राजकुमारी अंबाशी त्याचे अतिशय जिव्हाळ्याचे संबंध होते. भीष्म अशा प्रकारे तिन्ही राजकुमारींचे अपहरण करून त्यांना घेऊन जात आहे, हे त्याला पहावले नाही. त्याने अंबाला मिळविण्यासाठी भीष्माचा पाठलाग सुरू केला.

अर्थात युद्धात भीष्माला पराभूत करणे सोपे नव्हते. राजा शाल्व भीष्माकडून वाईटरित्या पराभूत झाला. तिन्ही राजकुमारीच्या सांगण्यावरून भीष्माने शाल्वाला जिवंत सोडले. शाल्व आपला जीव वाचवून आपल्या देशाला परत गेला.

□□

भीष्म तिन्ही राजकुमारींना घेऊन हस्तिनापुरात आला.

आपला सावत्र भाऊ विचित्रवीर्याशी त्याला या तिन्ही राजकुमारींचा विवाह करायचा होता. त्याने त्यांच्या विवाहाचा दिवस नक्की केला तेव्हा मोठी राजकुमारी अंबा भीष्माला म्हणाली, "मी तुमच्या भावासोबत विवाह करू शकत नाही. मला राजा शाल्व आवडतो. त्याच्याशिवाय इतर कोणाला मी माझा पती म्हणून स्वीकारू शकत नाही. तुम्ही समजदार आहात, त्यामुळे तुम्ही स्वतःच विचार करा,

की एखाद्या तरुणीने आधीच कोणाची तरी आपला वर म्हणून निवड केली असेल, तर तिला दुसऱ्या कोणाच्या तरी पदराला बांधणे योग्य आहे का?"

भीष्माला अंबाचे म्हणणे पटले. विवाहानंतरही अंबा कधीच विचित्रवीर्याला आपला पती म्हणून मनापासून स्वीकारणार नव्हती, हे सत्य होते. कारण ती शाल्वाला आपला पती मानित होती. म्हणून मग भीष्माने अंबाचे म्हणणे ऐकले आणि तिला शाल्वाकडे जाण्याची परवानगी दिली.

अंबा आनंदाने सोम देशाला पोहचली.

तिला असे अचानक आलेले पाहून सोमचा राजा शाल्व आश्चर्यचकीत झाला. विचारले, "अरे, तू इथे कशी ? तुला तर भीष्माने आपल्या सोबत नेले होते."

आंबाने सांगितले, "होय, पण मी त्यांना सांगितले की सोम राजाला मी पती म्हणून स्वीकारले आहे. म्हणून मग भीष्माने मला सोडून दिले. माझ्या दोन्ही बहिणींचा विवाह विचित्रवीर्याशी झाला आहे. आता आपण दोघांनीही विवाहाच्या पवित्र बंधनात बांधून घ्यायला हवे."

शाल्व हळूच म्हणाला, "आंबा, आता परिस्थिती बदलली आहे. तुला भरलेल्या दरबारातून भीष्माने जबरदस्तीने पळवून नेले होते. जिचे अपहरण झाले होते, अशा तरुणीशी मी आता कसा काय विवाह करू शकेल?"

आंबा जमिनीवर आली. इकडे ते शाल्वाला भेटण्यासाठी किती अतूर झाली होती आणि शाल्वाने मात्र तिला नाकारले होते. आंबा म्हणाली, "सोमराज, तुम्ही असे कसे काय बोलता? भीष्माने आदरपूर्वक मला तुमच्याकडे पाठविले आहे."

"तू परत भीष्माकडे जा." शाल्वाने त्रोटक उत्तर दिले, "आता तुझ्या भवितव्याबाबत तेच विचार करतील."

आंबाने शाल्वाला समजून सांगण्याचा खूप प्रयत्न केला, पण शाल्वाने मात्र तिचा पत्नी म्हणून स्वीकार करायला नकार दिला. बिचाऱ्या अंबाकडे आता हस्तिनापूरला परत जाण्याशिवाय दुसरा काहीही पर्याय शिल्लक राहिला नव्हता.

भीष्माकडे परत जाऊन ती म्हणाली, "तुमच्यामुळेच शाल्वाने माझा स्वीकार करायला नकार दिला आहे. आता मी काय करू?"

भीष्माला खरोखरच वाईट वाटले. त्यांनी विचार केला, की हिला सुद्धा विचित्रवीर्याची पत्नी का बनवू नये? पण त्यांनी हा प्रस्ताव विचित्रवीर्यासमोर ठेवताच तो म्हणाला, "नाही भाऊ, जिने आधीच आपल्या हृदयात कोणाला तरी विराजमान करून ठेवले आहे, अशा स्त्रीसोबत मी कसा काय विवाह करू?"

आता भीष्म काय करणार?

अंबाची अवस्था वाईट झाली होती. ती इकडची राहिली नव्हती की तिकडची. ती भीष्माला म्हणाली, "हे सर्व तुमच्या करणीचे फळ आहे. आता तुम्हीच माझ्याशी विवाह करा."

“मी?” भीष्म आश्चर्यचकीत होऊन म्हणाले, “मी तर ब्रह्मचारी आहे. आजन्म ब्रह्मचार्याचे पालन करण्यासाठी मी वचनबद्ध आहे. तू परत एकदा शल्याकडे जा. तो नक्की तुला स्वीकारील.”

अंबा पुन्हा एकदा शल्वाकडे गेली, पण त्याचा काहीही परिणाम झाला नाही. शाल्व आपल्या हट्टावर अडून बसला होता.

जवळपास सहा वर्षे अंबा भीष्म आणि शाल्व यांच्या दरम्यान धावत होती. इतकेच नाही तर भीष्माचा बदला घेण्यासाठी ती इतर काही राजांकडेही गेली, पण कुठूनही तिला काहीही मदत मिळाली नाही.

शेवटी अंबाने ठरवून टाकले की आपल्या जीवनाचा विनाश भीष्माने केला आहे, त्यामुळे त्याचे जीवन उद्ध्वस्त केल्याशिवाय रहायचे नाही. भीष्माविरूद्ध मदत करण्यासाठी कोणीही राजा तयार होत नाही हे पाहून अंबा एकांतात घनघोर तपस्या करू लागली. तिची तपश्चर्या पाहून भगावान कार्तिकेय प्रसन्न झाले. त्यांनी अंबाला दर्शन दिले आणि म्हणाले, “डोळे उघड अंबा. तुझ्या तपश्चर्येमुळे मी प्रसन्न झालो आहे. सांग, तुला काय हवे आहे?”

“भीष्माचा विनाश.” अंबा म्हणाली, “भीष्माचे शौर्य पाहून सर्व जण त्याला घाबरतात. कोणीही मला मदत करीत नाही.”

भगवान कार्तिकेय तिला फुलांची एक माळ देत म्हणाले, “ही माळा ठेव. हिच्यातील फुले कधीही सुकणार नाहीत. ही माळा ज्याच्या गळ्यात राहील, तोच भीष्माचा नाश करीन.”

अंबा ती माळ घेऊन आनंदाने निघाली आणि आपल्या मोहिमेवर निघाली. तिने अनेक वीर राजांना आवाहन केले. पण भीष्माच्या शौर्याचा इतका प्रभाव होता, की कोणीही ती माळा गळ्यात घालून भीष्माशी लढण्याचे साहस करू शकले नाही. अंबा सर्व बाजूने निराश झाली. तिने ते माळा द्रौपद राजाच्या महालाच्या एका दारावर अडकवली आणि स्वतः रडत विलाप करीत एखाद्या नवीन उपायाच्या शोधासाठी निघाली. भीष्माचा बदला घेण्याचा तिने धरलेला हट्ट दिवसेंदिवस वाढत चालला होता.

द्रोपद राजा अंबाला म्हणाला होता, “तू परशूरामाला भेट. तो क्षत्रियांचा शक्तिमान शत्रू आहे. तो तुला नक्की मदत करील.”

म्हणून मग अंबा परशुरामाला भेटली. परशुराम लगेच अंबाला मदत करण्यासाठी तयार झाला. तो भीष्माकडे गेला आणि त्याला युद्धाचे अव्हान दिले. भीष्म आणि परशुराम यांच्यात घनघोर युद्ध झाले. दोघेही शूर होते. हे युद्ध अनेक दिवस चालले. बरोबरीचा सामना असल्यामुळे कोणीही पराभूत होत नव्हते की जिंकत नव्हते. जास्त दिवस या युद्धात अडकून पडणे परशुरामासाठी शक्य नव्हते. म्हणून त्याने आपला पराभव मान्य केला आणि आंबेला म्हणाला, “तू भीष्माशी तह करावा, करार

करावा हेच चांगले. ते तुझे हीत करतील."

अंबा भीष्माला कशी काय शरण गेली असती? भीष्माने तिचे सारे आयुष्य नष्ट केले होते. ती काही भीष्माला जिवंत सोडणार नव्हती. तिने पुन्हा एकदा तपश्चर्या केली. घोर तपश्चर्या करून तिने भगवान शिवाला प्रसन्न केले. भगवान शंकराने अंबाला वर दिला, "या जन्मात तर नाही, पण पुढच्या जन्मात तू नक्की भीष्माचा बदला घेऊ शकशील."

असा वर देऊन भगवान शंकर तर अंतर्धान पावले, पण अंबाला स्वस्थता कुठे? पुढचा जन्म घेण्यासाठी तिने नैसर्गिक मृत्यूचीही वाट पाहिली नाही. तिने आपल्या हाताने आपली चिता रचली. तिला आग लाऊन तिने स्वतः आगीत उडी घेतली. प्राण गेल्यावर तिने राजा द्रोपदाच्या पत्नीच्या गर्भात नवीन जन्म घेतला. पुढच्या जन्मी ती राजा द्रोपदाची मुलगी म्हणून जन्माला आली. तिथेच आंबाला आपली माळाही सापडली, जी भगवान कार्तिकियने दिली होती. तिने ती माळा आपल्या गळयात घातली.

राजा द्रुपदाला त्या माळेचा महिमा माहीत होता. भविष्यात उगीच भीष्माशी संघर्ष करावा लागू नये म्हणून त्या भीतीने राजा द्रुपदाने आपल्या मुलीलाच घराबाहेर काढून दिले.

आपल्याला भीष्माचा बदला ध्यायचा नाही, याचा अंबाला या जन्मातही विसर पडला नव्हता. घरातून काढून दिल्यावर तिने पुन्हा तपश्चर्या केली. स्त्री रूपात भीष्माशी लढणे अशक्य असल्याचे तिला माहीत होते. त्यामुळे तिला पुरूष रूप हवे होते. घोर तपश्चर्या केल्यावर शेवटी तिला पुरूष रूप मिळाले.

आंबाचे हे पुरूष रूप शिखंडी नावाने प्रसिद्ध झाले. शिखंडीने महाभारतातील युद्धात अर्जुनाचा रथ चालविला होता. त्यावेळी भीष्माने तिला ओळखले होते. त्यांनी ठरविले असते, तर ते त्याच वेळी तिला ठार मारू शकले असते, पण एका स्त्रीवर हात उचलणे भीष्माच्या विवेकाला पटणारे नव्हते. याच शिखंडीला पुढे उभे करून अर्जुनाने पितामह भीष्मांवर बाणांचे वार केले आणि विजय मिळविला. रणांगणावर भीष्म जखमी होऊन पडले होते तेव्हा कुठे आंबेची बदल्याची आग शांत झाली होती.

□□

इकडे अंबिका आणि अंबालिकाचा विवाह विचित्रवीर्याशी झाला होता. विचित्रवीर्य आपल्या दोन्ही पत्नीसह सुखाने जीवन घालवित होते.

पण जास्त भोग विलासाचा परिणाम असा झाला की विचित्रवीर्य अस्वस्थ झाला. त्याने अंबिका आणि अंबालिका यांच्यासोबत जवळपास सात वर्षे सुखाचे जीवन उपभोगले. मग क्षय रोग झाल्यामुळे निःसंतान अवस्थेतच त्याचा मृत्यू झाला.

आता राज्याला कोणी वारस उरला नव्हता.

याचे सर्वाधिक दुःख सत्यवतीला झाले होते. तिचे दोन्ही पुत्र निः संतान मेले होते. विचित्रवीर्याच्या दोन्ही पत्नी ऐन तारुण्यात विधवा झाल्या होत्या. आता वंश कसा वाढेल? भीष्माने तर कधीही लग्न न करण्याची प्रतिज्ञा घेतली होती. आपला वंश चालू ठेवण्यासाठी तेही आपले प्रतिज्ञा मोडू शकणार नाहीत का?

सत्यवती एके दिवशी भीष्माला म्हणाली, "बाळा, ज्याचा कधीही विचार केला नव्हता, ते झाले आहे. आता राज्याला वारसदार कुठून आणणार? आपल्या वंशाचे काय होईल? अर्थात, तू जर होकार दिलास तर यातून एक मार्ग काढला जाऊ शकतो."

"कोणता मार्ग, माते? " भीष्माने विचारले.

"भावाच्या बायका ऐन तारुण्यात विधवा झाल्या आहेत. विधवांशी दुसरा विवाह केला जाऊ शकतो, अशी शास्त्रात सोय आहे. त्यामुळे त्या मुलींचे आयुष्यही सावरले जाईल आणि आपला वंशही पुढे चालू राहील."

"तर मग मी काय करावे त्याची मला अज्ञा करावी."

"बाळा, आता सर्व काही तुझ्यावरच अवलंबून आहे. मी तुझी माता आहे. मी तुला परवानगी देते, की तू माझ्या दोन्ही सुनांचा स्वीकार कर आणि आपला वंश पुढे चालव."

भीष्म लगेच म्हणाले, "नाही, माते. असे होऊ शकत नाही. मी माझी प्रतिज्ञा मोडू शकत नाही. त्यामुळे तुम्ही दुसरा कोणता तरी उपाय शोधावा, हेच जास्त योग्य होईल."

सत्यवती काही क्षण शांत राहिली. मग काही तरी विचार करून ती भीष्माला म्हणाली, "बाळा, मी आतापर्यंत एक गोष्ट सर्वांपासून लपवून ठेवली आहे; पण आपल्या वंशावर आलेले संकट पाहता आज मी तुला ते रहस्य सांगत आहे. ऐक, तुझ्या वडिलांशी विवाह करण्यापूर्वी मी माझ्या वडिलांसोबत प्रवाशांना नदी पार करून नेत असे. एका दिवशीची गोष्ट आहे. माझ्या नावेत पाराशर ऋषी बसले होते. मी त्यांना नावेतून पैलतिरी न्यायला लागले तेव्हा अचानक ते माझ्याकडे आकर्षित झाले. भावनावेगात त्यांनी माझ्याकडे प्रेमाची कबुली दिली. मी खूप घाबरले. खरोखरच मी दोन कारणांमुळे घाबरले होते. एक म्हणजे मी या ऋषींना नाराज केले तर त्यांनी मला एखादा भयानक शाप दिला असता. दुसरे म्हणजे मी काही गैरवर्तन केल्याचे वडिलांना कळले तर ते माझ्यावर नाराज झाले असते. अशा वेळी मी काय करणार? म्हणून मग मी ऋषींना म्हणाले, 'हे ऋषीवर, आपला निर्णय बदला. मी मत्स्य मातेची मुलगी आहे त्यामुळे माझ्या शरीराला नेहमी माशांचा गंध येतो.' पण ऋषी त्यावरही ऐकले नाहीत. ते म्हणाले, 'मला ते काही माहीत नाही. तू दुर्गंधीचा विचार करू नको. मी ती लगेच दूर करतो.' असे म्हणून पराशर ऋषींनी आपल्या सामर्थ्याने माझे सर्व शरीर दुर्गंधीहीन

केले. इतकेच नाही तर त्यांच्या कृपेमुळे माझ्या सर्व शरीराला छानदार आणि हवाहवासा सुगंध येऊ लागला. हा चमत्कार पाहून मी ऋषीमुळे खूप प्रभावीत झाले. त्यांच्या या कृपेचा बदला चुकविण्यासाठी मी त्यांच्या समोर समर्पण केले. मी गर्भवती झाल्यावर ऋषींनी मला एकांत बेटावर पोहचविले आणि म्हणाले, 'या बेटावर राहून तू आपल्या मुलाला जन्म दे. पुत्र जन्म झाल्यावर तू पुन्हा कुमारी म्हणून ओळखली जाशील.' त्या बेटावर मी एका मुलाला जन्म दिला. त्याचे नाव व्यास आहे. एका दृष्टीने तो तुझाच भाऊ आहे. तो अतिशय विद्वान आणि शास्त्र ज्ञाता आहे. मी त्याच्यापासून वेगळी झाले तेव्हा त्याने मला वचन दिले होते, 'माते, तुला जेव्हा केव्हा माझी गरज भासेल तेव्हा फक्त मला आठव. तू आठवण काढली की मी लगेच तिथे हजर होईल.' तोच माझा सर्वात मोठा मुलगा आहे. तुला मान्य असेल तर मी त्याला बोलावते. या संकटाच्या वेळी तोच आपल्याला मदत करू शकतो. सांग, आता तुझे काय म्हणणे आहे?"

वास्तविक पाहता सत्यवती एका गंधर्वाची मुलगी होती. एके दिवशी तो नदीवरून उडत जात होता. त्याच वेळी त्याचे वीर्य खाली टपकले. जे नदीमध्ये पोहत असलेल्या एका माशीच्या तोंडात पडले. अशा प्रकारे माशीने सत्यवतीला जन्म दिला. नंतर तिला केवट राजने पालन पोषण करून मोठे केले. माशीच्या गर्भातून जन्म झाल्यामुळे तिच्या शरीराला माशांची दुर्गंधी येत होता.

भीष्म तरी काय उत्तर देणार? त्यातल्या त्यात ही गोष्ट तरी चांगली होती की व्यास दुसरे तिसरे कोणी नसून त्याचाच एक प्रकारचा भाऊ होता. तोही विद्वान आणि शास्त्र ज्ञाता. भीष्म हळूच म्हणाला, "तुला योग्य वाटत असेल, तर व्यासाला बोलाव."

एका क्षणात जणू सत्यवतीच्या सर्व काळज्या दूर झाल्या. तिने आपले मन एकाग्र करून आपल्या मोठ्या मुलाचे स्मरण केले. पापणी लवण्याच्या आत व्यास तिच्या समोर उपस्थित झाले.

व्यासांनी विचारले, "माते, माझी कशी काय आठवण काढली?"

सत्यवती म्हणाली, "बाळा, आमच्या वंशावर संकट आले आहे. आता तूच कुरूवंशाला या संकटातून बाहेर काढू शकतोस."

"माते, तू फक्त आज्ञा कर. मी सर्व काही करायला तयार आहे."

"घरात दोन दोन सुना आहेत, तरीही राज्याला वारस नाही. विचित्रवीर्य निःसंतान मरण पावला आणि त्याच्या दोन दोन पत्नी ऐन तारूण्यात विधवा झाल्या आहेत. तू विचित्रवीर्याचा मोठा भाऊ आहेस. शास्त्रात असे लिहिले आहे, की दुसऱ्या भावाला वाटले तर तो मृत भावांच्या पत्नीला सौभाग्य देऊ शकतो. म्हणून मग तू अंबिका आणि अंबालिकांचा स्वीकार करून त्यांना संतान सुख दे. त्यामुले कुरू वंशाचा कुलदीपक सदैव झगमगत राहील."

व्यासाला आपल्या मातेच दुःख सहन झाले नाही. त्याने त्याच क्षणी आपला होकार दिला आणि म्हणाला, "मी लगेच अंबिका आणि अंबालिकेसमोर जाऊ शकेल अशी माझी अवस्था नाही. मी माझा वेश बदलतो आणि नंतर मग त्यांना भेटतो."

"नाही, बाळा," सत्यवती म्हणाली, "आधीच खूप उशीर झाला आहे. आता आणखी उशीर करण्याची काही आवश्यकता नाही. तू याच रूपात सुनांना भेट."

"ठीक आहे, माते. तुझ्या इच्छेप्रमाणेच सर्व काही होईल, पण माझी एक गोष्ट लक्षात ठेव. दोन्ही सुनांनी माझ्या कुरूप चेहऱ्याकडे लक्ष न देता मला सहकार्य केले तर त्यांना गुणवान आणि रूपवान संतती मिळेल. " व्यास म्हणाले, "तू दोन्ही सुनांना तयार कर. मी याच वेळी त्यांना भेटतो."

तेव्हा सत्यवती आपली मोठी सून अंबिकाकडे गेली आणि आदेश दिला, "लवकर सोळा शृंगार करून शयन कक्षात पोहच. विचित्रवीर्याचा भाऊ व्यास तुला संतती प्रदान करणार आहे. शास्त्रात तशी सोय आहे...."

अंबिकेला हे माहीत होते, की वंश वाचविण्याचा हाच एकमेव उपाय आहे. त्यामुळे तिने नववधुसारखा साज शृंगार केला आणि शयन कक्षात जाऊन व्यासांची वाट पाहू लागली.

थोड्या वेळाने व्यासाने तिथे प्रवेश केला.

अंबिकेने उत्सुकतेने डोळे वर करून पाहिले तेव्हा ती दंग झाली. व्यास फक्त कुरूप होता असे नाही तर त्याचे कपडेही मळलेले आणि घाण होते. दाढी आणि केस वाढलेले होते. अनेक दिवसांत त्याने स्नान केले नाही, असेच एकूणात वाटत होते.

व्यास जवळ आल्यावर अंबिकेने डोळे मिटून घेतले.

थोड्या वेळानतंर व्यास अंबिकेच्या शयनकक्षातून निघाला आणि सत्यवतीला म्हणाला, "अंबिका एका सुंदर मुलाला जन्म देईल. तोच या राज्याचा वारसदार होईल, पण तो मुलगा जन्मापासून अंध असेल. कारण समागमाच्या वेळी अंबिकेने डोळे बंद केले होते. "

जन्मांध बालक ! सत्यवतीच्या काळजात धक्क झाले!

सत्यवती व्यासाला म्हणाली, "बाळा, तू आता एकदा अंबालिकेला भेटून घे."

मातेच्या विनंतीनुसार व्यास अंबालिकेकडे गेला.

अंबालिका सोळा शृंगार करून आपल्या शयन कक्षात बसली होती. तिने व्यासाला पाहताच ती घाबरून भीतीने पिवळी पडली.

बाहेर पडल्यावर व्यासाने मातेला सांगितले, "अंबालिकेला जो मुलगा होईल, तो शूर असेल. पण त्याच्या शरीराचा रंग पिवळा असेल."

एक आंधळा, एक पिवळा ! बिचारी सत्यवती आपल्या सुनांना आता मुले होणार म्हणून एकीकडे आनंदात होती, तर ही मुले विकारयुक्त असणार याचे तिला दुःखही होते. तिला तर सर्वगुण संपन्न असणारा एक मुलगा हवा होता.

सत्यवती अंबिकाला भेटली आणि म्हणाली, "मुली, हे तर खूप वाईट झाले. त्यामुळे तू पुन्हा एकदा व्यासाशी समागम करावा, हेच योग्य होईल. लक्षात ठेवा, यावेळी तुम्हाला व्यासाला समाधानी करायचे आहे. कारण जो काही पुत्र होईल तो सर्व दृष्टीने उत्तम असायला हवा."

अंबिका तयार तर झाली, पण तिच्या मनातून अद्याप भीती गेली नव्हती. पुन्हा एकदा व्यासाशी समागम करायचा याच कल्पनेने ती शहारली. तिने आपल्या एका दासीला विनंती केली, "सखे, तूच मला आता व्यासापासून वाचवू शकतेस. नाही तर मी मरूनच जाईन."

"मला काय करावे लागेल? " दासीने विचारले.

"तू माझे कपडे घालून व्यासांना खुश कर म्हणजे झाले."

दासी तयार झाली आणि अंबिकेचे कपडे घालून शयनकक्षात पोहचली.

तिकडे सत्यवतीने व्यासाला पुन्हा एकदा अंबिकेशी समागम करण्याची विनंती केली. यावेळी व्यास अंबिकेच्या कक्षात पोहचले तेव्हा तिथे असलेल्या दासीने त्यांना संपूर्ण सहकार्य केले. व्यास समाधानी झाले. त्यामुळे पुढे चालून दासीला जो पुत्र झाला तो विकारहीन आणि ज्ञानी झाला.

योग्य वेळी अंबिकेने ज्या मुलाला जन्म दिला, तो आंधळा होता. त्याचे नाव धृतराष्ट्र ठेवले. त्यानंतर अंबालिकेने पिवळ्या वर्णाच्या पुत्राला जन्म दिला. त्याचे नाव पांडु ठेवण्यात आले. दासीच्या विकारहीन मुलाला विदूर म्हटले गेले. तो खरोखरच सर्वगुण संपन्न होता.

तिन्ही मुले महालात सख्या भावंडांप्रमाणे वाढू लागली.

तिघांचेही शिक्षण एकत्रच सुरू करण्यात आले. शास्त्रांशिवाय शस्त्रास्त्रांचेही त्यांना योग्य ते ज्ञान देण्यात आले. भीष्माच्या देखरेखीखाली तिन्ही मुले शक्ती, बुद्धी आणि ज्ञानाच्या क्षेत्रात हळूहळू विकसित होऊ लागली.

तिघेही मोठी झाल्यावर धृतराष्ट्र शक्तिमान सिद्ध झाला. पांडुच्या धनुर्विद्येत सामना करणारे दुसरे कोणी शिल्लक राहिले नव्हते. विदुर मात्र धर्म, राजकारण आणि न्याय या क्षेत्रात अद्वितीय ठरले.

अशा प्रकारचे कुशल राजकुमार जन्माला आलेले पाहून महात्मा भीष्माच्या आनंदाला सीमा उरली नाही. आता सर्व राजकुमार विवाहासाठी योग्य झाले होते. म्हणून मग भीष्म त्यांच्यासाठी योग्य वधूचा शोध घेऊ लागले.

धृतराष्ट्रासाठी त्यांनी गांधार देशाचा राजा सुबल याची कन्या गांधारीची निवड केली. गांधारीचा

धृतराष्ट्राशी विवाह झाला तेव्हा आपला पती आंधळा असल्याचे कळल्यामुळे तिने आजन्म आपल्या डोळ्यांवर पट्टी बांधली. आपल्या पतीलाच बाहेरचे जग पाहता येत नसेल, तर मग ते सर्व उघड्या डोळ्यांने पाहण्याचा गांधारीला काय अधिकार होता? ती अतिशय सुशील, गुणवान आणि धर्मपारायण स्त्री होती.

धृतराष्ट्र आंधळा असल्यामुळे त्याने राज्य कारभाराचे सर्व अधिकार आपला भाऊ पंडुला दिले होते. पंडुचा राजा दोन मुलींशी झाला होता. एकीच नाव माद्री होते, तर दुसरीचे नाव कुंती होते.

व्रकुंती राजा शूरसेनाची कन्या होती, जे श्रीकृष्णाचे आजोबा होते. कुंतीचे बालपण कुंति भोज याच्याकडे गेले होते. कुंती भोज राजा शूरसेनाचा आतेभाऊ होता. तो निःसंतान होता त्यामुळे शूरसेनाने आपली कन्या कुंती भोजााल सोपविली होती. हीच कन्या पुढे चालून कुंती नावाने प्रसिद्ध झाली.

एका वेळची गोष्ट आहे. राजा कुंती भोजाकडे दुर्वासा ऋषींचे आगमन झाले. कुंतीने त्यांची विशेष सेवा केली. त्यामुळे दुर्वासा ऋषी तिच्यावर अतिशय प्रसन्न झाले. त्यांनी कुंतीला एक मंत्र शिकविला आणि म्हणाले, "तू ज्या देवतेचे स्मरण करून या मंत्राचा जप करशील, ती देवता तुझ्याकडे येईल आणि तुला तेजस्वी तसेच तपस्वी पुत्र रत्नाचे फळ देईल."

दुर्वासा ऋषींनी कुंतीला हा मंत्र काही उगीच दिला नव्हता. भविष्यात कुंतीला या मंत्राची गरज पडणार आहे, हे त्यांना माहीत होते.

दुर्वास ऋषी तर तिला हे वरदान देऊन निघून गेले, पण कुंतीची बाल बुद्धी मात्र त्या मंत्राची सत्यासत्यता पडताळून पाहण्यासाठी उतावीळ झाली. तिने विचार केला या मंत्राचा प्रताप एकदा सिद्ध करून पहायला काय हरकत आहे? असा विचार केल्यावर तिची नजर अचानक आकाशाकडे गेली. तिथे आपल्या तेजाने सूर्य तळपत होता. कुंतीने मंत्राचा जप करीत सूर्याची आराधना केली. पापणी मिटण्याच्या आत सूर्य देवता कुंतीसमोर हजर झाली. कुंतीने तर असेच गमती गमतीत सूर्याला बोलावले होते, पण आता त्याला खरोखरच आपल्या समोर पाहून ती भयभीत झाली. अर्थात दुर्वास ऋषींचे वरदान फोल कसे ठरेल? म्हणून सूर्य तिला म्हणाला, "कुंती घाबरू नको. मी तुला पुत्र रत्नाचे फळ देतो. हा पुत्र अतिशय तेजस्वी आणि तपस्वी असेल. जन्मापासूनच त्याने कवच कुंडले धारण केलेली असतील. ही कवच आणि कुंडले त्याचे सर्व प्रकारच्या संकटापासून रक्षण करतील."

"अरे रे ! पण एखाद्या कुमारिका कन्येने पुत्राला जन्म दिला तर जग काय म्हणेल? "

"घाबरू नकोस. या पुत्राच्या जन्मामुळे तुझे कौमार्य भंग होणार नाही."

असे म्हणून सूर्य अंतर्धान पावला.

योग्य वेळी कुंतीने एका अतिशय तेजस्वी पुत्राला जन्म दिला. त्याने कवच आणि कुंडले धारण केली होती. समाजाच्या भीतीमुळे त्याचा जन्म झाल्यावर कुंतीने त्याला पाण्यात सोडून दिले.

हे पाण्यात वाहत आलेले बाळ नदीत स्नान करणाऱ्या अधिरथाला मिळाले. तो कुरू राजाचा रथचालक (सारथी) होता. अधिरथ निःसंतान होता. त्यामुळे बाळ मिळाल्यामुले त्याला खूप आनंद झाला. त्याने त्या बाळाचे नाव वसुसेन ठेवले आणि अतिशय लाडाने त्याचे पालन पोषण केले. हाच बाळ वसुसेन पुढे चालून कर्ण या नावाने लोकप्रिय झाला.

तिकडे कुंती विवाहायोग्य झाल्यावर स्वंयवराचे आयोजन करण्यात आले. त्या स्वंयवरासाठी राजकुमार पांडुही आले होते. कुंतीने त्यांच्या गळयात आपली वरमाला घालून त्याची आपले आराध्य दैवत म्हणून निवड केली. पांडुने कुंतीशिवाय माद्र देशीचा राजा शल्यची बहीण माद्रीशीही विवाह केला.

□□

तिसरा राजकुमार विदुरचा विवाह राजा देवकची रूपवती कन्या पारशवीसोबत संपन्न झाला.

एक उत्कृष्ट राजा म्हणून पंडू राजाचा लौकिक होता. आदर होता. धृतराष्ट्र जन्मापासून अंध होता त्यामुळे राज सिंहासनावर पंडूलाच बसविण्यात आले होते. राजा झाल्यावर पंडुने आपली योग्यता आणि क्षमता दाखवून दिली. तो अतिशय न्यायप्रिय आणि प्रजेवर प्रेम करणारा होता. त्याशिवाय त्याने अनेक शेजारील राज्यांचा आपल्या साम्राज्यात समावेश केला. अनेक वर्षे सातत्याने परिश्रम केल्यामुळे काही दिवस विश्रांती घेण्यासाठी पंडु हिमालयातील शाल वनाकडे निघाला.

त्या शाल वनात हरिणांची एक जोडी राहत होती. हे हरणाचे जोडपे म्हणजे वास्तविक पाहता ऋषींचे जोडपे होते. एका वेळी हे हरिणाचे जोडपे काम क्रीडेत मग्न असताना शिकारीसाठी म्हणून पंडू राजा तिथे गेला. समोर जोडपे पाहून त्याच्या मनात त्यांची शिकार करण्याची इच्छा निर्माण झाली. त्याने धनुष्य उचलले आणि एक बाण सोडला. त्या बाणाने थेट हरिणाचा वेध घेतला. हरीण त्यावेळी भावनाविवश होते. बाण लागताच जमिनीवर पडून तडफडू लागले. त्याने मरताना पंडुला शाप दिला,

"हे तू चागले केले नाहीस. आता यापुढे तू जेव्हा आपल्या पत्नीशी समागम करशील त्याचवेळी तुझाही मृत्यू होईल."

पंडुच्या पश्चातापाला काहीच अंत उरला नव्हता. या शापाचे ओझे शिरावर घेऊन आता कसे जीवन जगणार? तो अतिशय निराश आणि उदास झाला. त्याची जगण्याची इच्छाच निघून गेली. त्याला आता एकच चिंता सतावत होती, की आपला वंश कसा वाढणार? दोन दोन पत्नी असतानाही आपण निःसंतान मरणार?

कुंतीला पतीच्या दुःखाचे कारण कळल्यावर तिला लगेच दुर्वास ऋषींनी दिलेले वरदान आठवले. त्यावेळी ऋषींनी दिलेला मंत्र ती अद्याप विसरली नव्हती.

ती पंडुला म्हणाली, "इतके निराश होण्याची काहीच आवश्यकता नाही. मला दुर्वास ऋषींनी अशा मंत्राने अभिषिक्त केले आहे, त्यामुळे मी मनासारखी पुत्र प्राप्ती करून घेऊ शकते."

"ते कसे क़ाय?" पंडुने आश्चर्याने विचारले.

त्यावर कुंतीने त्याला आपली सर्व कथा सांगितली. तसेच खेळता खेळता आपण सूर्य देवतेपासून कशा प्रकारे एक पुत्र रत्न मिळविले होते, तेही सांगून टाकले.

पंडुच्या आनंदाला सीमा उरली नाही. तो भाव विव्हळ होऊन म्हणाला, "देवाचे लाख लाख आभार. आता माझ्यावर निःसंतान मरण्याची वेळ येणार नाही. आपला वंशही पुढे चालू राहील. कुंती, माझ्या प्रिय पत्नी, आता तू अजिबात उशीर करू नकोस. मला लवकरात लवकर बाप होण्याचे सुख मिळवून दे. सर्वात आधी तू आपल्या मंत्राच्या सहाय्याने मृत्यूची देवता यमाला आव्हान कर. ते न्याय आणि सत्याचे प्रतिक आहेत. त्यांच्याकडून मिळालेला पुत्रही आपल्या वंशाचे नाव अशाच प्रकारे उज्ज्वल करील."

त्याच दिवशी कुंतीने पुत्र प्राप्तीची तयारी सुरू केली. आपल्या कक्षात जाऊन तिने यम देवाचे स्मरण केले. नंतर त्या मंत्राचे उच्चारण केले. दुसऱ्याच क्षणी यम देवता कुंतीसमोर उपस्थित झाली. कुंतीने त्यांना हात जोडून आपली इच्छा व्यक्त केली.

तिला वरदान देत यम म्हणाला, "एवमस्तु! कुंती तुझा हा पुत्र मानवामध्ये सर्वश्रेष्ठ, प्रामाणिक, सत्यप्रिय आणि वीर असेल. त्याला युधिष्ठिर म्हणजे युद्धातील विजेता म्हणून ओळखले जाईल."

योग्य वेळी कुंतीला पहिला पुत्र झाला. तो खरोखरच या सर्व गुणांनी युक्त होता.

दुसऱ्या वेळी कुंतीने वायु देवतेला आव्हान केले. कारण पंडुला दुसरा पुत्र असा हवा होता, जो क्षत्रीय कुळातील संततीप्रमाणे शारीरिकदृष्ट्या अतिशय वीर आणि बलवान असावा. वायुने कुंतीला अशाच प्रकारचा पुत्र दिला. त्या बालकाच्या शारीरिक क्षमतेवरूनच यावरून पत्ता लागतो की आई सोबत झोपल्यावर त्याने कुशी बदलली तेव्हा लहानसा भूकंप झाल्यासारखे वाटले होते. तो भीम म्हणून ओळखला गेला.

दुसरा पुत्र मिळाल्यावर पाडुं कुंतीला म्हणाला, "आता आपल्याला असा पुत्र हवा आहे, जो अस्त्र -शस्त्र चालविण्यात अद्धितीय असावाच, पण त्याच्या शौर्याचा सामना करणारे दुसरे कोणीही नसावे."

म्हणून मग कुंतीने यावेळी देवाधिदेव इंद्रदेवांची स्तुती केली. इंद्राने कुंतीसमोर प्रकट होऊन तिची इच्छा पूर्ण केली. कुंतीने तिसऱ्या पुत्राला जन्म दिल्यावर आकाशवाणी झाली, "हा असा पुत्र

आहे, ज्याचे सामर्थ्य, शौर्य, बुद्धिमत्ता आणि अस्त्र संचालनाच्या ज्ञानाचा कोणीही सामना करू शकणार नाही. तो कुरू वंशाचे नाव उज्ज्वल करीन.”

आई वडिलांनी आपल्या या पुत्राचे नाव अर्जुन ठेवले. इंद्राने अर्जुनला शौर्याचे जे अद्वितीय वरदान दिले होते, ते यासाठी की सूर्य देवाच्या पुत्राला कवच कुंडले मिळालेली होती. आपल्या मुलाला प्रत्येक संकटापासून इंद्राला वाचवायचे होते.

कुंती तर तीन तीन पुत्रांची आई झाली होती, पण माद्री मात्र अद्याप निःसंतान होती. तीन पुत्रामुळेच कुंती समाधानी झाली होती. आता आणखी संतती कुंतीला नको होती. दुसऱ्या बाजूला पांडुला मात्र आणखी मुले हवी होती. तिकडे आपणही आई व्हावे, असे माद्रीला वाटत होते. त्यामुळे ती कुंतीला भेटली आणि म्हणाली, “कुंती, माझी कोख अशीच उजाड राहील का? मलाही आई होण्याचे भाग्य मिळू दे.”

हे सत्य होते. आई झाल्याशिवाय प्रत्येक स्त्री अपूर्ण असते. माद्रीची मानसिक व्यथा कुंतीला सहन झाली नाही. त्यामुळे तिने माद्रीसाठीही मंत्राच्या बळावर अश्विनकुमारांना निमंत्रित केले. अश्विनीकुमाराकडून माद्रीला दोन जुळी मुले झाली. नकुल आणि सहदेव. हे पाचही भाऊ पांडव म्हणून ओळखले गेले.

तिकडे धृतराष्ट्र आणि गांधारी यांना पूर्ण शंभर पुत्र झाले. या शंभर पुत्रांशिवाय त्यांना १ ३ मुलीही होत्या. हे सर्व जण कौरव म्हणून ओळखले गेले. त्यांच्यातील सर्वात मोठ्याचे नाव होते, दुर्योधन.

□□

एकूणात घटना अशा काही घडल्या की कुंतीचा पुत्र कर्ण दुर्योधनाचा अतिशय जवळचा मित्र झाला. दुर्योधनाने त्याला अंगदेशाचा राजा केले.

आपला पुत्र अर्जुनाला प्रत्येक प्रकारच्या संकटापासून वाचविण्यासाठी इंद्र प्रयत्नशील होता. अर्जुनाला सर्वाधिक धोका कर्णाकडूनच होता. कारण सूर्याने त्याला जीवन रक्षक कवच कुंडले दिली होती. कोणत्याही प्रकारे ही कवच कुंडले मिळविण्याचा इंद्राचा प्रयत्न होता.

कर्ण महादानी होता. तो आपल्या महालाच्या दारात आलेल्या कोणाही याचकाला रिकाम्या हाताने परत पाठवित नसे.

एके दिवशी एका म्हाताऱ्या ब्राह्मणांचा वेश धारण करून इंद्र कर्णाकडे गेला. ही व्यक्ती दुसरे तिसरे कोणी नसून देवाधिदेव इंद्र देव असल्याचे कर्णाने पहिल्या नजरेतच ओळखले.

अनोळखी होऊन कर्णाने विचारले, “यावे ब्राह्मण देवता, का त्रास घेतला...?”

“जे हवे ते मिळेल?” इंद्राने विचारले.

“नक्कीच. तुम्ही आदेश करा....”

“तुझी ही कुण्डले आणि कवच खूप छान आहेत. ते मला दे.”

कर्णाने उशीर केला नाही. लगेच कवच कुंडले काढून त्या म्हाताऱ्या ब्राह्मणाला दिली.

अशा प्रकारचा कर्णाचा दानशूरपणा पाहून इंद्र अवाक झाला.

अतिशय प्रसन्न होऊन म्हणाला, “तू धन्य आहेस कर्णा. तुझा दानशूरपणा पाहून मी खूप खुश झालो आहे. मी इंद्र आहे. मला वर माग.” कर्ण बिचारा काय मागणार? तरीही इंद्राने वारंवार विनंती केल्यावर कर्ण म्हणाला, “मी तर यौद्धा आहे. त्यामुळे तुम्ही मला आपले ‘शक्ती’ नावाचे अमोघ अस्त्र प्रदान करा. त्यामुळे कोणीही शत्रू युद्धात माझा मुकाबला करू शकणार नाही.”

“एवमस्तु !” असे म्हणून इंद्राने आपले अमोघ अस्त्र तर दिले. त्याचबरोबर असेही सांगितले, “कर्ण या अस्त्राचा वापर तू फक्त एकदाच करू शकशील. त्यामुळे जेव्हा याची खूपच आवश्यकता असेल तेव्हाच याचा वापर कर. त्यानंतर हे अस्त्र माझ्याकडे परत येईल. याची शक्ती अपार आहे. याचा ज्यावर वार करशील तो मारला जाईल.”

अमोघ अस्त्र मिळाल्यामुळे कर्ण आनंदी झाला. पण विधीची विडंबना पहा! महाभारतातील युद्धात असे झाले की त्याने त्याचा दुरूपयोग केला आणि परशुरामाकडून मिळालेली इतर अस्त्रे चालविण्याची पद्धतच तो विसरून गेला.

परशुरामाकडून विद्या शिकावी, अशी कर्णाची इच्छा होती. त्याला परशुरामाकडून ब्रह्मास्त्र शिकायचे होते, पण अडचण अशी होती, की परशुराम क्षत्रियांचा खूप द्वेष करीत असत. त्यांना क्षत्रियांचा समूळ विनाश करायचा होता. अर्थात ब्राह्मणांना मात्र ते आपला शिष्य नक्कीच करीत असत. त्यामुळे मग कर्णही ब्राह्मणांचा वेश धारण करून परशुरामाकडे गेला आणि शिष्यत्व मिळविले.

एके दिवशीची गोष्ट आहे. कर्णाच्या मांडीवर डोके ठेवून परशुराम झोपले होते. ते गाढ झोपेत होते. त्याच वेळी एक काळा भुंगा येऊन कर्णाच्या मांडीवर बसला. तो मांडीत बिळ करू लागला. त्यामुळे कर्णाला अतिशय वेदना होत होत्या, तरीही तो जरा सुद्धा हलला नाही. त्याला अशी भीती वाटत होती की आपण जराशे हाललो किंवा त्या भोवऱ्याला हाकरलण्याचा प्रयत्न केला तर परशुरमाची झोप मोड होईल. तो भुंगा कर्णाची मांडी पोखरीत आत घुसत चालला होता. रक्त वाहू लागले होते.

तोच परशुरामाची झोप उडाली. कर्णाच्या मांडीतून वाहणारे रक्त पाहून त्यांना आश्चर्य वाटले. काळा भुगा कर्णाच्या मांडीला पोखरीत होता आणि तरीही कर्ण स्थीर बसला होता. त्यांनी लगेच ओळखले की कर्ण ब्राह्मण असू शकत नाही.

त्यांनी विचारले, “खरं सांग, तू कोण आहेस? तू ब्राह्मण असू शकत नाहीस. कारण ब्राह्मण इतकी वेदना सहन करू शकत नाही. तू क्षत्रिय आहेस?”

कर्ण खोटे कसे बोलणार? आपण क्षत्रिय असल्याचे त्याला कबूल करावेच लागले.

परशुराम संतप्त होऊन म्हणाले, "हे तू योग्य केले नाहीस. गुरूशी खोटे बोलून तू पाप केले आहेस. ज़े ब्रह्मास्त्र मिळविण्यासाठी तू हे कपट केले आहेस, ते ब्रह्मास्त्र चालविणे तू अशावेळी विसरून जाशील, जेव्हा त्याची तुला अतिशय आवश्यकता असेल."

झालेही तसेच. महाभारतातील युद्धात तो ब्रह्मास्त्र चालविण्याची विद्या विसरला आणि अर्जुनाच्या बाणाने मारला गेला.

□□

पांडुचे आकस्मिक निधन अतिशय दुःखद होते, कामातूर हरिणासारखे.

वंसताचे दिवस होते.

एके दिवशी पांडु वनात फिरण्यासाठी माद्रीसोबत निघाला. चहु बाजूला वांसतिक हवा वाहत होती. फांद्या फांद्यावर फुले फुलली होती. अशा वातावरणाचा पांडुवर उत्तेजक परिणाम झाला. तो हरिणाने दिलेला शाप विसरला आणि प्रेम करण्यासाठी त्याचे मन उचंबळून आले. त्याने माद्रीला आपल्या कवेत घेतले.

तिच्याशी समागमाचा प्रयत्न करीत असतानाच पांडुचा मृत्यू झाला.

यामुळे माद्रीला खूप दुःख झाले. तिने आपले दोन्ही पुत्र नकुल आणि सहदेव यांना कुंतीच्या ताब्यात दिले आणि स्वतः आपल्या पतीसोबत सती गेली.

□□

धृतराष्ट्रीची पत्नी गांधारीने दुर्योधनाला जन्म दिला तेव्हा खूप सारे अपशकून घडले. भविष्य जाणणाऱ्यांनी गांधारी आणि धृतराष्ट्राला जाणीव करून दिली, की बालपणीच त्याचा त्याग करा नाही तर पुढे चालून खूप विनाश होऊ शकतो. धृतराष्ट्र आणि गांधारी मात्र पुत्र मोहामुळे त्याचा त्याग करू शकले नाहीत आणि त्याला आजन्म सोबत ठेवले.

दुर्योधनामुळे आपल्या वंशावर विनाशाचे संकट ओढवू शकते, हे सत्यवतीला कळले तेव्हा ती आपल्या सुना अंबिका आणि अंबालिका यांच्या सोबत वनवासाला गेली. तिथेच तपश्चर्या करीत असताना त्यांचा मृत्यू झाला.

(तीन)

पांडू आणि माद्रीचे निधन झाल्यावर कुंती आपले पाचही पुत्र- युधिष्ठिर, भीम, अर्जुन, नकुल आणि सहदेव यांच्यासोबत शालवनातून हस्तिनापूरला परत आली.

धृतराष्ट्राने आपल्या शंभर पुत्रांसमवेत या पाच पुतण्यांनाही सारखेच प्रेम दिले. सर्व भावंडे कोणत्याही भेद भावाशिवाय राज महालात वाढत होती.

थोडे मोठे झाल्यावर सर्व राजकुमारांसाठी योग्य प्रकारच्या शिक्षणाची व्यवस्था करण्यात आली. भीष्मांच्या देखरेखीखाली ते शस्त्र आणि अस्त्रांचे शास्त्रशुद्ध शिक्षण घेत होते.

खेळत असताना भीम आपल्या खोड्या काढण्यापासून चुकत नसे. तो शरीराने सर्वात बलशाली असल्यामुळे संधी मिळेल तेव्हा तो कौरवांची खोडी काढीत असे. विशेषतः दुर्योधनाला त्रास देण्यात भीमला खूप मजा येत असे. कधी तो जाणून बुजून त्याला जमिनीवर आपटत असे. किंवा कधी तो झाडावर चढला की झाड गदा गदा हालवून त्याला खाली पाडीत असे.

भीमाच्या अशा वागण्यामुळे दुर्योधन मनातून खूप संतापला होता. तसेही त्याला पांडव आवडत नव्हते. आता त्यांची शक्ती पाहून त्याला नेहमी भीती वाटत असायची की ते आपल्या पुढे तर निघून जाणार नाहीत ना? किंवा एके दिवशी ते राज्य हिसकावून घेण्याचा प्रयत्न तर करणार नाहीत? आपण भीमाला नक्कीच मजा दाखवायची असे त्याने ठरविले.

एके दिवशी सर्व राजकुमार नौका विहार करायला निघाले. नदी तीरावर जेवण करताना दुर्योधनाने भीमाच्या जेवणात विष घातले. विषाच्या प्रभावामुळे तो बेशुद्ध पडला. खाणे पिणे झाल्यावर सर्व जण पुढे निघाले तेव्हा दुर्योधनाने गुपचूपपणे भीमाला नदीत ढकलून दिले.

बेशुद्ध अवस्थेत भीम नागलोकात पोहचला. तिथे त्याला अनेक सापांनी घेराव घातला आणि त्याला चाऊ लागले. विषाने विष मरते. सापाच्या चावण्याचा परिणाम असा झाला की भीमाचे विष उतरले. शुद्धीवर येताच त्याने भोवताली विहार करणाऱ्या सापाचा संहार सुरू केला.

भीमाचे हे सामर्थ्य पाहून साप घाबरले. ते आपला राजा वासुकीकडे गेले. तेव्हा वासुकी स्वतः भीमाला भेटला. त्यांनी भीमाला पाहता क्षणीच ओळखले. भीमाचे आजोबा कुंती भोज वासुकीचे संबंधी होते. त्यांनी भीमाला असे एक औषध दिले की त्यामुळे विषाचा सर्व प्रभाव नाहीसा झाला. तसेच त्याच्यात आणखी अपार शक्ती आली.

अशा प्रकारे भीम पूर्वीपेक्षा जास्त सामर्थ्यवान होऊन हस्तिनापूरला परत आला. त्याला दुर्योधनाची चतुराई कळली होती. त्याने आपल्या भावंडाना दुर्योधनापासून सावध रहायला सांगितले.

राजकुमारांना प्रत्येक दृष्टीने दक्ष करण्याचा भीष्मांचा प्रयत्न सुरू होता. त्यामुळे या राजकुमारांना योग्य प्रकारे शिक्षण देण्यासाठी त्यांनी एका गुरूची नियुक्ती केली. त्यांचे नाव होते, द्रोणाचार्य.

द्रोणाचार्य ब्राह्मण होते. विधीची विडंबना अशी की त्यांना आपल्या उपजिविकेसाठी ब्राह्मण असूनही क्षत्रिय कर्म स्वीकारावे लागले. युद्ध कलेत पारंगत व्हावे लागले. वास्तविक पाहता त्यांना आपल्या अपमानाचा बदला घ्यायचा होता. तोही त्याचा जो त्यांचा बाल मित्र होता. ते धृतराष्ट्र आणि पांडुच्या पुत्रांना शस्त्र आणि अस्त्रांचे शास्त्रशुद्ध शिक्षण देत होते. या राजकुमारांसोबत द्रोणाचार्य आपला मुलगा अश्वत्थामालाही शिकवित होते.

द्रोणाचार्य अतिशय योग्य गुरू होते. त्यांनी राजकुमारांना पहिला धडा शिकविण्याआधीच सांगून ठेवले होते, "राजकुमारानो, माझे म्हणणे ऐका. मला एक वचन द्या की तुमचे सर्वांचे शिक्षण पूर्ण झाल्यावर माझी एक इच्छा पूर्ण कराल."

सर्व मौन होते, पण अर्जुनाला मौन राहवले नाही. तो अतिशय उत्साहाने म्हणाला, "मी तुमची इच्छा नक्की पूर्ण करील."

अर्जुनाच्या उत्तरामुळे द्रोणाचार्य अतिशय आनंदित झाले. तसे तर ते सर्वांशी सारख्याच प्रमाणे वागत असत, पण अर्जुनावर मात्र त्यांची विशेष कृपा असे.

गुरूकडून केला जाणारा हा पक्षपात दुर्योधनाच्या नजरेतून सुटला नाही. गुरू अर्जुनाला जास्त काळजीपूर्वक शिकवितात हे त्याच्या लक्षात आले. मुलगा अश्वत्थामाकडेही गुरूंचा क़ल होता.

द्रोणाचार्य सर्वांना चोरून आपल्या पुत्राला वेगळा युद्धाभ्यास शिकवित असत. कारण त्याने अस्त्र चालविण्यात राजकुमारांच्या मागे राहू नये, अशी त्यांची इच्छा होती. अर्जुनाला ही गोष्ट कळल्यावर तो सर्वांना नजरा चुकवून हा अभ्यासही शिकत असे. त्याचा परिणाम असा झाला की खूप लवकरच अर्जुन अस्त्र शस्त्र चालविण्यात पारंगत झाला. नेम धरून बाण मारणे, तलवार बाजी आणि घोडेस्वारी यामध्ये अर्जुन सर्वांच्या पुढे निघून गेला.

□□

आपल्या तरुणपणी द्रोणाचार्य अग्निवेश यांच्या आश्रमात शिक्षण घेत होते. आश्रमात त्यांच्यासोबत पांचाळ नरेश पृष्ठचा पुत्र द्रुपदही शिकत होता. द्रोण आणि द्रुपद यांच्यात खूप मैत्री होती.

शिक्षण संपल्यावर एक दुसऱ्याचा निरोप घेताना द्रोण म्हणाला, "बंधु, मला विसरून तर जाणार नाहीस ना?"

"असे काय बोलतोस मित्रा?" द्रुपदने उत्तर दिले, "बालपणातील मैत्री कोणी विसरू शकते का? मी पांचाळ देशाचा राजा झाल्यावर तुला कधीही माझ्या मदतीची गरज पडली तर माझ्याकडे निसंकोचपणे ये. मी तुला शक्य ती सर्व मदत करील."

असे म्हणून द्रुपद पांचालला गेला. कालांतराने वडिलांच्या मृत्यूनंतर तो पांचाळ देशाचा राजा झाला. इकडे द्रोणांचे दिवस मात्र संकटात जात होते.

द्रोणांचा विवाह महर्षी शरद्वान यांची कन्या कृपीशी झाला होता.

महर्षी शरद्वान महान तपस्वी होते आणि त्यांनी आपली तपश्चर्या निर्विघ्न पूर्ण करण्यासाठी आपला पुत्र कृप आणि कन्या कृपी यांना बालपणीच जंगलात सोडून दिले होते. त्यांचे पालन शांतनुने केले होते. इवल्याशा कृप आणि कृपीला त्यांचा एक सेवक जंगलातून घेऊन आला होता. नंतर आपली मुले शंतनुकडे मोठी होत असल्याचे शरद्वानाला कळल्यावर त्यांनी तिथे जाऊन आपल्या मुलांना शस्त्र-अस्त्र चालवायला आणि युद्ध कला शिकविली. कृपीचा विवाह द्रोणाशी संपन्न झाला.

विवाह झाल्यानंतरही द्रोणाची स्थिती काही सुधारली नाही. कृपीकडून त्यांना अश्वत्थामा नावाचा एक मुलगा झाला, पण ते अतिशय चांगल्या प्रकारे त्याचे पालन पोषण करू शकत नव्हते. दुसरी मुले तर दूध पीत असत, पण त्यांचा मुलगा भूकेने व्याकूळ होऊन रडत असे तेव्हा ते पाण्यात पीठ मिसळून त्याला पाजीत असत. अशी दयनीय स्थिती पाहून त्यांचे मन रडत असे, पण लाचारीत हात चोळीत बसण्याशिवाय त्यांच्याकडे दुसरा पर्याय नव्हता.

अशा वेळी एके दिवशी त्यांना आपला लहानपणीचा मित्र आणि सोबती द्रुपदाची आठवण झाली. जो आता पांचाळ देशाचा राजा झाला होता. द्रुपदने निरोप घेताना काही सांगितले होते, ते आठवल्यावर द्रोणाला वाटले की आता त्याच्याकडे मदत मागितली तर तो नकार देणार नाही. द्रोणाला जास्त काही नाही, फक्त आपल्या मुलासाठी एक गाय हवी होती.

मग ते पांचाळ देशासाठी निघाले.

द्रुपदाच्या महालाजवळ गेल्यावर त्यांनी आता प्रवेश करण्याचा प्रयत्न केल्यावर द्वारपालाने त्यांना अडविले. म्हणाला, "कोण आहेस बाबा? थेट मध्ये घुसत आहेस?"

द्रोण अतिशय नम्रपणे त्याला म्हणाला, "हे पहा, मला पांचाळ नरेशांना भेटायचे आहे. द्रुपद माझा बालपणीचा मित्र आहे."

"बालपणीचा मित्र आहे," द्वारपाल नक्कल करीत म्हणाला, "जा बाबा, जा. इथे तुझ्यासारखे अनेक लोक रोजच मित्र होऊन येत असतात."

द्रोण म्हणाला, "तुम्ही द्रुपदाला जाऊन फक्त इतके सांगा की त्याचा बालपणीचा वर्गमित्र द्रोण आला आहे. त्याची भेटण्याची इच्छा असेल तर तो मला बोलावून घेईल, नाही तर मी परत जाईल."

"ठीक आहे. तू इथेच थांब. मी त्यांना तुमच्या येण्याची सूचना पाठवितो."

असे म्हणून द्वारपाल महालाच्या आत गेला.

द्रोण महालाच्या दरवाजावर उभे राहून द्वारपालाच्या परत येण्याची वाट पाहत होते. तिथे उभ्या

उभ्या संध्याकाळ झाली तेव्हा कुठे द्वारपालाने बाहेर येऊन सांगितले, "जा, तुला राजाने आत बोलावले आहे."

रक्षकांच्या गराड्यात द्रोणाने महालात प्रवेश केला, जणू काही ते तुरूंगातील बंदी होते.

दरबारात द्रुपद उंच सिंहासनावर अभिमानाने बसला होता. चहुबाजूला दरबारी लोक उभे होते. त्यांच्या गराड्यात राजा द्रुपदासमोर द्रोण एखाद्या भिकाऱ्यासारखे उभे राहिले होते.

द्रुपद त्याच्याकडे अनोळखी व्यक्तीसारखे पाहत होता, मग विचारले, "तू कोण आहेस आणि इथे कशासाठी आला आहेस, हे मला कळू शकेल का? "

द्रोण एकदम जमिनीवर आला. त्याला अशा प्रश्नाची अपेक्षा नव्हती. तो हळूच म्हणाला, "तू मला विसरला आहेस का? मी द्रोण आहे. तुझा बालपणीचा मित्र."

द्रुपदने द्रोणाकडे तिरस्काराने पाहिले. तोंड वेंगाडून तो म्हणाला, "काय बडबडतोस? मी अन तुझा मित्र? तू शुद्धीत आहेस की नाहीस?"

अपमानामुळे द्रोण अचेत झाला. सर्व लोक डोळ्यात आश्चर्य आणि तिरस्कार घेऊन द्रोणाकडे पाहू लागले. द्रोण इथे येऊन पश्चाताप करू लागला.

शेवटचा प्रयत्न करीत द्रोण म्हणाले, "द्रुपद, आश्रमातून निरोप घेताना तू मला काय म्हणाला होतास ते जरा आठव. बालपणीची मैत्री इतक्या लवकर कसा काय विसरून गेलास?"

द्रुपद म्हणाला, "ऐक ब्राह्मणा, मैत्री नेहमी बरोबरीवाल्यांमध्ये होते. मी पांचाळ देशाचा राजा आहे आणि तू एक याचक ब्राह्मण. मग आपली मैत्री कशी असू शकेल? "

द्रोणाने ऐकले आणि मौन राहिला. राजा झाल्यामुळे द्रोण अहं मध्ये सर्व प्रकारची सहृदयता विसरून गेला आहे. अशा व्यक्तीकडून सहकार्याची अपेक्षा ठेवणे व्यर्थ आहे. ते गुपचूप जाण्यासाठी निघाले.

द्रुपद म्हणाला, "थांब, ब्राह्मणा. तू आमच्या घरी याचक होऊन आला आहेस. मी तुला असे जाऊ देणार नाही. आमच्याकडून मैत्रीची अपेक्षा ठेवू नको, पण तुला काही भेट नक्की मिळेल."

असे बोलून द्रुपदाने एका दरबाऱ्याला काही आदेश दिला. मग द्रोणाला म्हणाला, "लक्षात ठेव, स्थायी मैत्री नावाचे काही असत नाही. हे तुझे बालपण आहे. कधी परिस्थितीमुळे आपण जवळ आलो होतो, पण ती जवळिक कायम ठेवली जाऊ शकत नाही. कारण स्थिती बदलली आहे. काळ बलवान आहे."

उच्च पद मिळाल्यावर माणूस निष्ठूर होऊ शकतो, यावर द्रोणाचा विश्वास बसत नव्हता. या

परिस्थितीत द्रोण हे सांगायलाही विसरला की आपण का आलो आहोत? त्याला गाय मागण्याची आठवण राहिली नाही ,क़ी आपला मुलगा अश्वत्थामाबद्दल काही सांगितले नाही. द्रोणाचा यावर विश्वासच बसत नव्हता की समोर उच्च सिंहासनावर बसलेली तिच व्यक्ती आहे जी आपल्या सोबत लहानपणी आश्रमात अभ्यास करीत होती आणि वनात खेळत होती.

तोच एक दरबारी द्रोणासाठी भेट घेऊन आला. द्रोणाचे सर्व शरीर संतापाने थरथरत होते. त्यांनी ती भेट ठोकरली आणि तीव्र स्वरात म्हणाले, ‘‘द्रुपद, मी जात आहे, पण लक्षात ठेव, एक दिवस नक्की असा येईल की तेव्हा मी आजच्या अपमानाचा बदला घेईन. खरंच काळ बलवान असतो.’’

असे म्हणून द्रोण महालाच्या बाहेर पडला.

त्यानंतर द्रोणाचार्य उपजिविकेसाठी अनेक ठिकाणी भटकले. याच दरम्यान त्यांची भेट पितामह भीष्म यांच्याशी झाली आणि त्यांनी राजकुमारांना शस्त्रास्त्र शिकविण्याची त्यांच्यावर जबाबदारी सोपविली.

ते आतापर्यंत द्रुपदाने केलेला अपमान विसरले नव्हते. ते फक्त संधीची वाट पाहत होते.

□□

राजकुमारांना, विशेषतः अर्जुनाला युद्ध कलेत तरबेज करण्यासाठी द्रोण दुसऱ्या कोणाला पुढे जाऊ देऊ इच्छित नव्हते. याचा परिणाम असा झाला की एक गरीब युवक जो अतिशय हुशार होता, तरीही द्रोणांनी त्याला आपले शिष्य केले नाही. त्याला आपला शिष्य केले असते, तर पुढे चालून तो सर्व राजकुमारांच्या पुढे निघून गेला असता. द्रोणांनी एका नजरेतच ओळखले होते, की युवक कुशाग्र बुद्धीचा आहे.

पण तो युवकही काही कमी नव्हता. द्रोणामुळे निराश होऊन त्याने असा काही चमत्कार केला, की नंतर स्वतः द्रोणही आश्चर्यचकीत झाल्याशिवाय राहिले नाहीत.

तो युवक दुसरा तिसरा कोणी नसून निषाद पुत्र एकलव्य होता.

एके दिवशीची गोष्ट आहे. सर्व राजकुमार शिकारीसाठी वनात गेले होते. खूप दूरवर गेल्यावर त्यांना असे आढळून आले, की वनात एक युवक बाण चालविण्याचा सराव करीत आहे. राजकुमारांसोबत एक कुत्रा होता. त्याने वनात एका अनोळखी व्यक्तीला पाहताच भूंकायला सुरूवात केली.

कुत्रा भूंकल्यामुळे एकलव्याच्या साधनेत व्यत्यय आला. त्याने बाणाची दिशा कुत्र्याच्या दिशेने वळविली आणि एका नंतर एक सात बाण सोडले. जे सूं सूं करीत कुत्र्याच्या तोंडात घुसले. कुत्र्याचे भूंकणे बंद झाले. गमतीची गोष्ट म्हणजे कुत्र्याच्या तोंडातून एक थेंबही रक्त सांडले नव्हते.

सर्व राजकुमार आश्चर्यचकीत झाले. ते धावत धावत त्याच्या जवळ गेले. अर्जुनाने विचारले, "तू कोण आहेस?"

"मी निषाद पुत्र एकलव्य आहे."

"तू बाण तर खूप चांगले चालवतोस, तुझा गुरू कोण आहे?"

"मी द्रोणाचार्यांचा शिष्य आहे."

एकलव्याचे हे उत्तर ऐकून अर्जुनाचे मन खिन्न झाले. अशा या वनवासी मुलाला गुरू द्रोणाचार्यांनी आपले शिष्य कसे काय केले? शिवाय समजा शिष्य केले असले तरीही त्याला इतके निष्णात कसे काय केले? अर्जुन हाच त्यांचा एकमेव लाडका शिष्य असताना?

हस्तिनापूरला परत आल्यावर तो गुरूदेवांकडे गेला आणि म्हणाला, "हा कसा न्याय आहे, गुरूदेव? तुम्ही तर म्हणाला होतात की मी फक्त राजपुत्रांनाच आपला शिष्य करीन. मग एक निषाद पुत्र तुमचा शिष्य आहे, त्याचे काय?"

"निषाद पुत्र? माझा शिष्य?" गुरू द्रोणाचार्यांनी आश्चर्याने विचारले, "हे काय म्हणतोस पार्थ?"

"मी योग्य तेच बोलत आहे, आचार्य." अर्जुन म्हणाला, "मी त्याला नुकताच वनात भेटून आलो आहे. असा कुशल तिरंदाज मी अद्याप पाहिला नाही. तुम्ही तर म्हणता की मीच तुमचा लाडका शिष्य आहे. मग त्या निषाद पुत्रावर इतकी कृपा कशासाठी? त्याने स्वतः सांगितले की तुम्ही त्याचे गुरू आहात म्हणून."

थोडा विचार करून द्रोणाचार्य म्हणाले, "चल, मला दाखव, तो तिरंदाज कोण आहे ते? जो माझा शिष्य असल्याचा दावा करीत आहे?"

अर्जुन गुरूदेवांना सोबत घेऊन वनात गेला.

द्रोणाचार्यांना पाहताच एकलव्य त्यांच्या पायावर लोळण घेऊ लागला.

द्रोणाचार्य म्हणाले, "उठ एकलव्या, आता मला हे सांग की तू माझे शिष्यत्व कसे मिळविले?"

"गुरूदेव," एकलव्य दोन्ही हात जोडून म्हणाला, "तुमच्या सहवासात राहण्याचे माझ्या नशिबात नाही असे दिसल्यावर मी वनात आलो आणि तुमची प्रतिमा तयार केली. तिच्या समोर राहून मी तीरंदाजीचा सराव करू लागलो."

द्रोणाचार्य विचारात पडले. जो युवक फक्त गुरूंच्या प्रतिमेकडून प्रेरणा मिळवून इतकी सफल धनुर्विद्या शिकवू शकतो, तो पुढे चालून उच्च स्तरीय धनुर्धर होऊ शकतो. कदाचित तो अर्जुन आणि अश्वत्थामापेक्षाही पुढे जाऊ शकेल. द्रोणाचार्याला असे व्हावे वाटत नव्हते. त्यामुळे त्यांची प्रतिमा खराब होणार होती. एकलव्याला तीरंदाजीत निष्फळ करण्याचे त्यांनी ठरविले. तीरंदाजी फक्त आंगठ्याच्या बळावर चालते म्हणून काही विचार करून ते म्हणाले, "तू मला आपला गुरू मानले

आहेस, पण दक्षिणा तर काही दिली नाहीस.''

''आज्ञा करा, गुरूदेव.'' एकलव्य नतमस्तक होऊन म्हणाला, ''माझा प्राणही तयार आहे.''

''मला तू तुझ्या उजव्या हाताच आंगठा दक्षिणा म्हणून दे.''

इतका अवघड आदेश ऐकूनही एकलव्य जरा सुद्धा विचलित झाला नाही. ''जशी आज्ञा,'' असे म्हणून त्याने आपल्या उजव्या हाताचा आंगठा कापून गुरूदेवांच्या चरणी ठेवला.

अशा प्रकारे अर्जुनाचा मार्ग प्रशस्त करून द्रोणाचार्य परत आले.

पण एकलव्यही ही आपल्या धुनचा पक्का होता. उजवा हात बिनकामाचा झाल्यावर त्याने पायाच्या आंगठ्याने धनुष्य विद्येचा अभ्यास सुरूच ठेवला.

◻◻

सर्व राजकुमारांचे शिक्षण योग्य प्रकारे चालले होते. द्रोणाचार्य मन लाऊन परिश्रम करीत होते. एके दिवशी द्रोणाचार्यांनी विचार केला, ''जरा यांची परीक्षा घ्यायला हवी. त्यामुळे हे किती शिकले आहेत, ते तरी कळेल.''

द्रोणाचार्य परीक्षेच्या तयारीला लागले.

त्यांनी एका झाडावर एक नकली पक्षी बसविला. त्याचे फक्त डोकेच दिसत होते. सर्व राजकुमारांना बोलावून ते म्हणाले, ''तुम्ही सर्व जण त्या झाडाकडे काळजीपूर्वक बघा.''

सर्वांच्या नजरा झाडाकडे लागल्या.

द्रोणाचार्यांनी दुर्योधनाला विचारले, ''तुला झाडावर काय दिसत आहे?''

दुर्योधन म्हणाला, ''झाड, पाने, फांद्यां....''

द्रोणाचार्यांनी इतर राजकुमारांना बोलावून विचारले, ''तुम्हाला काय दिसत आहे?''

''आकाश, ढग...'' राजकुमारांनी उत्तर दिले.

द्रोणाचार्य अशा प्रकारे एकेक करीत सर्व राजकुमारांना हाच प्रश्न विचारला. सर्वांनी पक्षांशिवाय इतर सर्व गोष्टी सांगितल्या. आता द्रोणाचार्यांनी अर्जुनाला बोलावले आणि विचारले, ''हे अर्जुन, तुला झाडावर काय दिसत आहे?''

अर्जुनाने झाडाकडे पाहिले आणि म्हणाला, ''एक पक्षी.''

''पक्षाचा कोणता भाग दिसत आहे? ''

''फक्त त्याचे डोके.''

''त्यावर बाणाने वार कर.''

इतके ऐकल्यावर अर्जुनाने धनुष्यावर तीर चढविला आणि प्रत्यंचा ओढून बाण सोडला. बाण

एका झटक्यात त्या पक्षाच्या डोक्याला जाऊन लागला आणि डोक्याचा भाग तुटून जमिनीवर पडला.

अर्जुन परीक्षेत उत्तीर्ण झाला होता. द्रोणाचार्यानी आनंदाने अर्जुनाला मिठीत घेतले आणि म्हणाले, "हीच आहे खऱ्या यौद्ध्याची ओळख. जो आपले ध्येय लगेच ओळखतो. तो कधीही पराभूत होत नाही.

(चार)

अर्जुनाच्या अचूक नेमबाजीचे दुसरे एक उदाहरण लवकरच द्रोणाचार्यांना दिसले.

एकदा द्रोणाचार्य नदीमध्ये स्नान करीत होते. अचानक तिथे आलेल्या एका मगरीने द्रोणाचार्यांची मांडी तोंडात धरली. द्रोणाचार्य तडफडू लागले. गुरूंचा प्राण संकटात असल्याचे पाहून अर्जुनाने एका नंतर एक असे पाच बाण सोडून मगरीला मारून टाकले आणि द्रोणाचार्यांचे प्राण वाचविले.

द्रोणाचार्य अर्जुनाच्या या शौर्याने खूप आनंदीत झाले. ते म्हणाले, "बाळा, अर्जुन, तू माझा जीव वाचविला आहेस. त्यामुळे मी आनंदी होऊन तुला एक अस्त्र देत आहे." मग त्याला ते अस्त्र चालविण्याची पद्धत समजावून सांगत ते म्हणाले, "लक्षात ठेव, हे अस्त्र अतिशय भयंकर आहे. तुझ्यावर एखाद्या घातक ब्रह्मास्त्राने हल्ला केला जाईल तेव्हा या अस्त्राचा वापर कर. एखाद्या छोट्या अस्त्राविरूद्ध याचा वापर निशिद्ध आहे. कारण त्यामुळे सर्व जगात आग लागण्याचा धोका आहे. हे अस्त्र असताना तुझ्याविरूद्ध कोणीही जिंकू शकणार नाही."

□□

पांडवाप्रमाणेच कौरव पुत्रांनीसुद्धा एकाच गुरूकडून युद्ध कला आणि शास्त्र चालविण्याची विद्या शिकविण्याची कला शिकली होती; पण दुर्योधन आणि त्यांच्या भावंडांनी या शिक्षणात फारसा रस घेतला नाही. अर्थात तेही वीर होते, पण पांडवांसारखे नाही. कारण त्यांचा जास्तीत जास्त वेळ द्वेष आणि मत्सर करण्यातच जात होता. पांडव त्यांचे चुलत भाऊ होते तरीही त्यांचे शौर्य पाहून त्यांना आनंद होत नसे. पांडवाचे कौतुक झालेले पाहून त्यांचे मन जळत असे. विशेषतः अर्जुनाची लोकप्रियता पाहून दुर्योधन कधीही आनंदी झाला नाही.

अर्जुन युद्ध कलेच्या प्रत्येक क्षेत्रात निष्णात होता. भीम जड गदा उचलून कोणताही हल्लेखोराला धाराशयी करू शकत असे. या विद्येत दुर्योधनही काही कमी नव्हता. युधिष्ठिर रथयुद्धक होता. नकुल सहदेव यांच्या तलवारबाजीला पर्याय नव्हता. गुरू पुत्र अश्वत्थामा अनेक शस्त्रास्त्रे कुशलपणे चालवू शकत असे.

कौरव आणि पांडव राजकुमारांचे शिक्षण संपत झाल्यावर, द्रोणाचार्याने समाधानाचा श्वास घेतला. आता वेळ आली होती, सर्व शिष्यांच्या समवेत परीक्षेची.

द्रोणाचार्यांनी महाराज धृतराष्ट्राला माहिती दिली, "महाराज, मी सर्व राजकुमारांना युद्ध कलेत आणि शस्त्रास्त्रे चालविण्यात कुशल केले आहे. आता मला त्यांच्या कलेचे जाहीर प्रदर्शन करायचे आहे. म्हणजे त्यांना योग्यतेचे प्रमाणपत्र मिळू शकेल."

धृतराष्ट्र आनंदाने म्हणाला, "ठीक आहे. लवकरच एका समारंभाचे आयोजन करा. या वेळी सामान्य जनतेलाही या ठिकाणी येऊन राजकुमारांची कामगिरी पाहता येईल."

धृतराष्ट्राच्या आदेशानुसार समारंभाची तयारी सुरू झाली.

□□

परीक्षेची ठरलेली वेळ आणि दिवस आली.

एका खूप मोठ्या मैदानावर समारंभाचे आयोजन करण्यात आले होते. मैदानांच्या चारी बाजूला प्रेक्षकांची बसण्याची व्यवस्था करण्यात आली होती. राजकुमारांची कामगिरी पाहण्यासाठी लोक दूर दूरवरून आले होते. सामान्य जनतेशिवाय विविध देशांतील महत्त्वाचे लोकही येऊन पोहचले होते. सर्व समारंभाचे ठिकाण लोकांच्या गडबड गोंधळामुळे गजबजून गेले होते.

समोर एका उच्च्य आसनावर राज धृतराष्ट्र, महाराणी गांधारी आणि मंत्रिगण बसले होते. सोबत दरबारी मंडळी होती. धृतराष्ट्राच्या शेजारी संजय बसला होता. तोच धृतराष्ट्राला धावते वर्णन करून सांगत होता. कारण जन्मतः अंध असल्यामुळे धृतराष्ट्र काहीही पाहू शकत नव्हता.

लोकांच्या गगनभेदी घोषणा सुरू असताना युधिष्ठिर घोड्यावर स्वार होऊन परीक्षेच्या ठिकाणी उपस्थित झाला. त्याच्या मागे इथर राजकुमारही आले. पुरोहितांचे मंगल चरण झाल्यावर समारंभाची कारवाई सुरू झाली.

मग एकेक करून राजकुमार पुढे येत असत आणि जमलेल्या लोकांना आपल्या प्रिय शस्त्रातील कामगिरी करून दाखवित असत. प्रत्येकाचे कौशल्य पाहून उपस्थित लोक आनंदाने नाचत होते.

प्रत्येक राजकुमाराची कामगिरी अद्वितीय स्वरूपाची होती.

आपल्या शिष्यांची कामगिरी पाहून गुरू द्रोणाचार्य समाधानी होते. त्यांनी सर्व राजकुमाराचे सर्वश्रेष्ठ कामगिरीबद्दल अभिनंदन केले.

दुर्योधन मात्र या कामगिरीमुळे समाधानी नव्हता. पांडवाच्या कामगिरीवर लोक जास्त खुश असल्याचे त्याला स्पष्टपणे जाणवले होते. भीमाबद्दल दुर्योधनाला वाटणारा द्वेष आणि मत्सर लपून राहिला नव्हता. तो दुर्योधनाला चिडविण्यासाठी त्याच्या समोर गदा नाचवित होता. दुर्योधनाच्या संतापाला सीमा उरली नव्हती. भीमाला या धारिष्ट्याबद्दल मजा दाखविण्यासाठी त्यानेही आपली गदा उचलली. असे वाटत होते जणू काही दोन मदमस्त हत्ती लढण्यासाठी समोरा समोर आले होते.

दुर्योधनाचे शरीर उत्तेजनेमुळे थरथरत होते. चेहरा संतपाने लालेलाल झाला होता.

परिस्थितीचे गांभीर्य ओळखले अश्वत्थामाने. तो त्या दोघांच्या मध्ये पडून त्याने सारवा सारव केली नसती, तर दोघांनी युद्ध केले असते. अश्वत्थामाने आपल्या वडिलांना तिथे बोलावले. द्रोणाचार्यांनी भीम आणि दुर्योधनाला शांत केले.

संजय प्रत्येक घटनेचे विस्तारपूर्वक करीत धृतराष्ट्राला सांगत होता. पांडवांची कीर्ती ऐकून धृतराष्ट्राला आनंद तर होत होता, पण आपल्या मुलांचे गुणगाण होत नसल्यामुळे अस्वस्थ होता.

या संपूर्ण युद्ध प्रदर्शनात अर्जुनाची कामगिरी सर्वोत्तम होती. प्रत्येक अस्त्र चालविणे त्याला अतिशय चांगल्या प्रकारे येत होते. बाण चालविण्यात तर तो अतिशय तरबेज होता. तो आपल्या बाणांनी कधी आग लावीत असे, तर कधी पाऊस पाडीत असे. रथावर त्याचे युद्ध कौशल्य अद्वितीय होते, तर पायी अस्त्र संचलनातही तो बेजोड होता.

त्याचे मैदानी कोशल्य पाहून तर गुरू द्रोणाचार्यांच्या डोळयातही आनंदाचे आश्रू तरळले.

सर्व मैदान अर्जुनाचा जयजयकाराने दुमदुमत होते, तोच एक युवक उठून म्हणाला,

"मी अर्जुनाला आव्हान देऊ शकतो."

अचानक सभेच्या ठिकाणी भयानक शांतता पसरली.

सर्व लोकांनी आश्चर्याने त्या युवकाकडे पाहिले. तो तेजस्वी होता. शौर्य त्याच्या अंगांगातून बाहेर पडत होते. अंगावर कवच आणि कानात कुंडले डुलत होती. तो सूर्य पुत्र कर्ण होता. आजच्या पूर्वी त्याला कोणीही पाहिले नव्हते. तोही विविध अस्त्रे चालविण्यात पांरगत होऊनच हा कार्यक्रम पाहण्यासाठी आला होता. अर्जुनाने जी काही कामगिरी करून दाखविली होती, ती कर्णाच्या दृष्टीने काडीच्याही महत्त्वाची नव्हती. कारण ही सर्व कौशल्ये तर त्याच्या डाव्या हाताच मळ होती.

कुंतीही तिथे उपस्थित होती. तिने आपल्या या पुत्राला पाहताक्षणीच ओळखले. तिच्या मनात हालचल माजली.

लोक त्या तेजस्वी युवकाकडे पाहून एकमेकाच्या कानात बोलू लागले,

"अरे, पाहा तर कोण आहे तो? कसा शूर आहे? कुठून आला आहे...?"

कर्णाने कंबरेवर हात ठेवून त्या दिशेला पाहिले, जिथे महाराज धृतराष्ट्रासोबत महत्त्वाचे लोक बसले होते. त्याने गुरू द्रोणाचार्यांच्या डोळयाला डोळा भिडवून सांगितले,

"अर्जुनाच्या कामगिरीवर इतके आनंदी होण्याची काही गरज नाही. हे सर्व तर मीही करू शकतो. यापेक्षाही जास्त करू शकतो. तुम्ही मला अज्ञा केलीत तर यावेळी मी इथे माझ्या युद्ध कलेचे प्रदर्शन करू शकतो."

एका क्षणासाठी कोणीही काहीही बोलले नाही. गुरू द्रोणाचार्य आश्चर्याने त्या अनोळखी युवकाकडे पाहत होते. जो खरोखरच शौर्याची प्रतिमा दिसत होता. पण ते त्याला युद्ध कलेचे प्रदर्शन करण्याची परवानगी कसे देऊ शकले असते? तो खरोखरच अर्जुनापेक्षा श्रेष्ठ वीर निघाला तर...?

कर्णाचे आव्हान ऐकून कोणीही आनंदी झाले असो की नसो, दुर्योधनाच्या आनंदाला मात्र पारावार राहिला नाही. खरोखरच हा युवक अर्जुनापेक्षा श्रेष्ठ ठरला तर खूप मजा येईल. अर्जुनाचा सर्व अभिमान धुळीस मिळेल. त्याला असाच एखादा वीर हवा होता. जो पांडवांचा सामना करू शकला असता.

दुर्योधन कर्णाला म्हणाला, "बंधु, आम्ही तुझ्या इच्छेचा आदर करतो. तू आमच्या सोबत रहा. आम्हाला आपले समज. कोणत्याही स्थितीत आम्ही तुझी इच्छा पूर्ण करू."

कर्ण म्हणाला, "मला तुझ्यासारखा मित्र मिळाल्याने खूप आनंद झाला आहे. माझी एकच छोटीशी इच्छा आहे की मलाही युद्ध कलेचे प्रदर्शन करण्याची एक संधी मिळायला हवी. मला अर्जुनाशी द्वंद्व युद्ध करायचे आहे."

दुर्योधन म्हणाला, "हो, हो, का नाही? पुढे ये नव युवका. आमच्या शुभेच्छा तुझ्यासोबत आहेत."

अर्जुन आतापर्यंत गुपचूपपणे उभा होता, पण आता त्याच्याच्याने सहन झाले नाही. तो म्हणाला, "जे बाहेरील लोक न बोलावता आणि अमंत्रणाशिवाय येऊन आपला तोरा गाजवित असतात, त्यांच्याशी कसे वागायचे असते ते मला चांगले माहीत आहे. तुला मी एक चांगला धडा शिकविन."

कर्णाने उत्तर दिले, "यामध्ये न बोलावता येण्याचा काही प्रश्नच निर्माण होत नाही. इथे जाहीर प्रदर्शन होत आहे. हे सार्वजनिक ठिकाण आहे. इथे येऊन कोणीही आपली कला सादर करू शकते. तुम्हाला जसा तुमची कला दाखविण्याचा अधिकार आहे, तसाच मलाही आहे. सत्य तर असे आहे, की एक खरा वीर अशा बोलण्यात आपला वेळ घालवित नाही. खऱ्या शुराची हीच ओळख असते की तो प्रत्येक आव्हानाचा ठामपणे सामना करतो. तू जर शस्त्र- अस्त्र चालविण्यात कुशल असशील तर ये आपण दोघेही दोन दोन हात करू. आपली शस्त्रास्त्रे परस्परांशी भिडून स्वतःच ठरवतील की कोण खरा वीर आहे ते?"

प्रदर्शनाच्या ठिकाणी जराशी विचित्र स्थिती निर्माण झाली होती. सर्व जण उत्सुक, उत्तेजीत आणि शाशंक झाले होते, की आता काय होईल, काय माहीत?

पांडव आणि कौरवांमध्ये एक दुसऱ्यांबद्दल मनातून दुरावा निर्माण झाला होता. कर्णाच्या येण्यामुळे तो अधिकच उघड आणि स्पष्ट झाला होता.

अर्जुनाचे भाऊ त्याच्या भोवती घेराव घालून उभे होते, तर उरलेले कौरव आपल्या मोठ्या भावाच्या, दुर्योधनाच्या भोवती जमा झाले होते.

आपण आता काय करावे ते गुरू द्रोणाचार्यांना कळत नव्हते. भीष्म आणि विदूरही विचारात पडले होते. कुंतीची अवस्था दयनीय झाली होती. कर्ण तिचाच पुत्र होता, जो तिने नदीत सोडला होता. अनेक वर्षांनी त्याला पाहून तिचे डोळे भरून आले होते. हा काय विचित्र योगायोग होता, की आपला भाऊ अर्जुनाशीच द्वंद्व करायला तो तयार झाला होता. कुंती आपल्या स्थितीवर नियंत्रण ठेवू शकली नाही आणि ती बेशुद्ध पडली.

परिस्थिती स्फोटक झाली होती. वातावरणात उत्तेजना भरली होती. अशा नाजुक क्षणी कृपाचार्यांनी अतिशय हुशारीने स्थिती हाताळली. तेही युद्ध कलेत निष्णात होते. तसेच कौरवांना त्यांनी अनेक डावपेच शिकविले होते.

कृपाचार्य कर्णाला म्हणाले, "हे वीर तरुणा, तुला माहीत आहे की अर्जुन राजपुत्र आहे. आता तूही आपल्या कुळाबद्दल सांग की तू कोण आहेस? कोणत्या वंशाशी तुझा संबंध आहे. तेव्हाच अर्जुनाशी तुझे द्वंद्व होऊ शकते, जेव्हा दोन्ही बाजू एखाद्या राज घराण्याची संबंधित असू शकतील."

कर्णाचे मन बसले. त्याला एका सारथ्याने पालन पोषण करून मोठे केले होते. त्याला आपले कूळ माहीत नव्हते. कृपाचार्याच्या अटीने त्याला निराश केले होते. तो एखाद्या देशाचा राजा असता, तर काम होऊ शकले असते.

अर्जुनाला कोणत्याही प्रकारे खाली पहायला लावणे हे दुर्योधनाला आवडत होते. त्यामुळे त्याने उघड जाहीर घोषणा केली, "आजापासून मी कर्णाला अंग देशाचा राजा जाहीर करतो. आता तर कर्णाला द्वंद्व खेळण्यापासून कोणी रोखू शकत नाही."

खरोखरच आता द्वंद्व युद्ध टाळणे अवघड झाले होते. दुर्योधनाने आपला अंगिकृत अंग देश कर्णाला अर्पण केला होता. आता तोही राजा झाला होता. त्यामुळे मग राज कुमार अर्जुनाशी लढण्यापासून त्याला कोण अडविणार होते?

कर्णाने आपले वडील सारथ्याचा चरण स्पर्श केला. धर्म पित्याकडून त्याने आशीर्वाद घेतले. कर्ण पुढे झाला.

तोच भीम टीका करीत म्हणाला, "अरे, हा कसला राजा आहे, जो एका सामान्य सारथ्याचे पाय धरीत आहे. सारथीही कोणता? जो युद्धाच्या रथाचे सारथ्य करीत नाही, तर भाड्याचा रथ चालवितो. हा आजपासून अंग देशाचा राजा झाला असला तरीही हे सत्य तर लपून राहत नाही, की तो एका साधारण सारथ्याचा पुत्र आहे. जा बाबा, रणांगण तुझ्यासाठी नाही, तू जाऊन घोड्यांचा लगाम धर."

"भीम!" दुर्योधनाचा जोरदार आवाज घुमला, "आता तुला कळेल की कर्ण घोड्याचा लगाम धरण्यातच पाटईत नाही, तर त्याच हाताने अचूक नेमबाजी करीत बाणही सोडतो. तुम्हा पाच भावंडांशी तो एकटाच लढू शकतो. तो रथावर स्वार होऊन पुढे निघाला आहे, ज्याची हिमंत असेल त्याने त्याला अडवावे..."

जमलेल्या लोकांत खळबळ उडाली. अनेक लोकांना दुर्योधनाची अशी घोषणा आवडली नाही. अर्थात गर्दीतले काही लोक कर्णाच्या शौर्याचा आदर करणारेही होते. लोकांच्या उत्सुक नजरा मैदानाच्या मधोमध टिकल्या होत्या. आता द्वंद्व युद्ध टाळणे अवघड वाटत होते.

तोच सूर्य सरकत सरकत अस्ताला गेला. सर्वत्र संध्याकाळचा अंधार पसरला. तत्कालिन युद्धाच्या नियमानुसार सांयकाळनंतर युद्ध होऊ शकत नव्हते. त्यामुळे कृपाचार्यांनी समारंभ संपल्याची घोषणा केली. अर्जुन आणि कर्णाचे संभाव्य युद्ध आपोआप टळले. लोकांनी सुटकेचा श्वास सोडला.

सर्व आपापल्या मार्गाने निघाले.

दुर्योधन कर्णाचा हात धरून त्याला आपल्या सोबत घेऊन गेला.

□□

राजकुमारांचे शिक्षण सत्र संपले होते.

गुरू द्रोणाचार्य आपली बदलाची प्रतिज्ञा विसरले नव्हते. त्यांनी आपल्या सर्व शिष्यांना एकत्र बोलावले आणि म्हणाले,

"हे राजकुमारांनो, तुम्हाला आठवत असेल की शिक्षणाला सुरूवात करण्यापूर्वी मी तुमच्याकडून एक वचन घेतले होते."

"होय, लक्षात आहे." अर्जुन म्हणाला, "तुम्ही म्हणाला होतात की शिक्षण संपल्यावर आम्हाला तुमची एक इच्छा पूर्ण करायची आहे.ठ

"आज तो दिवस आला आहे. आता तुम्ही माझी इच्छा पूर्ण करू शकता. या दिवसाची मी अतूरतेने वाट पाहत होतो."

"गुरूदेव, आम्ही तयार आहोत." राजकुमार म्हणाले, "तुम्ही आदेश द्या. आम्हाला काय करायचे आहे?"

गुरूदेव क्षणभर मौन राहिले. अचानक त्यांच्या डोळ्यासमोर पांचाळ देशाचा राज्य दरबार आला. जिथे अनेक वर्षांपूर्वी द्रुपद राजाने त्यांचा अपमान केला होता. ते आजपर्यंत तो अपमान विसरू शकले नव्हते. काळासोबत त्यांच्या मनातील बदल्याची भावना वाढतच गेली होती. आता त्यांना त्या द्रुपदाला धडा शिकवायचा होता. त्यांनी राजकुमारांना युद्ध कलेत निष्णात केले होते. त्यांच्या शौर्यासमोर द्रुपदाचा पराभव ठरलेला होता.

गुरूदेव द्रोणाचार्यांनी द्रुपदाच्या असभ्य वागण्याची गोष्ट सांगून म्हटले,

"वीरांनो, अनेक वर्षांपूर्वी द्रुपदाने माझा जो अपमान केला होता, आज त्याचा बदला घेऊन तुम्ही माझे मन शांत कराल. तुम्ही जगातील श्रेष्ठ वीर आहात. त्यामुळे लगेच पांचाळला जाऊन द्रुपदाला पराभूत करा. त्याला बंदी करून माझ्या समोर हजर करा. हीच माझी इच्छा आहे. जी तुम्हाला पूर्ण करायची आहे."

राजकुमारांसाठी हे काही अवघड काम नव्हते. ते लगेच तयार झाले. म्हणाले, "गुरूदेव, आम्ही क्षणात पांचाळ सैन्याला नष्ट करून द्रुपदाला तुमच्या समोर हजर करतो. आम्हाला आशीर्वाद द्या."

गुरूदेवांनी त्यांना आशीर्वाद दिला, "जा आणि आपल्या मोहिमेत यशस्वी होऊन परत या."

राजकुमार आपापली अस्त्रे घेऊन पांचाळच्या दिशेने निघाले. सर्व जण उत्साहात होते. आज पहिल्यांदाच त्यांना आपल्या शस्त्रांचा मोकळेपणाने वापर करण्याची संधी मिळणार होती. दुर्योधनाने कर्णालाही सोबत घेतले होते.

पांचाळला पोहचल्यावर त्यांनी खरोखरच शौर्याचे प्रदर्शन केले. त्यांचे आक्रमण अडविणे पांचाळ सैन्याच्या आवाक्याबाहेर होते. लवकरच पांचाळ नरेशाला राजकुमारांनी आपल्या ताब्यात घेतले. द्रुपद पराभूत झाला होता. त्याने राजकुमारांसमोर आत्मसमर्पण केले. राजकुमार द्रुपद राजाला बंदी करून पुढील काही दिवसांतच हस्तिनापूरला घेऊन आले.

द्रुपदाच्या बंदी अवस्थेत गुरू समोर हजर करून राजकुमार म्हणाले, "हा घ्या तुमचा कैदी हजर केला आहे."

द्रोणाचार्यांनी खालून वरपर्यंत एकदा द्रुपदाकडे पाहिले, मग म्हणाले, "राजा, तुला आठवते. एकदा मी तुझा मित्र होऊन एक याचक म्हणून तुझ्या दरबारात आलो होतो तेव्हा तू काय म्हणाला होतास? तू म्हणाला होतास की एक राजा एखाद्या याचकाचा मित्र कसा काय होऊ शकेल? आज तू माझ्या समोर याचक होऊन पुढे उभा आहेस."

द्रुपद शांत होता. तो काय उत्तर देणार!

द्रोणाचार्य म्हणाले, "पांचाळला माझ्या आदेशावरून माझ्या शिष्यांनी नष्ट केले आहे. मी ठरविले तर ते तुलाही एका क्षणात संपवून टाकतील, पण मी असे करणार नाही."

"शेवटी, तू माझा बालपणीचा मित्र आहेस. मला तर फक्त तुला धडा शिकवायचा होता. तू म्हणाला होतास की तुझी मैत्री फक्त राजाशीच होऊ शकते म्हणून मी तुझ्या राज्याचा अर्धा भाग माझ्या ताब्यात घेत आहे. उरलेला अर्धा तुला सोपवितो. हे बघ, आता मीही राजा झालो आहे. आता तर तुला माझ्या मैत्रीबद्दल काही तक्रार नाही ना?"

द्रुपद पराभूत राजा होता. त्यामुळे सर्व काही गुपचूप ऐकून घेण्याशिवाय त्याच्याकडे मार्ग नव्हता. मनातल्या मनात मात्र त्याचा जळफळाट होत होता. तो विचार करू लागला, इथून वेळ मिळताच मी द्रोणाला त्याच्या कृत्याबद्दल अशी मजा दाखवीन की त्याच्या लक्षात राहीन.

अशा प्रकारे द्रुपदाला आर्धे राज्य देऊन स्वतः त्याच्या आर्ध्या राज्याचा स्वामी होऊन गुरूदेवानी राजकुमारांचा निरोप घेतला आणि पांचाळ देशाला गेले.

□□

द्रुपद राजाचा प्रत्येक क्षण याच काळजीत व्यतीत होत होता, की द्रोणाचार्याला कशा प्रकारे नष्ट करावे.

त्याने तपश्चर्या केली आणि याज व उपयाज नावाच्या ऋषींच्या सहकार्याने पुत्रेष्टी यज्ञाचे आयोजन केले. कालांतराने त्याला एक पुत्र झाला. त्याचे नाव धुष्ट्द्युम्न ठेवले. या मुलाने द्रुपदाची इच्छा पूर्ण केली. महाभारतातील युद्ध भरात असताना धुष्ट्द्युम्नानेच द्रोणाचार्याला मारले होते.

द्रुपदाची एक मुलगी होती, कृष्णा. तिला पांचाळी आणि द्रोपदी असेही म्हणत असत. पुढे चालून याच द्रोपदीचा विवाह अर्जुनाशी झाला. द्रुपद अर्जुनाला आपला जावई करून आपला हितचिंतक बनवून ठेवू इच्छित होता.

गुरूदेव द्रोणाचार्य निघून गेल्यावर कौरव-पांडव राजकुमारातील दुरावा वाढतच चालला होता. दुर्योधन पांडवांवर खूप जळत होता. कारण पांडव बंधू फक्त जास्त शूर होते, असे नाही तर लोकांमध्येही लोकप्रिय होते.

इखडे धृतराष्ट्रही काळजीत होता. विचार करीत होता, आपल्यानंतर कौरव बांधवांचे काय होईल? पांडव त्यांना सुखाने राहू देतील का?

पांडवांची लोकप्रियता आणि शौर्य धृतराष्ट्रापासून लपून राहिले नव्हते.

(पाच)

काहीही झाले तरी पांडवांचे शौर्य आणि लोकिप्रयता यापासून धृतराष्ट्र विन्मुख राहू शकला नाही. मुलांकडे त्याचा नैसर्गिक कल असतानाही त्याचे पुतण्यांवर कमी प्रेम नव्हते. त्यामुळे आपल्या नंतर राज्याचा वारस म्हणून सर्व जबाबदारी युधिष्ठिराकडे सोपविण्याची त्याने घोषणा केली.

युधिष्ठिर आणि त्यांच्या भावंडांनी या घोषणेचा योग्य प्रकारे आदर केला. त्यांनी एकत्रितपणे साम्राज्याचा विस्तार केला असे नाही, तर आपल्या शौर्याच्या आणि क्षमतेच्या बळावर लोकांमध्ये लोकप्रियता मिळविली. लोक पांडवांनाच जननायक समजत असत. युधिष्ठिराने लोक कल्याणासाठी अनेक पाऊले उचलली.ते त्यांच्या मागण्याचा सहानुभूतीने विचार करीत. आपल्या सैन्याची देखभाल काळजीपूर्वक करीत. वेळोवेळी ते सैन्यातील मोठ्या अधिकाऱ्यांना भेटत आणि सैन्याच्या हालचालीचे

स्वतः निरीक्षण करीत असत.

शेवटी धृतराष्ट्रालाच आपल्या घोषणेचे वाईट वाटू लागले. त्यामुळे त्याला आपल्या मुलांकडून अपमानित व्हावे लागत होते, तर आपल्या मुलांसाठी आपण काही करू शकलो नाही, याचेही त्याला वाईट वाटत होते. पांडवांची लोकप्रियता दिवसेंदिवस वाढत चालली होती आणि त्याच्या मुलांचा तर कोणी उल्लेखही करीत नव्हते. त्याचे गुप्तहेर त्याला रोज येऊन सांगत होते, की पांडवांच्या कीर्तीमुळे सर्व प्रजा उत्साहित झाली आहे. भावी राजा म्हणून युधिष्टिराला पाहून ते आनंदात आहेत. युधिष्ठिर राज्य कारभारात अशा प्रकारे दक्ष होता, की आपले काका धृतराष्ट्राला एखाद्या प्रकरणी परेशान करणे त्याला योग्य वाटत नसे.

आता धृतराष्ट्राला आपल्या मुलांची काळजी वाटू लागली. तो विचार करू लागला, एके दिवशी पांडव राजे होतील आणि आपल्या चांगल्या कार्याने लोकांची मने जिंकून घेतील. तेव्हा मग माझ्या मुलांचे काय होईल? एके दिवशी ते शक्तिमान होऊन माझ्या मुलांना आपल्या अधिकारापासून वंचित तर करणार नाहीत ना? मुले कितीही बिनकामाची असतील, तरी आई वडिलांना त्याचे अहीत करावे असे वाटत नाही.

अशा वेळी त्याला आपला मंत्री कणिकाची आठवण झाली. त्याला राजकारणातील डाव पेच अतिशय चांगल्या प्रकारे माहीत होते. धृतराष्ट्राने त्याला बोलावले आणि आपल्या मनातील शंका सांगितली. तो म्हणाला, "राजा, तुझी शंका उचीत आहे. राजकारणात सजग राहणे अतिशय आवश्यक असते. खरे तर असे आहे, की आपल्या प्रतिस्पर्ध्याला कधीही कमकुवत समजू नये. साप, आग, आजार इ. पासून माणसाने नेहमी सतर्क रहायला हवे, त्याप्रमाणे आपल्या शत्रूबाबतही. आपण पांडवांच्या एकेका हालचालीवर लक्ष ठेवायला हवे. योग्य संधी मिळताच त्यांना नियंत्रणात आणायला हवे. नाही तर कौरव बांधवाचे भवितव्य चौपट होईल."

कणिकाचे म्हणणे धृतराष्ट्राला खूप आवडले.

दुर्योधनही या हालचालीपासून अनभिज्ञ नव्हता. एके दिवशी तो एकांतात आपल्या वडिलांना भेटला. म्हणाला, "तुम्ही युधिष्ठिराला भावी राजा घोषित करून चांगले केले नाही. आता तर प्रजेमध्ये पांडवाचा रुबाब वाढला आहे. आता प्रत्येक जण युधिष्ठिराला राजा समजू लागले आहेत. आता आमचे काय होईल? पांडव राजगादीवर बसताच आम्ही राजाकारणातून बेदखल होऊत."

धृतराष्ट्र काय उत्तर देणार? त्याला आपल्या मुलांच्या भवितव्याची चिंता होती. आता तर त्याला ही कळजीही सतवू लागली होती, की पांडवांना एकाएकी राजकारभारातून बेदखल केले तर लोक काय विचार करतील? लोकांचा राग सहन करणे सोपे नव्हते. ते म्हणाले, "बाळा, तूच काही उपाय सांग, मी काय करू?"

दुर्योधन म्हणाला, "तुम्ही प्रजेची काळजी करू नका. लोकांचे काय, आपण त्यांना धन दौलत

आणि भेटींची लालूच दाखवून आपल्या बाजूने करू. मग ते आपल्याला विरोध करणार नाहीत. हळू हळू लोक आपल्या बाजूने होतील. तेव्हा आपण पांडवांना राजगादीवरून सहज दूर करू शकू."

"हे सर्व इतके सोपे नाही."

"ते सर्व तुम्ही माझ्यावर सोपवा." दुर्योधन म्हणाला, "फक्त अशा प्रकारे काहीही करून तुम्ही पांडवांना थोड्या वर्षांनी राजाधानीतून दूर करायला हवे. मग हळूहळू लोकांना आपल्या मुठ्ठीत करू."

"पण..."

"पण बिन सोडून द्या. पांडव जर राजा झाले तर लक्षात ठेवा आपले अस्तित्त्वच संपून जाईल. आमच्या मुलांनाही दुसऱ्यांनी टाकलेल्या तुकड्यांवर जगावे लागेल. तुम्ही जिवंत आहात, तोपर्यंतच पांडव शांत राहतील, पण तुम्ही डोळे मिटले की तुमच्या संततीचे नामोनिशाण मिटविले जाईल."

"मुला, तुला योग्य वाटेल ते तू कर." धृतराष्ट्र लाचार होऊन म्हणाला. खरं तर उघड उघड आपल्या पुतण्याविरूद्ध काही करायला धृतराष्ट्र तयार नव्हता. पांडवाच्या कार्य कुशलतेबद्दल त्यांना आदर होता, पण त्याच वेळी आपल्या मुलांचे भवितव्यही सुरक्षित रहावे, असे त्यांना नक्कीच वाटत होते.

वडिलंचे अंतर्द्वंद्व दुर्योधनाला कळत होते. ते आपल्या पुतण्यांच्या विरोधात काहीही करणार नाहीत, हे त्याला चांगले माहीत होते. म्हणून मग त्याने स्वतःच पांडवांना आपल्या मार्गातून हटविण्याचा निर्णय घेतला. त्याने मनातल्या मनात एक योजना तयार केली आणि वडिलांना म्हणाला, "तुम्ही काही तरी करून पांडवांना काही दिवसांसाठी राजधानीच्या बाहेर पाठवा. त्यांना वारणावतात पाठविणे चांगले होईल. ते शहर राजधानीपासून खूप दूर आहे."

धृतराष्ट्राने ही गोष्ट मान्य केली.

□□

या कुटील डावपेचापासून दूर असलेला युधिष्ठिर आपल्या राज कारभारात मग्न होता. धृतराष्ट्राने त्याच्यावर खूप मोठी जबाबदारी सोपविली होती. तो ती अतिशय योग्य प्रकारे पार पाडीत होता. युधिष्ठिर आपल्या कामात व्यस्त असल्यामुळे धृतराष्ट्राला खूप कमी भेटत असे.

एखाद्या दिवसानंतर धृतराष्ट्राने युधिष्ठिराला आपल्याकडे बोलावले.

युधिष्ठिर त्यांच्या दरबारात पोहचला. चहुबाजूला दुर्योधनाने पढवून तयार ठेवलेले अधिकारी बसलेले होते.

राजाला अभिवादन करून युधिष्ठिर आपल्या आसनावर बसला तेव्हा धृतराष्ट्राने विचारले, "काय युवराज, काम काज कसे चालले आहे?"

"महाराज, तुम्ही जो माझ्यावर विश्वास दाखविला आहे, तो प्राण पणाने पार पाडण्यासाठी प्रयत्न करीत आहे. "

"हूं," धृतराष्ट्र म्हणाला, "मला असे कळले आहे की तू नेहमी खूप व्यस्त असतोस. सदैव आपल्या कामकाजात मग्न असतोस. खरं तर तुझ्यासारखा मदतनीस आणि सहाय्यक मिळाल्यामुळे मी खूप आनंदी आणि समाधानी झालो आहे. मी तुला काही मदत करू शकलो असतो, तर किती बरे झाले असते. ते जाऊ दे, मला असे वाटते की तू आता काही दिवस विश्रांती घ्यायला हवी. इतका व्यस्तपणाही काय कामाचा? त्यामुळे तू आपली माता आणि भावंडासह राजधानीपासून दूर असलेल्या एखाद्य रमणीय ठिकाणी काही दिवस राहण्यासाठी जावे, असे मला वाटते. तिथे जाऊन जरा हिंडून फिरून मन ताजे तवाने करायला हवे. त्यासाठी आता तुम्हाला कुठे पाठवायचे, याचाच फक्त विचार करायचा आहे."

असे बोलून धृतराष्ट्र विचारात हरवून गेला.

त्यावर दरबारात जमलेल्या अनेकांनी विविध प्रकारची नावे सूचविली. या नावांपैकी वारणावताच्या नावाची सर्वांनी एका सुरात स्तुती केली. तेव्हा मग धृतराष्ट्र म्हणाला, "ठीक आहे. तुम्ही वारणावतामध्ये जाऊन विश्रांती घ्या. तिथे तुम्हाला खूप आनंद मिळेल. लवकरच शिवरात्री येणार आहे. त्या वेळी तर वारणावतातील शोभा पाहण्यासारखी असते. तिथे तुझ्या काम करून शिणलेल्या मेंदूला स्फूर्ती मिळेल. शिवाय भावी राजासाठी देशाचे भ्रमण आवश्यक असते. प्रजेला भेटण्याची यापेक्षा चांगली संधी कोणती असू शकेल? तुला वाटेल तोपर्यंत तू तिथे रहा आणि प्रजेशी जवळिक निर्माण कर."

राजाची अशा प्रकारची सहानुभूती पाहून युधिष्ठिर अवाक झाला होता. आपल्याला आपली आई आणि भावंडासह दूर एकांतात अचानकपणे पाठविण्याची गरज का निर्माण झाले ते काही त्याला कळत नव्हते. त्याने डोळे वर करून दरबारात बसलेल्या दुर्योधनाकडे पाहिले. दुर्योधनानेही आपल्या चेहऱ्यावरील कुटीलतेची भावना लपवित म्हटले, "पिताजी योग्य तेच सांगताहेत, युधिष्ठिर. तुला विश्रांतीची खरोखरच नितांत आवश्यकता आहे. त्यामुळे तुम्ही लवकर वारणावताला प्रस्थान करा."

युधिष्ठिराला काही तरी काळे बेरे असल्याचा संशय आला. तो शांत राहिला. त्याने गुपचूपपणे धृतराष्ट्राने दिलेला सल्ला स्वीकारला.

आता दुर्योधनाच्या आनंदाला पारावार राहिला नाही. आता तो अतिशय सहजपणे आपल्या वाटेतून पांडवांना दूर करू शकत होता.

□□

एक शुभ मुहुर्त पाहून पांडवांनी राजधानीचा निरोप घेतला आणि ते वारणावताकडे निघाले. राजधानीतील प्रजा तर त्यांना सोडू इच्छित नव्हती, त्यामुळे सीमेपर्यंत सोडण्यासाठी लोकांची खूप मोठी गर्दी सोबत गेली होती. पांडवांना अशा प्रकारे राजधानीपासून दूर ठेवण्यामुळे काही लोक शांशंक झाले होते, पण त्यांची शंका दूर करताना युधिष्ठिर म्हणाला, "राजाच्या धोरणावर शंका घेणे योग्य नाही. त्यांना खरोखरच आमचे भले करायचे आहे."

क़ाही अंतरापर्यंत पांडवासोबत भीष्म, द्रोण, विदुर असे जेष्ठ गणही गेले. भीष्म आणि द्रोण तर त्यांना आशीर्वाद देऊन लवकर माघारी फिरले, पण विदुर त्यांच्यासोबत सीमेपर्यंत गेला.

दुर्योधनाच्या कट कारस्थानाची विदुराला संपूर्ण माहिती होती. पांडवांचा निरोप घेताना त्याने पांडवांना सांकेतिक भाषेत सावध केले, "ऐक युधिष्ठिर, शत्रूपासून नेहमी सावध रहायला हवे. जो शत्रूंना आधीच ओळखतो तो कधीही पराभूत होत नाही. काही हत्यारी अशीही असतात, जी लोखंडाची तर नसतात, पण खूप खोलवर घाव करतात. अशा हत्यारांपासून सावध रहायला हवे. आग जंगलाला खाक करून टाकते, पण बिळात घुसत नाही. आता तुम्ही लोक जा आणि माझ्या म्हणण्याचा शांतपणे विचार करा."

काही क्षण युधिष्ठिराने विचार केला आणि मग म्हणाला, "आम्हाला मार्गदर्शन केल्याबद्दल खूप खूप धन्यवाद. तुम्ही निश्चिंत राहा. आम्ही पूर्णपणे सतर्क राहू."

□□

पांडव आपली माता कुंतीसह वारणावतात पोहचले तेव्हा तिथे त्यांचे भव्य स्वागत करण्यात आले. लोकांनी त्यांना डोक्यावर घेतले. घराघरातून त्यांच्यासाठी स्वादीष्ट खाद्य पदार्थ तयार करून आणण्यात आले. लोकांनी अतिशय आग्रहाने त्यांना आपल्या घरी नेले आणि त्यांचा आदर केला.

शिवरात्रीच्या वेळी पांडवांना खरोखरच तिथे खूप आनंद आला. सामान्य जनतेसोबत मिळून मिसळून पांडव उत्सवात सहभागी झाले आणि मजा केली.

तिकडे दुर्योधनाने आपली विश्वासू व्यक्ती पुरोचनला वारणावतात पाठविले. तिथे जाऊन पुरोचनाने काय करायचे आहे, ते त्याला दुर्योधनाने चांगल्या प्रकारे समजावून सांगितले होते.

पुरोचन गृह निर्माण कलेमध्ये अतिशय तज्ज्ञ होता. त्याने वारणावतात गेल्यावर लवकरच एक भव्य प्रकारचे भवन निर्माण केले. या भवनाच्या सौंदर्याला उपमाच नव्हती. दूरून पाहता क्षणीच त्या महालांची व्याप्ती व्यक्तीला आकर्षित करीत होती. तो महाल सर्व सुख सुविधांनी युक्त होता. खाण्या पिण्याचे भरपूर साहित्य तिथे ठेवण्यात आले होते. त्या महालातील सर्व खोल्या अतिशय सुंदरपणे सजविण्यात आल्या होत्या. जमिनीवर मौल्यवान कालीन अंथरण्यात आले होते तर तेथील बिछाने इतके मऊ आणि स्वच्छ होते की पाहताच झोपण्याची इच्छा व्हायची. या महालाचे 'शिवम' असे नाव ठेवण्यात आले. शिवम म्हणजे कल्याणकारी. ज्या महालामधून विनाशकारी योजना कार्यान्वीत केली जाणार होती, त्या महालाचे नाव दुर्योधनाने किती अर्थपूर्ण ठेवले होते, शिवम.

महाल तयार झाल्यावर पुरोचन पांडवांना भेटला आणि त्यांनी नवीन महालात काही दिवस रहावे यासाठी आग्रह केला. युधिष्ठिराला तो महाल इतका आवडला की त्याने लगेच पुरोचनाचे म्हणणे मान्य केले आणि आपली माता तसेच भावंडासह तो तिथे राहण्यासाठी आला.

महालात पाव ठेवल्याबरोबर युधिष्ठिराचे डोके भडकले. महालाच्या भिंतींना लाख, तेल, सन

यांचा दर्प येत होता. इथे आपल्या मृत्यूची पूर्ण तयारी करण्यात आली असल्याचे युधिष्ठिराला कळून चुकले. त्याच वेळी त्याला विदुराचा संदेशही आठवला. विदुराच्या म्हणण्याचा काय अर्थ होता ते आता त्याला कळले. त्याने कुंती माता आणि आपल्या भावंडांना सतर्क केले. म्हणाला, ''आपल्याला या भवनात जाळून मारण्याचा शत्रूचा डाव आहे. आपण घाबरण्याचे काहीही कारण नाही. आपण फक्त सतर्क राहायला हवे. चेहऱ्यावर आपण अशा कोणत्याही प्रकारची चिन्हे दाखवता कामा नयेत की त्यामुळे शत्रू सतर्क होईल. त्यांची चाल आपल्याला कळली आहे, हे जर त्यांच्या लक्षात आले, तर ते दुसरे एखादे पाऊल उचलतील.''

खरोखरच दुर्योधनाची अशीच योजना होती. पुरोचनाने निर्माण केलेल्या या महालामध्ये पांडवांना मारून त्याला नेहमीसाठी निश्चिंत व्हायचे होते.

पांडव आनंदाने नवीन महालात राहू लागले.

काही दिवसानंतर पांडवांना भेटण्यासाठी एक आगंतुक आला. तो म्हणाला, ''राजकुमार, मी हस्तिनापुराहून आलो आहे. महात्मा विदुराने मला पाठविले आहे.''

विदुर आपला शुभ चिंतक असल्याचे युधिष्ठिराला माहीत होते. त्यामुळे त्याने विचारले, ''कसे काय येणे केलेत? काका विदुर यांनी तुम्हाला कशासाठी पाठविले आहे?''

''मी सुरूंग खोदण्यात तज्ज्ञ आहे. लाकूड आणि सन यांना आग खूप वेगाने ग्रहण करते, पण ती सुरूंगात जात नाही'' आलेला आगंतुक म्हणाला, ''दुर्योधनाने पुरोचनाला आदेश दिला आहे, की महिन्यातील कृष्ण पक्षात मध्य रात्रीच्या वेळी तुम्ही सर्व जण गाढ झोपेत असताना या महालाला आग लावावी.''

''ओह!'' दुर्योधनाच्या या खेळीवर युधिष्ठिर फक्त आह म्हणू शकला.

''तुम्ही अजिबात घाबरू नका.'' आगंतुक म्हणाला, ''या दरम्यान मी या महालाच्या एखाद्या सुरक्षित कोपऱ्यात एक सुरूंग तयार करून ठेवतो. त्यामुळे या महालाला आग लागताच तुम्ही या सुरूंगातून सुखरूप बाहेर पडू शकाल.''

असे म्हणून तो आगंतुक महालाच्या एका गुप्त भागात पोहचला आणि सुरूंग खोदण्याच्या कामाला लागला. त्याने आपले काम इतक्या सावधपणे आणि दक्षपणे केले की पुरोचनाला त्याचा जरासुद्धा पत्ता लागला नाही.

सुरूंग बनवून तयार झाला. आता पांडवांना प्रतीक्षा करण्याची काहीच आवश्यकता नव्हती. पुरोचनाच्या आधीच त्यांना आपली कामगिरी फत्ते करायची होती.

कुंतीने त्या दिवशी वारणावतमधील लोकांना आपल्या महालामध्ये जेवणासाठी बोलावले. लोक अतिशय आनंदाने त्या महालात आले आणि पांडवांसोबत मिळून मिसळून त्यांनी जेवणाचा आनंद घेतला.

मध्यरात्र होण्याच्या आधीच जेवणे संपली. पांडवांनी पाहुण्यांना निरोप दिला. तसेच स्वतः आपसात निर्णय घेऊन टाकला की आता आपण हा महाल लवकरात लवकर सोडायला हवा.

मध्यरात्रीच्या सुमारासा चार भाऊ माता कुंतीसह एकेक करून त्या गुप्त सुरुंगातून बाहेर निघून गेले. फक्त भीम एकटा त्या महालात राहिला. कारण त्या महालाला आग लावण्याचे काम आता त्यालाच करायचे होते. पुरोचन आपल्या खोलीत गाढ झोपला होता. भीमाने सर्वात आधी त्याच्या खोलीला आग लावली. ती आग लगेच सर्व महालात पसरली. या दरम्यान भीम सुरूंग मार्गाने बाहेर निघून गेला होता.

आगीच्या ज्वाळा आकाशात वरपर्यंत जात होत्या. वारणावतमधील नागरिक एका क्षणात जागे झाले. आगीमध्ये पाडवाचा महाल वाईटरित्या जळताना पाहून एकच गोंधळ उडाला. त्या महालात पांडव आपल्या मातेसह राहत होते. त्यांचा अशा प्रकारे दुःखद अंत झालेला पाहून वारणावतमधील नागरिकांचे काळीज हेलावून गेले.

ही बातमी लगेच सर्वत्र पसरली की महालाला लागलेल्या आगीत पाचही पांडव माता कुंतीसह जळून खाक झाले. दुसऱ्या दिवशी त्या महालात एक स्त्री आणि तिच्या पाच तरुण मुलांचे मृतदेह आढळून आले. वास्तविक पाहता ती स्त्री आपल्या पाच तरुण मुलांसह त्या रात्री महालात जेवणासाठी आली होती. त्या रात्री त्यांनी इतके काही खाल्ले पिले होते की नशेच्या धुंदीत ते सर्व जण महालातच झोपी गेले होते.

दुर्योधनाला या अग्निकांडाची माहिति कळल्यावर त्याला आश्चर्याचा सुखद धक्का बसला, की किती सहजपणे त्याची योजना यशस्वी झाली होती. आपले शत्रू आता मार्गातून दूर झाले म्हणून तो अतिशय आनंदी झाला होता. वर वर दाखवण्यासाठी त्यांनी खूप दुःख व्यक्त केले. तसेच सर्व राज्यात आपल्या चुलत भावांच्या अकाली निधनामुळे दुखवटा पाळण्याचे आदेश दिले.

□□

पांडव मात्र जिवंत होते.

ते सुरूंगातून बाहेर पडल्यावर एका नदी किनाऱ्यावर आले. नदीच्या काठावर आधीपासूनच एक नाव सज्ज ठेवण्यात आली होती. त्या नावेवर विदुराने पाठविलेला नावाडी त्यांची वाट पाहत होता.

नावाड्याने पांडवांना नावेत बसविले आणि नदीच्या पलिकडे नेऊन सोडले.

नदीच्या दुसऱ्या बाजूला अतिशय भयानक असे जंगल होते. पांडवांनी त्या जंगलाचा रस्ता धरला. जोपर्यंत संकट पूर्णपणे टळत नाही तोपर्यंत हस्तिनापूरपासून दूर असलेल्या एखाद्या एकांत ठिकाणी राहण्याची त्यांची इच्छा होती.

□□

जंगलात भटकत भटकत पांडव खूप दूर निघून आले.

चालून चालून ते खूप थकले होते. भीमाची शारीरिक स्थिती जरा मजबूत असल्यामुळे तो आपल्या भावंडाना धीर देत असे आणि खांद्यावर घेऊन पुढे जात असे.

एके ठिकाणी सर्व भाऊ थकले आणि एका झाडाखाली विश्रांतीसाठी बसले.

भीम म्हणाला, "तुम्ही सर्व जण विश्रांती घ्या. मी जवळपास कुठून तरी पाणी घेऊन येतो."

थोड्या वेळानंतर भीम पाणी घेऊन परत आला तेव्हा त्याने पाहिले की चारही भाऊ मातेसह गाढ झोपेत आहेत. आपले भाऊ आणि मातेसाठी भीमाचे मन भरून आले. आज ते जंगलात भटकत होते आणि त्यांना जमिनीवर झोपावे लागत होते. वास्तविक पाहता त्यांची जागा तर महालात होती, पण विधी लिखित काही वेगळेच होते.

भीमाने त्यांना शांतपणे झोपू दिले आणि तो पहारा देऊ लागला.

त्या वनात एक राक्षस रहात होता. त्याचे नाव होते, हिडिंब. तो मानव भक्षी होता. वनात मानवाचा गंध आल्यावर त्याच्या नाकपुड्या फुरफुरल्या. तो आपली बहीण हिडिंबाला म्हणाला, 'हे पहा, वनात काही मानव आले आहेत. तू त्यांना घेऊन इकडे ये. आज चांगली मेजवानी करू."

पांडवांना आणण्यासाठी हिडिंबा निघाली.

एका झाडाखाली चार पुरूष आणि एक स्त्री झोपलेली होती. तसेच एक मजबूत देहयष्टीचा पुरूष त्यांना पहारा देत होता. हिडिंबा एक टक भीमाला पाहत राहिली. पहिल्या नजरेतच भीम तिला आवडला. ती आपल्या भावाने दिलेला आदेश विसरून गेली आणि एका सुंदर तरुणीचा वेष धारण करून भीमाकडे गेली. म्हणाली, 'ऐक, मी हिडिंबा आहे. माझ्या भावाने मला तुम्हाला पकडून आणण्यासाठी पाठविले आहे. कारण त्याला तुम्हाला खायचे आहे. मी मात्र तुझ्यावर प्रेम करू लागली आहे. तू जर माझ्याशी लग्न केलेस तर मी तुम्हाला माझ्या भावांपासून वाचवेल."

भीम म्हणाला, "मी तुझ्या भावाला घाबरत नाही. तू किंवा तुझा भाऊ आम्हाला हातही लाऊ शकत नाहीत.

"नादानपणा करू नको माणसा," हिडिंबा म्हणाली, "हिडिंब इथे येईल आणि तुमचे प्राण संकटात सापडावेत असेही होऊ शकते, पण असे होऊ नये म्हणून तू माझे म्हणणे ऐकणे श्रेयस्कर नाही का? "

भीमाला मात्र हिडिंबीचे म्हणणे मान्य नव्हते.

हिडिंबने काही वेळ आपल्या बहिणीची वाट पाहिली. उशीर होत आहे, असे पाहून तो स्वतः त्या मानवांचा शोध घेण्यासाठी निघाला.

भीमाने त्या विशालकाय राक्षसाला आपल्याकडे येताना पाहिले. तेव्हा त्याचा सामना करण्यासाठी तो सज्ज झाला.

पुढच्याच क्षणी ते दोघे पर्वताप्रमाणे एक दुसऱ्याशी भिडले. दोघेही शक्तिशाली होते. त्यांच्या

हाणामारीने धरती कंप पावू लागली आणि वातावरणात धुळीचे ढग निर्माण होऊ लागले. राक्षस जोर जोराने आरडा ओरडा करीत भीमाला पटकण्याचा प्रयत्न करीत होता.

राक्षसाची गर्जना आणि आदळा आपटीचे आवाज ऐकून झोपलेले भाऊ आणि मातेची झोप उडाली. जवळच एका सुंदर मुलीला पाहून कुंतीने विचारले, "तू कोण आहेस? माझ्या मुलाशी का लढत आहात?"

हिडिंबा म्हणाली, "हा माझा भाऊ हिडिंब राक्षस आहे. जो तुम्हाला खाण्यासाठी इथे आला आहे."

कुंती म्हणाली, "हा तर अत्याचार आहे. तू आपल्या भावाला थांबवत का नाहीस?"

"तुम्हाला वाचविण्याचा माझा विचार आहे, पण भीमाने माझा प्रस्ताव नाकारला आहे."

"प्रस्ताव? कसला प्रस्ताव?"

"मी त्याला असे म्हणाले की त्याने माझ्यासोबत विवाह केला, तर मी तुम्हाला सर्वांना वाचवून आकाश मार्गे सुरक्षित ठिकाणी घेऊन जाईल." हिडिंबा म्हणाली, "पण भीमाने माझे म्हणणे ऐकले नाही आणि तोपर्यंत माझा भाऊ इथे आला."

युधिष्ठिर, अर्जुन, नकुल आणि सहदेव सर्व जण हिडिंबाचे बोलणे ऐकल्यावर जोशात आले आणि राक्षसासोबत लढण्यासाठी भीमाकडे धावत गेले.

भीम म्हणाला, "तुम्ही मध्ये पडू नका. या राक्षसासाठी तर मी एकटाच पुरेसा आहे."

असे म्हणून भीमाने हिडिंबला दोन्ही हातात धरून वर उचलले आणि जोराने जमिनीवर आदळले. जमिनीवर पडताच हिडिंबने प्राण सोडला.

भीमाने हिडिंबवर एक नजर टाकली. मग तो आपली माता आणि भावंडासोबत पुढे निघाला. तो हिडिंबेसोबत बोललासुद्धा नाही.

हिडिंबा मात्र भीमाशिवाय राहू शकत नव्हती. तीही त्यांच्या मागे मागे चालू लागली.

भीमाला ही गोष्ट आवडली नाही. तो रागाने तिला म्हणाला, "हे सुंदरी, तुला आमच्या मागे मागे येण्याची काहीच आवश्यकता नाही. नाही तर मग मला नाईलाजाने तुझ्या भावाचे जे केले तसेच तुझेही करावे लागेल."

हिडिंबाचे डोळे भरून आले. ती कुंतीकडे याचना करीत म्हणाली, "हे माता, आता तूच भीमाला समजावून सांग. मी त्याच्याशिवाय जगू शकत नाही. माझ्याशी विवाह करण्याचा कृपा करून त्याला आदेश द्या."

कुंती गोंधळात पडली. युधिष्ठिर जवळच उभा होता. त्याला हिडिंबेची दया आली. तो म्हणाला, "भीमा, तू अशा स्त्रीचे प्रेम ठोकरू नये. जी मनाने आणि प्राणापासून तुला स्वीकारण्यासाठी तयार आहे. तशी तिची मनापासून इच्छा आहे."

मोठ्या भावाच्या आग्रहामुळे शेवटी भीमाने हिडिंबाशी विवाह केला. याच विवाह संबंधातून कालांतराने घटोत्कच नावाचा वीर पुत्र जन्माला आला. भीम अशा वीर पुत्राचा पिता झाला.

वीर घटोत्कचाने आपल्या वडिलांना संकटाच्या वेळी नेहमीच मदत केली. तसेच शेवटी युद्धाच्या वेळीही त्याने अतिशय महत्त्वाची भूमिका पार पाडली.

□□

पांडवांचे वन वन भटकणे सुरूच होते.

आपल्याला कोणी ओळखू नये म्हणून पांडवांनी आपला वेश बदलला होता.

या भटकंतीचा शेवट कुठे आणि कसा होणार आहे, हे काही त्यांना माहीत नव्हते. ते फक्त नदी, नाले आणि डोंगर पार करीत सतत पुढे पुढे चालले होते. हस्तिनापूर खूप मागे राहिले होते आणि पुढे तर शेवट नसलेला अंतहीन मार्ग होता. मार्गात त्यांना मत्स्य, पांचाळ, वीचक, त्रिगर्त, असे देश लागले. ते कुठेही जास्त काळासाठी थांबले नाहीत.

आपल्या मुलांची अशा प्रकारची हीन दीन अवस्था पाहून कुंती मनातल्या मनात दुःख करीत होती, रडत होती. एके दिवशी तिला राहवले नाही. तिने आपल्या मुलांना विचारले, "शेवटी अशा प्रकारे आपण कुठपर्यंत भटकत राहणार आहोत, युधिष्ठिर?"

युधिष्ठिराने उत्तर दिले, "माते, तू घाबरू नकोस. सध्या आमच्या समोर कोणतेही ध्येय नसले तरीही मला पूर्ण खात्री आहे, की योग्य संधी येताच आम्हाला आपला मार्ग नक्की सापडेल."

इतके बोलून युधिष्ठिर माहीत नसलेल्या दिशेने चालू लागला. माता आणि भाऊ त्याच्या मागोमाग चालू लागले.

युधिष्ठिराचे म्हणणे खरे निघाले.

एके दिवशी ते सर्व जण एका सरोवराच्या काठावर विश्रांती घेत होते तेव्हा योग्य मार्गाचा निर्देश देणारा त्यांच्याकडे आला. ते दुसरे तिसरे कोणी नव्हते, तर महर्षी व्यास होते. वास्तविक पाहता ते त्यांचे खरे आजोबाच होते. त्यांना अशा अवस्थेत पाहून व्यास परेशान झाले. म्हणाले, "हे मी काय पाहत आहे? आपले राज्य सोडून तुम्ही असे इकडे तिकडे का भटकत आहात?"

त्यावर पांडवांनी त्यांना सुरूवातीपासून आतापर्यंतची सर्व कथा सांगितली. ते ऐकून व्यास अतिशय दुःखी झाले. म्हणाले, "नशिबातील भोग कोणीही टाळू शकत नाही. तरीही तुम्ही धीराने सर्व परिस्थितीचा मुकाबला केलात तर सर्व संकटावर मात करू शकाल. आता तुम्ही एकचक्र नगरीला जा. ती अतिशय सुरक्षित जागा आहे. तिथे तुम्ही ब्राह्मणांच्या वेशात रहा. वेळेची प्रतीक्षा करा. एक दिवस नक्की असा येईल की त्यावेळी तुमच्या तत्त्वांचा विजय होईल. गेलेले वैभव तुम्हाला परत मिळेल."

महर्षी व्यासांचा आशीर्वाद घेऊन पांडव एकचक्र नगरीच्या दिशेने निघाले.

□□

एकचक्र नगरीत त्यांनी एका ब्राह्मणांच्या घरी आश्रय घेतला. ते स्वतःही ब्राह्मणांच्या वेशात होते. पाचही भावंडे दिवसभर नगरात भीक्षा मागत असत आणि संध्याकाळी सर्व साहित्य माते समोर ठेवत असत. माता त्या भिक्षेच्या साहित्याचे दोन भाग करीत असे. एक भाग भीमाला देत असे आणि उरलेला एक भाग चारही भावंडाना वाढत असे.

एके दिवशीची गोष्ट आहे. ज्या ब्राह्मणाच्या घरात पांडव राहत होते, त्या घरी दुःखाची काळी छाया पसरली होती. कुटुंबातील प्रत्येक सदस्य रडत होता. रडण्याचा आणि दुःख व्यक्त करण्याचा आवाज ऐकून पांडव आपल्या मातेसह लगेच ब्राह्मणांकडे गेले आणि त्याला विचारले, "तुम्हाला कोणता त्रास होत आहे? तुम्ही इतके का रडत आहात?"

ब्राह्मण आपले आश्रू पुशीत म्हणाला, "आमच्या दुःखाला काहीही अंत नाही. आमचे शहर एका भयानक राक्षसाच्या त्रासाने पीडित आहे. हा राक्षस शहराच्या सीमेवर राहतो. त्याचा असा आदेश आहे, की रोज संध्याकाळी त्याला एक गाडीभर अन्न, दोन बैल घेऊन प्रत्येक कुटुंबातील एकेका सदस्याने आळी पाळीने त्याच्याकडे जावे. तरच तो आम्हाला इथे राहू देणार आहे. त्यामुळे रोज कोणत्या ना कोणत्या कुटुंबातील एक सदस्य एक गाडीभर अन्न आणि दोन बैल घेऊन त्याच्याकडे जात असतो. राक्षसाची भूक इतकी अफाट आहे की गाडीभर अन्न, दोन बैल खाल्ल्यावरही तो हे सर्व घेऊन येणाऱ्या कुटुंबातील सदस्यालाही खाऊन टाकतो. आम्ही त्या राक्षसाचे काहीही वाईट करू शकत नाही. कारण तो अतिशय बलशाली आहे. आज आमच्या कुटुंबाची पाळी आहे. आज आमच्या कुटुंबातील एका सदस्याला राक्षसासाठी भोजन साहित्य घेऊन जायचे आहे. तो मग कधीच परत येणार नाही. म्हणूनच आम्ही रडत आहोत."

हे ऐकून पांडव स्तब्ध झाले. पाचही भावंडाच्या मुठी संतापाने आवळल्या गेल्या. कुंतीने ब्राह्मणाचे सांत्वन केले आणि भीमाला म्हणाली, "भीम, राक्षसासाठी जेवणाचे साहित्य घेऊन आज तू जा."

"जशी अज्ञा माताजी."

भीम जाण्यासाठी वळला तोच त्याला अडवून युधिष्ठिर मातेला म्हणाला, "माते, भीमाला पाठवू नको. भीमाची आपल्याला गरज आहे. भीमाला आम्ही संकटात टाकू शकत नाही. अर्जुनाचीही आपल्याला गरज आहे. त्यालाही राक्षसाकडे पाठविणे योग्य होणार नाही. नकुल आणि सहदेव आमचे लहान भाऊ आहेत. त्यांना पाठविणे अन्यायी होईल. मी परत आलो नाही तरी भीम आणि अर्जुन शत्रूशी मुकाबला करायला समर्थ आहेत. "

"मी तुझ्या भावनांचा आदर करते, युधिष्ठिर." कुंती म्हणाली, "पण माझाच निर्णय योग्य आहे. तुम्ही भीमाला राक्षसाकडे जाऊ द्या. तो विजयी होऊन परत येईल."

भीमाने एका गाडीत सर्व अन्न भरले आणि त्या गाडीला दोन बैल जुंपून तो शहराच्या सीमेच्या दिशेने निघाला. त्या राक्षसाचे नाव होते बकासूर. तो उपाशी व्याकूळ होऊन आपल्या जेवणाचा वाट पाहत होता. ज़ाणून बुजून भीम तिथे उशिरा पोहचला.

भीमाने बैल लपविले आणि ओरडून राक्षसाला आवाज दिला, "हे बका, ये. मी तुझ्यासाठी जेवण आणले आहे."

बकासूर धावत पळत बाहेर आला.

भीमाने त्याला येताना पाहिले आणि म्हणाला, "बस, बस. तिथेच थांब. आता बघ, मी कसा खातो." असे म्हणून भीम स्वतःच दोन्ही हातांनी अन्न उचलून खाऊ लागला.

बक आधीपासूनच भूकेने व्याकुळ झाला होता. वरून भीमाचे असे वागणे पाहून तो संतापाने थरथरू लागला. तो ओरडून म्हणाला, "तू कोण आहेस? माझे अन्न खाण्याचा तुला काय अधिकार आहे?"

भीमाने काही उत्तर दिले नाही. तो शांतपणे अन्न सेवन करीत राहिला. बकाचा संताप वाढत चालला होता. भीमाला तर हेच हवे होते की त्याने संतापाने बेकाबू व्हावे. कारण भूक आणि संताप यामुळे भल्या भल्याची बुद्धी भ्रष्ट होते. तो भीमाजवळ गेला आणि त्याच्या पाठीवर दोन चार जबरदस्त वार केले. भीमावर त्याचा काहीही परिणाम झाला नाही. तो बकाकडे लक्ष न देता मजेने जेवण करीत होता.

बक ओरडून म्हणाला, "हे माझे अन्न आहे. तू ते खाऊ शकत नाहीस. माझे बैल कुठे आहेत?"

भीम म्हणाला, "बैल बिचारे गवत खात असतील. मला याचेच वाईट वाटते की आज तुला खायला काहीही मिळणार नाही. आणि हे बघ मला शांतपणे खाऊ दे. जेवण करीत असताना अशा प्रकारे तुझे आरडा ओरडा करणे आणि मारा मारी करणे मला जराही आवडत नाही."

बकाच्या संतापाला आता काही सीमा उरली नाही. त्याने पुढे होऊन भीमावर आणखी दोन चार वार केले. भीमाने त्याच्याकडे पाहिले सुद्धा नाही. तो शांतपणे खात राहिला. आपल्या वाराचा भीमावर काहीही परिणाम होत नाही, असे पाहून त्याने भीमाला गाडीतून ओढण्याचा प्रयत्न केला, पण तो भीमाला जराही हालवू शकला नाही. भूक आणि थकवा यामुळे बक परेशान झाला होता. दात खात तो म्हणाला, "मी म्हणतो तू इथून पळून जा नाही तर मी तुला खाऊन टाकील."

भीम म्हणाला, "होय, तुझ्यासाठी जेवण घेऊन येणाऱ्या बिचाऱ्या गरीब लोकांना तू आतापर्यंत खातच आला आहेस. पण यापुढे मात्र तू असे कधीही करू शकणार नाहीस."

बक भूकेने व्याकूळ झाला होता आणि भीमाशी हाणा मारी करून थकला होता. क्रोध आणि निराशेमुळे त्याचे मानसिक संतुलन ढळले होते. तो ओरडून जरासा पुढे येताच भीमाने त्याला आपल्या दोन्ही हातांनी उचलले आणि जमिनीवर आदळले. या एकाच हल्ल्यात बकाचा जीव गेला.

भीमाने त्याच्या मृतदेहाचा पाय धरला आणि त्याला ओढत ओढत शहराच्या प्रवेशद्वारावर आणून टाकले.

बकाचा मृत्यू झाल्याची बातमी शहरात पोहचल्यावर लोकांच्या आनंदाला सीमा राहिली नाही. सर्वत्र आनंद आणि उत्साहाचे वातावरण निर्माण झाले. लोकांनी भीमाचे भव्य स्वागत केले. सर्व जण असा विचार करीत होते, ‘‘भीमामध्ये नक्कीच अलौकिक शक्ती हे. जे क्षत्रियाचे काम आहे, ते एका ब्राह्मणाने करून दाखविले आहे.”

पांडव थोडे घाबरले. यामुळे आपली वास्तविकता तर उघड होणार नाही ना, अशी त्यांना भीती वाटू लागली. त्यांनी लगेच एकचक्र नगर सोडून जाण्याचा निर्णय घेतला. पण जायचे कुठे? शेवटी कुठपर्यंत लोकांच्या जरा चुकवित असे लपत राहणार?

एके दिवशी तिथे एक तपस्वी फिरत फिरत आला. त्याच्याकडून अशी माहिती मिळाली की पांचाळ देशाचा राजा द्रुपद आपली कन्या द्रोपदीचे स्वंयवर करीत आहे. स्वंयवरात सहभागी होण्यासाठी देश विदेशातून अनेक राजकुमार येत आहेत.

ही बातमी पांडवांना कळल्यावर त्यांनी असा विचार केला, की त्यांनीही या स्वंयवरात सहभागी व्हायला हवे. शेवटी तेही तर राजकुमारच आहेत. मग त्यांनी नगरातील लोकांचा निरोप घेतला आणि ते पांचाळ देशाच्या दिशेने निघाले.

(सहा)

पांचाळ देशात स्वंयवराची तयारी अतिशय जोरात सुरू होती. देश विदेशातील लोक स्वंयवराची शोभा पाहण्यासाठी आले होते. पांचाळ देशाला एखाद्या नववधुसारखे सजविण्यात आले होते.

पांडव बदललेल्या वेषात पांचाळमध्ये पोहचले आणि तिथे त्यांनी कुंभाराच्या वस्तीत आश्रय घेतला. एका कुंभाराने त्यांना ब्राह्मण समजून आपल्या घरात राहण्यासाठी सन्मानाने जागा दिली. इथेही ते भीक्षाटन करूनच आपला उदर निर्वाह करू लागले.

स्वंयवराची ठरलेली वेळ आली.

त्या दिवशी पांचाळची शोभा पाहण्यासारखी होती. दूर दूरवरून राजे आणि राजकुमार द्रौपदीला मिळविण्यासाठी आले होते. सर्व शहर उत्साह आणि आनंदात नाहून निघाले होते. पांडव सकाळीच आपल्या घरून बाहेर पडले आणि स्वंयवर स्थळाच्या दिशेने निघाले.

स्वंयवर स्थळ अतिशय विशाल होते. स्थळाच्या मधोमध एका मंचावर एक विशाल धनुष्य पडलेले होते. तिथेच एका मोठ्या कढईमध्ये तेल भरलेले होते. जवळच असलेल्या एका यंत्रावर एक नकली माशी वेगाने फिरत लटकत होती. सभास्थळाच्या दोन्ही बाजूला देश विदेशातील प्रसिद्ध राजे, राजकुमार आपले नशिब अजमावण्यासाठी बसले होते. चहुबाजूला उुंच उंच दीर्घिका उभारण्यात

आल्या होत्या. त्यावर प्रेक्षक बसून आजचा भव्य समारंभ सुरू होण्याची अतिशय अतूरतेने वाट पाहत होते.

द्रौपदीचे वरण करण्याच्या उद्देशाने कौरव राजकुमारही तिथे आले होते. दुर्योधन आपले भाऊ आणि कर्णासोबत राजकुमारांमध्ये बसला होता.

स्वंयवराची शोभा पाहण्यासाठी द्वारकेहून श्रीकृष्णही तिथे आला होता. ब्राह्मण वेशातील पांडव प्रेक्षक कक्षात ज्या ठिकाणी इतर ब्राह्मण बसले होते, तिथे त्यांच्यासोबत बसले होते. चहुबाजूला नुसात गोंगाट सुरू होता.

थोड्याच वेळात द्रौपदी आपले पिता द्रुपद आणि भाऊ धृष्टद्युम्न यांच्या समवेत समारंभाच्या ठिकाणी आली. एका उच्चासनावर राजासह बहीण भाऊ बसले. सभेमध्ये गंभीर शांतता पसरली. सर्व जण द्रौपदीला न्याहळीत होते. द्रौपदीचे सौंदर्य आणि शृंगार पाहून तिची अभिलाषा असलेल्या राजकुमाराच्या ह्रदयाचे ठोके वाढले होते. द्रौपदी कोणाकडेही न पाहता शांतपणे आपल्या भावाजवळ बसली होती. तिच्या अद्वितीय सौंदर्याने सर्व जण भारावून गेले होते.

समारंभाला सुरूवात करण्यापूर्वी पुरोहितांनी विधीनुसार यज्ञ केला. त्यानंतर धृष्टद्युम्नने आपल्या आसनावरून उठून सर्वांना संबोधित केले,

"सन्माननीय पाहुण्यांनो, तुमचे स्वागत आहे. तुम्हाला सर्वांना माहीत आहेच की आज द्रौपदीचे स्वंयवर आहे. राजकुमारी द्रौपदी त्याच वीर पुरूषाची निवड करील, जो कढईतील उकळत्या तेलात माशाचे प्रतिबिंब पाहून या धनुष्यातून बाण सोडून पाच वेळा यंत्रावर टांगलेल्या लक्ष्याचा भेद करील. आता तुम्ही सर्व जण एकेक करून पुढे या आणि आपल्या धनुर्विद्येचे कौशल्य दाखवा. यशस्वी झालेला धनुर्धारीलाच राजकुमारी द्रौपदीचा पती होण्याचे भाग्य मिळेल."

इतके बोलून धृष्टद्युम्न खाली बसला. सभेमध्ये पुन्हा शांतता पसरली. सर्वांच्या नजरा सभा मंडपाच्या मधोमध असलेली तेलाची कढई, धनुष्य आणि उंचीवर टांगलेल्या माशाच्या लक्ष्याकडे लागले होते. सर्वांना हे माहीत करून घेण्याची उत्सुकता लागली होती, की कोणता वीर नेम धरून तीर सोडून द्रौपदीला मिळवू शकेल.

उपस्थित राजकुमारांनी बेपर्वाईने या सर्व वस्तुंकडे पाहिले आणि आपल्या मिशांवर ताव देऊन ते द्रौपदीकडे पाहू लागले. त्याच्या दृष्टीने हे अतिशय सामान्य अट होती. आता एकेक राजकुमार उठू लागला आणि सभा स्थळाच्या मधोमध पोहचू लागला.

धनुष्याला हात लावताच त्या राजकुमारांना कळून चुकले की जी अट आपल्याला सामान्य वाटत होती, ती सोपी नव्हती. लक्ष्य भेद करणे तर दूरच, ते धनुष्यही उचलू शकत नव्हते. काही राजकुमार तर धनुष्य उचलण्याचा प्रयत्न करता करता घामाने चिंब झाले. काही थोडे उचलू शकले, पण त्याच्या वजनामुळे त्यांना धाप लागली. काही तर असे होते की धनुष्य उचलण्याच्या नादात धपकन खाली

पडले.

प्रत्येक राजकुमाराला येणारे अपयश पाहून सभा स्थळी जमलेले लोक जोर जोरात हासू लागले. वातावरणात तीव्र हास्याच्या लाटा उसळू लागल्या. या हासण्यात अपयशी राजकुमारही सामील होते. द्रौपदी मंद मंद हासत आपल्या जागेवर शांतपणे बसून होती.

दुर्योधनासोबत इतर अनेक राजे आणि राजकुमार अपयशी होऊन खाली मान घालून बसले. तोच कर्ण आपल्या जागेवरून उठला आणि धनुष्याच्या दिशेने निघाला.

कर्णाला पाहताच सर्वत्र एकच गोंधळ उडाला. लोक म्हणू लागले, "अरे, हा तर कर्ण आहे, सारथी पुत्र. मग क्षत्रीय कन्या त्याचा वरण कसे काय करील?"

कर्ण दमदार पाऊले टाकीत पुढे निघाला आणि त्याने पापणी मिटण्याच्या आत धनुष्य उचलले. त्याने तेलातील माशांच्या प्रतिबिंबावर नजर रोखून धनुष्याची प्रत्यंचा ओढली तोच सभा स्थळावर द्रौपदीचा आवाज घुमला, "मी सारथी पुत्राचे वरण करू शकत नाही."

हे ऐकताच कर्ण लाजेने खाली वाकला. त्याने शांतपणे धनुष्य आपल्या जागेवर ठेवले आणि मान खाली घालून आपल्या जागी परत आला. अपमान आणि लाज या मुळे तो नजर वर करू शकत नव्हता.

जवळच बसलेल्या दुर्योधनाने विचारले, "तू परत का आलास? तू लक्ष्य भेदन का केले नाहीस? द्रौपदीला बोलण्याचा काही एक अधिकार नाही. स्वंयवरातील असा एक नियम आहे, की कन्या स्वतः काहीही विरोध करू शकत नाही, हे तुला माहीत नाही का? जो अट पूर्ण करेल, त्याला तिला वरावेच लागेल."

कर्ण कसे तरी हासत म्हणाला, "मला द्रौपदी पसंद नाही."

अशा प्रकारे सर्व राजकुमार आणि राजे अपयशी होऊन बसले. हे पाहून पांडवांचे क्षत्रिय रक्त उसळू लागले. भावांनी प्रतिसाद दिल्यावर अर्जुन उठला आणि धनुष्याच्या दिशेने निघाला.

एका तेजस्वी ब्राह्मण युवकाला धनुष्य उचलण्यासाठी वेगाने जाताना पाहून सभेमध्ये पुन्हा एकदा गोंधळ निर्माण झाला. लोक असा विचार करू लागले की जे काम एखाद्या क्षत्रियाला जमले नाही, ते एखादा ब्राह्मण कसा काय करील?" राजकुमार निश्चिंत होते की हा ब्राह्मण काय खाऊन धनुष्य उचलणार? होय, श्रीकृष्णाने मात्र त्याला पहिल्या नजरेतच ओळखले. तो आपला भाऊ बलरामाला म्हणाला, "अरे, हा तर अर्जुन. याचा अर्थ पांडव जिवंत आहेत. ते जळून मेले नाहीत."

अर्जुन तर श्रेष्ठ धनुर्धारी होता. त्याने एखाद्या खेळण्याप्रमाणे ते धनुष्य उचलले. मग तेलाच्या कढईत पाहत त्याने लक्ष्यावर तीर मारायला सुरूवात केली. एक एक करून त्याने पाच तीर थेट माशावर मारले.

आता तर सभेच्या ठिकाणी आनंद आणि उत्साह संचारला. वातावरण टाळयाच्या कडकडाटाने

घुमू लागले. लोक अर्जुनाच्या शौर्याचे कौतुक करू लागले. क्षत्रिय राजकुमार आणि राजांना मात्र ही गोष्ट आवडली नाही. त्यांनी उभे राहून विरोध केला, "हा अन्याय आहे. स्वंयवरात फक्त क्षत्रिय वीरच सहभागी होऊ शकतात. एक ब्राह्मण राजकुमारीचा पती होऊ शकत नाही."

द्रुपदाने मात्र कोणाचे काही ऐकले नाही. तो म्हणाला, "तुम्हाला माहीत असायला हवे की स्वंयवरात जात-पात आणि उच्च-नीचतेचा भेद भाव न करता कोणीही सहभागी होऊ शकतो. शिवाय क्षत्रिय राजवंशांनाही पूर्ण संधी देण्यात आली होती. दुःखाची गोष्ट अशी की त्यांच्यापैकी कोणीच आपल्या शौर्याचे प्रदर्शन करू शकला नाही. आता जर एखाद्या ब्राह्मण युवकाने आपली योग्यता सिद्ध केली असेल, तर त्याला असा विरोध करणे योग्य नाही. .... जा मुली, द्रौपदी. त्या ब्राह्मण युवकाचे वरण कर."

द्रौपदी तर आधीपासूनच या ब्राह्मण युवकावर मोहीत झाली होती. त्याचे शौर्य पाहून मनातल्या मनात तिने त्याचे वरण केले होते. ती हळूहळू चालत पुढे निघाली आणि तिने अर्जुनाच्या गळ्यात वरमाला घातली.

सभेचे ठिकाण हर्ष, उल्हास आणि गगनभेदी घोषणांनी दुमदुमले. पांडवांच्या आनंदाला तर सीमाच नव्हती. पराभूत राजकुमारांचा क्रोध मात्र डोक्यात स्वार होऊन बोलू लागला होता. एक तर आधीच आपल्या पराभवामुळे ते निराश झाले होते. आता द्रौपदीसारख्या सुंदर मुलीला ब्राह्मण वर मिळालेला पाहून अपमानामुळे त्यांची अवस्था वाईट झाली होती. ते म्हणाले, 'राजा द्रुपद, तू जर हा अन्याय थांबवला नाहीस, तर आम्हाला नाईलाजाने कठोर पावले उचलावी लागतील. क्षत्रिय कन्येला ब्राह्मणांच्या अशा प्रकारे ताब्यात देणे धर्माच्या विरूद्ध आहे.'

द्रुपद राजाने काहीही उत्तर दिले नाही. त्याने वधु-वरांना आशीर्वाद दिले. अर्जुन द्रौपदीचा हात आपल्या हातात घेऊन आपल्या भावांच्या दिशेने निघाला.

राजकुमार ओरडले, 'ही फसवणूक आहे. राजा द्रुपदाने आपल्याला इथे बोलावून आपला अपमान केला आहे. आम्ही क्षत्रिय मुलीली ब्राह्मणाची पत्नी होऊ देणार नाही. आम्ही द्रौपदीला या ब्राह्मणाच्या ताब्यातून सोडवू. राजा द्रुपदाला ठार मारू."

सभागृहात एकच गोंधळ सुरू झाला. सर्व राजकुमार एकजूट होऊन अर्जुनाच्या दिशेने निघाले. अर्जुनाच्या नसा नसातूनही क्षत्रियाचेच रक्त वाहत होते. तो आपल्या पत्नीच्या संरक्षणासाठी सज्ज झाला. त्याने पुढे येणाऱ्या राजकुमारांना आव्हान दिले. दुसऱ्याच क्षणी अुर्जनाचे उरलेले भाऊही मैदानात उतरले. स्वंयवर स्थळाचे रणांगणात रूपांतर झाले. पांडव एकेका राजकुमाराला चांगला धडा शिकवू लागले. भीमाने आपल्या दोन्ही हातात झाडांच्या दोन फांद्या घेतल्या आणि त्यांचा गदेसारखा वापर करू लागला. राजकुमारांवर वार करू लागला. अुर्जुनानेही बाणांच्या वर्षावाने राजकुमारांना रक्तरंजित केले. राजकुमारांमध्ये गोंधळ उडाला. पाचही पांडव शौर्याने लढत होते आणि सर्वांना

पराभूत करून ते द्रौपदीला स्वंयवर स्थळावरून सुरक्षित रित्या घेऊन बाहेर पडले. अर्जुन आपली नववधु आणि भावंडासोबत कुंभाराच्या वस्तीच्या दिशेने निघाला.

कुंती घरी एकटीच होती.

तिचे पुत्र सकाळपासून भीक्षाटनासाठी घराबाहेर पडले होते. आता संध्याकाळ व्हायला आली होती, तरीही ते अद्याप घरी परतले नव्हते. कुंती व्याकुळ होऊन आपल्या मुलांची वाट पाहत होती.

तोच घराच्या बाहेर पाचही भाऊ येऊन पोहचले. घराचे दार बंद होते. भीमाने एक नजर द्रौपदीकडे टाकली आणि मग आईला आश्चर्यचकीत करण्यासाठी त्याने बाहेरूनच कुंती मातेला आवाज दिला, "माते, माते, लवकर बाहेर ये. हे बघ, आजा आम्हाला भीक्षेमध्ये किती छानशी वस्तू मिळाली आहे."

आपले पुत्र आल्याचे पाहून कुंती आनंदीत झाली. तिला वाटले खरोखरच त्यांना आज भिक्षेमध्ये एखादा चांगला पदार्थ मिळाला असावा. ती बाहेर न येता आतूनच म्हणाली, "मुलांनो, जे काही मिळाले आहे, ते तुम्ही पाच भाऊ आपसात वाटून घ्या."

"अग माते, तू असं काय म्हणालीस?" भीमाने दुःख आणि आश्चर्याने मातेला विचारले.

"अरे रे, माते!" अर्जुनाचे हृदय वेगाने धडधडू लागले.

मुलांचा घाबरलेला आवाज ऐकून कुंती आश्चर्यचकित झाली. ती धावत धावत आपल्या मुलांकडे आली. अर्जुनासोबत एक सुंदर तरुणी पाहून ती थबकली. त्या तरूणीने सोळा शृंगार केले होते आणि ती एखाद्या राजकुमारीसारखी दिसत होती. काय भानगड आहे ते लगेच कुंतीच्या लक्षात आले. ती मानातल्या मनात पश्चाताप करू लागली, "अरे रे ! मी हे काय बोलून बसले आहे."

द्रौपदीने पुढे होऊन कुंतीच्या चरणांना स्पर्श केला. कुंती तिला बाहुमध्ये घेत म्हणाली, "अर्जुन, आज तू पांचाळच्या राजकुमारीला जिंकून आणले याबद्दल मला आनंद आहे. इतकी सुंदर सून मिळाल्यामुळे अत्यानंदित झाले आहे.. चला, आत चला. चल, मुली, तूही आत चल."

बिचाऱ्या द्रौपदीच्या डोक्यात विचारांचे थैमान सुरू झाले. कुठे तिने एकट्या अर्जुनाला आपला पती म्हणून स्वीकारले होते आणि आता तर ती पाच भावांची पत्नी होण्यास भाग पाडली जात होती. हे लोक आपल्या आईचा शब्द टाळणार नाहीत, याबद्दल तिला पूर्ण खात्री होती.

आपल्या वचनाचे पालन केले जावे, असे आता कुंती कसे काय म्हणू शकत होती? सर्व जण आत आल्यावर कुंती हळूच म्हणाली, "मुलांनो, मी जे काही म्हणाले ते अज्ञानातून बोलले होते. तुम्ही काय जिंकून आणले आहे, ते मला कसे काय माहीत असणार? मला तर वाटले होते की तुम्ही रोजच्या सारखी भीक्षा आणली असणार. त्यामुळे माझ्या म्हणण्याकडे फारसे गंभीर लक्ष देऊ नका. अर्जुन, या सुनेवर फक्त तुझाच अधिकार राहील."

अर्जुन म्हणाला, "नाही माते, मी तुझ्या वचनाचा अनादर करू शकत नाही. आता तर द्रौपदी

आम्हा पाचही भावंडाची पत्नी होईल."

"असे नको बालू, बाळा, " कुंती रडत रडत म्हणाली, "हे योग्य होणार नाही."

युधिष्ठिरही आपल्या मातेची बाजू घेत म्हणाला, "माता, योग्य तेच म्हणत आहे, अर्जुन. द्रौपदीला तु जिंकले आहे. तिने तुला वरले आहे. ती तुझीच पत्नी आहे. कोणतीही स्त्री फक्त एकाच पुरूषाची पत्नी होऊ शकते. एका पेक्षा जास्त पुरूषांची पत्नी होणे अयोग्य आहे. अशा स्त्रीला पत्नी म्हणत नाहीत, तर नगरवधू म्हणतात. हे तर पाप आहे."

अर्जुन म्हणाला, "मातेचे शब्द माझ्यासाठी अंतिम आहेत. दादा, तू आम्हा सर्वांमध्ये थोरला आहेस. धर्म पारायण आहेस, न्यायप्रिय आहेस. तूच मला आईच्या वचनाचे पालन करण्यापासून अडवित आहेस? हा तर अनर्थ आहे. दादा, आता तर हेच योग्य आहे, की आता तूच निर्णय घ्यावा की आपण काय करायला हवे? द्रौपदीशी कशा प्रकारे वागायला हवे?"

युधिष्ठिरही आईच्या शब्दांचे उल्लंघन करण्याचे धाडस दाखवू शकला नाही. त्यामुळे अर्जुनाचे म्हणणे ऐकल्यावर त्याने नाईलाजाने जाहीर केले, "ठीक आहे, आज पासून द्रौपदी आपली पाचही भावंडांची पत्नी झाली आहे."

तोच तिथे आपला भाऊ बलरामासह कृष्ण तिथे येऊन पोहचला. श्रीकृष्ण म्हणाला, "द्रौपदीसारखी सुशील पत्नी मिळाल्याबद्दल तुझे अभिनंदन करतो, अर्जुन."

आपल्यामध्ये श्रीकृष्णाला आलेले पाहून पांडवांच्या आनंदाला पारावार राहिला नाही. युधिष्ठराने विचारले, "आम्ही तर ब्राह्मण वेशात राहतो. तरीही तुम्ही आम्हाला कसे काय ओळखले?"

"त्यात काय अवघड आहे?" श्रीकृष्ण म्हणाला, "वीर राज पुरूषांची लक्षणे का लपून राहू शकतात? तुम्ही स्वंयवराच्या ठिकाणी आले तेव्हाच मी तुम्हाला ओळखले होते."

पांडवांनी श्रीकृष्णाचे मनापासून स्वागत केले. थोडा वेळ श्रीकृष्ण पांडवांसोबत राहिला. मग त्या सर्वांना आशीर्वाद देऊन माघारी गेला.

द्रौपदीचा भाऊ दृष्टद्युम्नही या ब्राह्मणांचा ठाव ठिकाणा माहीत करून घेण्यासाठी त्यांचा पाठलाग करीत कुंभाराच्या वस्तीत आला होता. त्याने श्रीकृष्ण आणि पांडवामधील बोलणी लपून ऐकली होती. या बोलाचालीतून त्याला जेव्हा ही गोष्ट कळली की , हे युवक ब्राह्मण नसून क्षत्रिय राजकुमार पांडव आहेत, तेव्हा तर त्याच्या आनंदाला सीमा उरली नाही. आपल्या बहिणीचा विवाह राज घराण्यात झाला, याचा त्याला आनंद झाला होता. तो जास्त वेळ तिथे थांबला नाही. आल्या पावली परत फिरला. राज महालात येऊन त्याने द्रुपद राजाला सांगितले, "पिताजी, आपण ज्यांना ब्राह्मण समजत होतो, तर हस्तिनापूरचे राजकुमार निघाले. द्रौपदीने पांडु पुत्र अर्जुनाला वरले आहे."

"ठीक आहे." द्रुपद म्हणाला, "ही तर अतिशय आनंदाची बातमी आहे. आता मी द्रोणाचार्याच्या अपमानाचा बदला सहजपणे घेऊ शकेल. पांडवांना संदेश पाठवा की विवाहाचा विधिवत संस्कार पूर्ण

करण्यासाठी इथे या."

"असेच होईल, पिताजी."

□□

पांडवांना पांचाळ नरेश द्रुपदाचा निरोप मिळाला की त्यांनी ताबडतोब राज महालात यावे म्हणजे विधिवत विवाहाबद्दल सल्ला मसलत करता येईल.

पांचाळ नरेशाच्या निमंत्रणानुसार पांडव राजमहालात पोहचले. पाचही भावंडासोबत माता कुंती आणि द्रौपदीही होती. द्रुपदाने त्यांचे उत्साहात स्वागत केले. त्यांची वास्तविकता आपल्याला कळली आहे, हे द्रुपदाने त्यांना कळू दिले नाही. पांचाळ नरेशाने विशेष मेजवानीचे आयोजन केले आणि पांडवांचा योग्य प्रकारे सन्मान केला.

नंतर पाचही भावंडांनी राजमहालाचा फेर फटका मारला. त्यांनी राजमहालातील प्रत्येक गोष्ट आवडीने पाहिली. विशेषतः त्यांनी शस्त्रागारात जास्त वेळ घालविला. शस्त्रागरात एकापेक्षा एक श्रेष्ठ शस्त्रे आणि अस्त्रे ठेवलेली होती. ते स्वतः वीर असल्यामुळे एकेक शस्त्र बारकाईने उचलून पाहत होते. एक दुसऱ्याला त्याची वैशिष्ट्ये सांगत होते.

त्यांची ही आवड पाहून पांचाळ नरेशाला त्यांची वास्तविकता जाणून घेण्याचा बहाणा मिळाला. जेव्हा पाचही भाऊ राजमाहालात फिरून परत आले. द्रुपदाजवळ बसले तेव्हा पांचाळ नरेश युधिष्ठिराला म्हणाला, "तुम्हाला असलेली शस्त्रां-अस्त्रांची आवड पाहून मला शंका येत आहे. ब्राह्मणांना तर शस्त्रा-अस्त्रांची काही आवड असत नाही. ही तर क्षेत्रियांची आवड असते. तुम्ही तर कधी खोटे बोलत नाहीत, आता तुम्ही कोण आहात ते खरोखर सांगून टाका."

आता युधिष्ठिराला आपली वास्तविकता लपविता आली नाही. तो हळूच म्हणाला, "पांचाळ नरेश, तुमची शंका योग्य आहे. आम्ही ब्राह्मण नाहीत, आम्ही पांडु पुत्र आहोत."

"वास्तविक पाहता आम्ही आमचे चुलत भाऊ कौरवांच्या कट कारस्थानाला बळी पडल्यामुळे अशा प्रकारे दारो दार भटकत आहोत. ते आमच्या जीवावर उठले आहेत. त्यांनी आम्हाला वारणावतात लाखेच्या घरात जाळून मारण्याचा प्रयत्न केला, पण नशिबाने आम्ही वाचलो. मागील एक वर्षापासून आम्ही कौरवांपासून आपला बचाव करीत ब्राह्मण वेशात शहरो शहरी भटकत आहोत."

"अरे रे! दुर्योधनाचे असे धारिष्ट्य? हा तर सरळ सरळ अन्याय आहे. ठीक आहे, आता दुःखद भूतकाळ विसरून जा."

पांचाळ नरेश म्हणाला, "द्रौपदीने क्षत्रिय वंशातील अर्जुनाला वरले याचा मला अतिशय आनंद झाला आहे. अर्जुनाचे शौर्य कोणाला माहीत नाही? आता तुम्ही लोक घाबरू नका. कौरव तर माझेही शत्रू आहेत. त्यांनी माझे आर्धे राज्य बळकावले आहे. आता आपण दोघे एकत्रितपणे त्यांच्या अन्यायाचा प्रतिकार करू."

थोडा वेळ इकडच्या तिकडच्या गप्पा झाल्यावर द्रुपद म्हणाला, ''आता आपण द्रौपदी आणि अर्जुनाचा विवाह लवकरच उरकून टाकायला हवा. म्हणजे मग आपण एक दुसऱ्याचे खूप जवळचे नातेवाईक होऊन शत्रूचा विनाश करू शकू. ''

एक क्षणभर शांत राहून युधिष्ठिर म्हणाला, ''तुमचे म्हणणे योग्य आहे. हा विवाह लवकरात लवकर संपन्न व्हावा, अशी आमचीही इच्छा आहे. पण या विवाहात फक्त अर्जुनच एकटा सहभागी होणार नाही.''

''म्हणजे काय? मला काही कळले नाही.'' द्रुपद आश्चर्याने म्हणाला.

''मी जे काही सांगणार आहे, ते ऐकल्यावर कदाचित तुम्हाला सर्व काही विचित्र वाटेल, पण आमचा नाईलाज आहे.''

''कसला नाईलाज? जरा स्पष्ट करून मोकळेपणाने सांगा.''

''द्रौपदीशी आम्ही पाचही भाऊ विवाह करणार आहोत.''

''काय?'' द्रुपद जणू आकाशातून जमिनीवर आपटला.

''होय, पांचाळ नरेश. द्रौपदी आमची पाचही भावंडाची पत्नी होणार आहे. आम्हाला जेव्हा केव्हा एखादी वस्तू मिळाली आहे, ते आम्ही पाच जणांनी सारखी वाटून घेतली आहे. यावेळीह त्यामुळे तसेच होईल.''

''पण हा तर अधर्म आहे.'' द्रुपद तीव्र स्वरात म्हणाला.

युधिष्ठिराने दोनच शब्दात उत्तर दिले, ''आमच्यासाठी हाच धर्म आहे.''

द्रुपद खूप मोठ्या गोंधळात सापडला. आपल्या मुलीला एके दिवशी पाच पाच पतींना वरावे लागणार आहे, याचा त्याने कधीही विचार केला नव्हता. अर्जुनासारखा वीर क्षत्रिय आपल्या मुलीला पती म्हणून मिळाला आहे, याचा त्याला खूप आनंद झाला होता, पण आता युधिष्ठिराचे म्हणणे ऐकल्यावर त्याची स्थिती द्विधा झाली. ते हळूहळू म्हणाले, ''युधिष्ठिर, तू तर धर्म प्रिय व्यक्ती आहेस. हे कसे काय योग्य आहे, याचा तूच विचार कर. एका स्त्रीने पाच पाच पुरूषांशी विवाह केल्याचे मी आतापर्यंत कधीही ऐकले नाही. द्रौपदी जर पाच पाच पतींची पत्नी झाली तर जग काय म्हणेल?''

युधिष्ठिराला स्वतःलाही हे वास्तव माहीत होते. तरीही तो म्हणाला, ''तुमचे म्हणणे खरे आहे, पण माझा नाईलाज आहे....''

''तुम्ही या विषयावर पुन्हा एकदा विचार करावा, हेच चांगले होईल.''

''आम्ही चांगल्या प्रकारे विचार केला आहे. हा आमचा अंतिम निर्णय आहे.''

''अरे रे!'' द्रुपदाने कपाळावर हात मारला, ''हे देवा, आता काय होईल?''

तोच तिथे महर्षी व्यास आले. उपस्थित लोकांनी उठून महर्षी व्यासांचे स्वागत केले. द्रुपदाने आदराने त्यांना आसनावर बसविले. महर्षींनी विचारले, ''खूप काळजीत दिसतोस द्रुपद! काय झाले?''

द्रुपद म्हणाला, "महर्षी अतिशय बिकट समस्या आहे. आता तुम्हीच आम्हाला एखादा मार्ग सूचवू शकता. एक कन्या पाच पुरूषांना कसे काय वरू शकेल?"

"ओह !" महर्षी व्यास हासून म्हणाले, "तुला कदाचित द्रौपदीची काळजी वाटत आहे. पण प्रारब्ध मात्र असेच आहे. तू त्याला अडवू किंवा थांबवू शकत नाहीस. द्रौपदीच्या नशिबात पाच पाच व्यक्तीचे प्रेम आणि सुख लिहिलेले आहे."

"हे कसले आले भाग्य, महर्षी?"

महर्षी म्हणाले, "याची खूप मोठी कथा आहे. ऐक, मी तुला सांगतो, की द्रौपदीला हे सौभाग्य कसे काय मिळाले आहे ते. मागील जन्मात द्रौपदीचे नाव नलयनी होते. ती अतिशय सति साध्वी स्त्री होती. तिची गणना भारतातील पाच आदर्श स्त्रियांमध्ये होत होती. तिचा विवाह एका महर्षीशी झाला होता. त्यांचे नाव मौदगुल्य होते. ते फक्त शरीरानेच जर्जर आणि कृशकाय होते असे नाही तर ते रोगी आणि कोडीही होते. नलयनीने मात्र आपल्या पतीचा कधीही तिरस्कार केला नाही. ती नेहमी तन-मन-धनाने पतीची सेवा करून ती स्वतःला धन्य समजत असे. पती ज्या परिस्थितीत ठेवत असे, त्या स्थितीत ती समाधानी आणि आनंदी राहत असे. नलयनी तरुण आणि सुंदर होती, तरीही तिने आपल्या सर्व इच्छांचे दमन करून पतीची निस्वार्थ भावनेने अनेक वर्षे सेवा केली. एके दिवशी अचानक तिचा पती निरोगी, शक्तिमान आणि सुंदर व्यक्तीमध्ये रुपांतरित होऊन म्हणाला, "नलयनी, तुझ्या सेवेमुळे मी अतिशय प्रसन्न झालो आहे. खरं तर मला कोड नव्हते की मी आजारी नव्हतो. मी म्हातारा नव्हतो की कृशकाय नव्हतो. मला तर देवांनी तुझी परीक्षा घेण्यासाठी पाठविले होते. या परीक्षेत तू पूर्णपणे सफल झाली आहेस. वास्तविक अर्थाने अर्धांगिनी म्हणजे काय असते, ते तू सिद्ध करून दाखविले आहेस. तुझ्यासारखी पत्नी मिळाल्यामुळे मी उपकृत झालो आहे. माग, तुला काय हवे आहे? " नलयनी आनंदी होऊन म्हणाली, "तुम्ही मिळाले हेच माझ्यासाठी पुष्कळ आहे."

त्या दिवसापासून ते दोघे पती पत्नी म्हणून आनंदात आणि सुखात जीवन व्यतित करू लागले. नलयनी आतापर्यंत न मिळाले सर्व प्रकारचे सुख उपभोगित होती. ते अनेक वर्षे एक दुसऱ्यावर प्रेम करीत राहिले. मग एक वेळ अशी आली की मौदगल्यामध्ये वैराग्य निर्माण झाले. ते संसार आणि घर गृहस्थीच्या मोह मायेतून बाहेर पडून तपश्चर्या करण्यासाठी निघाले. म्हणून मग त्यांनी एके दिवशी नलयनीला सोडून देण्याचा निर्णय घेतला. नलयनीला हे कळल्यावर ती खूप दुःखी झाली. तिने पतीला अनेक प्रकारे समजावून सांगितले, पण त्याने काही एक ऐकले नाही. घर-संसार सोडून ते तपश्चर्या करायला निघून गेले. नलयनीवर तर जणू काही डोंगर कोसळला. तिला दुसरे काही नाही, आपला पती हवा होता. म्हणून मग तिनेही तपश्चर्या करून भगवान शंकराची आराधना सुरू केली. तिचे घोर तप पाहून भगवान शंकराला तिची दया आली. ते नलयनीसमोर उपस्थित होऊन तिला म्हणाले, "उठ, नलयनी ! मी तुझ्या तपश्चर्येमुळे प्रसन्न झालो आहे. सांग तुला काय हवे आहे."

नलयनी भावनावेगात म्हणाली, "मला पती हवा आहे. पती, पती, पती, पती..."

"तथास्तू!" भगवान शंकर म्हणाले, "तुला पाच पती मिळतील."

"पाच पती?" नलयनी चकीत झाली, "मी पाच पतींचे काय करू?"

"का? तूच तर पाच वेळा पती मागितला. त्यामुळे आता तू पाच पतींची पत्नी होशील."

नलयनी मौन झाली. तिला माहीत होते, आता काहीही होऊ शकणार नाही. कारण भगवान शंकराने जे काही सांगितले आहे, ते झाल्याशिवाय राहणार नाही. त्यामुळे मग पुढच्या जन्मी तिच नलयनी द्रौपदी म्हणून तुझ्या घरी जन्माला आली. मागील जन्मात मिळालेल्या वरानुसार या जन्मी तिला पाच पती मिळाले आहेत. हे सर्व देवाने निर्माण केलेले प्रारब्ध आहे. ते कोणीही टाळू शकत नाही. म्हणून मग हे सर्व देवाची इच्छा आहे, असे समजून तूही याचा स्वीकार कर."

महर्षी व्यासांचा म्हणणे ऐकल्यावर द्रुपद काहीही बोलला नाही. लाचार होऊन त्याला युधिष्ठिराचे म्हणणे मान्य करावे लागले.

पाचही भावंडांचा मग द्रौपदीशी विधिवत विवाह झाला.

द्रौपदी युधिष्ठिर, भीम, अर्जुन, नकुल आणि सहदेव या पाच जणांची पत्नी झाली. त्यांनी अशी आचार सहिता तयार केली की द्रौपदी प्रत्येक पतिसोबत एक एक वर्ष राहील. ज्या वर्षी ती कोणा एखाद्या भावाकडे असेल तेव्हा उरलेले चार भाऊ द्रौपदीचा विचारही करणार नाहीत. इतेकच नाही, तर असा नियम करण्यात आला की समजा कोणी चुकून तिच्या कक्षात गेले, तर त्याला बारा वर्षांसाठी घरातून काढून दिले जाईल आणि पवित्र नद्यांमध्ये स्नान करून त्याला प्रायश्चित घ्यावे लागेल. (ही आचार संहिता नारदाच्या सल्ल्यानुसार तयार करण्यात आली होती. त्याचा उल्लेख पुढे करण्यात आला आहे.)

द्रौपदी आळी पाळीने पाच पतींच्या सेवेत लीन झाली.

(सात)

पांडव हस्तिनापुराहून बाहेर पडले होते तेव्हापासून त्यांच्याविषयी काळजी करणारे फक्त एकटे विदुरच होते. त्यांना पांडवांच्या हालचालीबद्दल योग्य प्रकारे माहिती मिळत होती. पांचाळमध्ये जे काही झाले होते ते विदुराला कळले होते. द्रौपदीसारखी सुशील आणि सुंदर कन्या आपल्या वंशाची सून झाली आहे, याचा त्यांना खूप आनंद झाला होता.

अर्थात कौरव मात्र नक्कीच संतप्त झाले होते. पांडव मेले आहेत असे समजून ते आतापर्यंत निश्चिंत होते. पण आता त्यांना कळले होते की पांडव फक्त जिवंतच आहेत असे नाही तर आपला शत्रू पांचाळ नरेश द्रुपदाचे नातेवाईकही झाले आहेत.

दुर्योधनाला पुरोचनाचा प्रचंड राग येत होता. त्याच्यावरच पांडवाला जाळून मारण्याची जबाबदारी

सोपविण्यात आली होती. पुरोचन स्वतः तर पाच अनोळखी नगरवासियांसोबत जळून ठार झाला होता आणि पांडव मात्र मागील एका वर्षांपासून जिवंत होते.

एके दिवशी विदुराने ही सूचना धृतराष्ट्राला दिली, "ही किती आनंदाची बाब आहे, की द्रौपदीसारखी सुशील कन्या आपल्या वंशातील सून म्हणून येत आहे."

धृतराष्ट्र म्हणाला, "म्हणजे काय द्रौपदीने दुर्योधनाला वरले आहे? व्वा, व्वा ! ही खरोखरच अतिशय़ आनंदाची बातमी आहे."

"नाही, महाराज. तुम्ही चुकीचे समजले आहे. द्रोपदीने अर्जुनाला वरले आहे." विदुराने सांगितले.

घृतराष्ट्र थोडा निराश झाला, तरीही आपला आनंद जाहीर करीत तो म्हणाला, "मग काय झाले? पांडव सुद्धा आपल्याच कुळाच दीपक आहेत. द्रौपदी तर आपल्याच वंशात सून म्हणून आली आहे. तिच्या स्वागताची भरपूर तयारी करा."

दुर्योधनाला आपल्या वडिलांची ही गोष्ट आवडली नाही. एकांत मिळताच तो धृतराष्ट्रावर संतप्त झाला, "तुम्ही असे कसे वडील आहात? तुम्हाला तुमच्या मुलांच्या शत्रूच्या विजयाचा आनंद होत आहे? तुम्हाला माहीत नाही, पांचाळ नरेश द्रुपद आमच्या प्राणांचा वैरी आहे."

धृतराष्ट्राचे आपल्या मुलांवर खूप प्रेम होते, पण पांडु पुत्रांबद्दलही त्याच्या मनात अपार माया होती. प्रत्येक स्पर्धेत आपले पुत्र पांडवाच्या मागे आहेत, हे पाहून त्याला दुःख नक्की होत असे. तो जन्मांध होत आणि त्याला फक्त आपल्या मुलांचाच आधार होता. म्हणून मग दुर्योधनाची निराशा जाणवून घेत तो म्हणाला, "नाही बेटे, असे काही नाही. मला खरा आनंद तेव्हाच झाला असता जेव्हा तू द्रौपदीला जिंकून आणले असते. हे तर मी विदुरासमोर असेच म्हणालो होतो. तुला तर माहीत आहेच की विदुर पांडवाच्या बाजूने आहे. त्याच्या समोर असे तसे काही बोललो असतो, तर पांडवाचे कान काय बोलून भरले असते काय माहीत? "

"आता आपण पांडवांपासून सतर्क रहायला हवे," दुर्योधन म्हणाला, "खरं तर दुसऱ्या कोणत्या प्रकाराने का होईना पांडवांना संपवूनच टाकायला हवे, हेच जास्त चांगले होईल. नाही तर मग ते पांचाळ नरेशाशी मिळून आपले जगणे अवघड करून टाकतील. खरं तर पांचाळवर हल्ला केला होता, तेव्हाच आपण द्रुपदालाही मृत्यूदंड द्यायला हवा होता. गुरू द्रोणाचार्यामुळे आम्हाला त्याला जिवंत सोडावे लागले होते. तेव्हा तर पांडवांनीही त्याच्यावर हल्ला केला होता, पण आता ते त्याचे जावई झाले आहेत. त्यामुळे त्याचा सर्व राग आता आमच्यावरच निघेल. तो आम्हाला पराभूत करून आपल्या अपमानाचा नक्कीच बदला घेईल."

धृतराष्ट्र लाचार होता. हळूच म्हणाला, "तुला काय करायचे आहे?"

"पांडवांना इथे बोलून चतुराईने त्यांना मारून टाकायला हवे. त्यांना विष देऊन नेहमीसाठी आपल्या मार्गातून दूर करायला हवे."

धृतराष्ट्र मनातल्या मनात थरथरला, पण उघड विरोध करू शकला नाही. म्हणाला, "बेटा, जे काही करायचे असेल ते विचार पूर्वक कर. आधीही एकदा तू त्यांचा विनाश करण्याचा प्रयत्न केला होतास, पण त्याचा काहीही परिणाम झाला नाही. त्यामुळे जेष्ठांशी सल्ला मसलत करणेच चांगले. भीष्म, विदुर आणि गुरू द्रोण यांच्याशी सल्ला मसलत कर. ते तुला योग्य मार्गदर्शन करतील."

त्याच वेळी भीष्म, विदुर आणि गुरू द्रोणाचार्य यांना बोलावण्यात आले. धृतराष्ट्र त्यांना म्हणाला, "पांडव एका वर्षांपासून हस्तिनापूरच्या बाहेर राहिले आहेत. आता त्यांच्यासोबत द्रौपदीही आहे. आता आपण काय करायला हवे, ते कृपा करून आम्हाला सांगा."

दुर्योधन म्हणाला, "कोणताही विचार करण्यापूर्वी या वास्तवाचा विसर पडू देऊ नका, की ते आपल्या शत्रूचे जावई आहेत."

भीष्माने एका क्षणात सर्व काही समजून घेतले. म्हणाले, "ऐक दुर्योधन, पांडव काही परके नाहीत. तेही आपल्याच कुळाचे कुलदीपक आहेत. त्यांनी आतापर्यंत जे काही केले आहे, ते धर्मानुसारच केले आहे. प्रजेमध्ये त्यांना आदर आहे. त्यांचे शौर्य आणि वीरता तसेच बुद्धीला जगात मान दिला जातो. आज ते द्रौपदीसारख्या सुशील आणि सुंदर युवतीचे पती आहेत. आपल्याला तर त्यांचा अभिमान वाटायला हवा. त्यामुळे आपण मनापासून त्यांचे आणि नववधूचे स्वागत करायला हवे, हेच सर्वोत्तम होईल. ते एका वर्षापासून राजधानीच्या बाहेर भटकत आहेत. आता आपण न्यायाने त्यांचा अधिकार त्यांना द्यायला हवा. कौरवा इतकांच त्यांचाही या राज्यावर अधिकार आहे. पांडुने आपल्या शक्ती सामर्थ्याने या राज्याचा विस्तार केला आहे."

दुर्योधन आपला क्रोध दडविण्याचा प्रयत्न करीत म्हणाला, "तुम्हाला काय म्हणायचे आहे? आपण आपल्या शत्रूला आपण होऊनच आमंत्रित करावे की काय?"

"कसले शत्रुत्त्व?" भीष्माने विचारले, "जी काही थोडी फार कटुता निर्माण झाली आहे, तिचे मैत्रित रुपांतर व्हायला वेळ लागणार नाही. आपण शक्य तितक्या लवकर पांडवांना इथे बोलावून युधिष्ठिराला त्याचा अधिकार सोपवायला हवा. हेच न्यायसंगत आहे."

विदूर म्हणाला, "भीष्म ठीक बोलत आहेत. आम्ही पांडवाना या आधी काही कमी त्रास दिलेला नाही; तरीही ते नेहमीच संकटावर मात करून वर आले आहेत. आता आपण आपली चूक मान्य करायला हवी. त्यांच्यासोबत बरोबरीने वागायला हवे. आधीच आपली खूप बदनामी झाली आहे."

"आता तुम्हाला काय म्हणायचे आहे, गुरूदेव?" दुर्योधनाने आशेने द्रोणाचार्यांकडे पाहत विचारले.

द्रोणाचार्यांना सर्व स्थिती चांगल्या प्रकारे माहीत होती. चुलत भांवडात संघर्ष झाला तर परिस्थिती चिघळेल, हे त्यांन माहीत होते. पांडवांचे शौर्य कोणाला माहीत नव्हते. शिवाय द्वारकाधिश श्रीकृष्ण पांडवांच्या मदतीला होते. गरज पडल्यावर ते पांडवांना मदत करू शकत होते. शिवाय पांचाळ नरेशाचे

सहकार्यही मिळाले होते. त्यामुळे तेही दुर्योधनाला तेच म्हणाले, जे भीष्म आणि विदुर यांनी सांगितले होते. सोबतच त्यांनी इशाराही दिला, "मागील चुकांपासून धडा घ्या. संघर्षाच्या मार्गाने गेल्यावर काहीही मिळणार नाही. पांडवांसोबत मिळून मिसळून रहा."

या बोलण्याचा परिणाम असा झाला की दुर्योधनाची बोलती बंद झाली. तो मनातच कुढत राहिला. भीष्म आणि इतरांच्या मताशी घृतराष्ट्र असहमती व्यक्त करू शकत नव्हता. म्हणाला, "ठीक आहे. तुमचे सर्वांचे असेच म्हणणे असेल, तर पांडवांना नववधूसह हस्तिनापूरला आणण्याची व्यवस्था करा. विदुरजी, तुम्हीच हस्तिनापूरला जा आणि पांडवांना आदराने हस्तिनापूरला घेऊन या. पांचाळ नरेशालाही आपल्या शुभेच्छा द्या. पांडव आल्यावर आम्ही मग तुमच्याशी विचार करून हा निर्णय घेऊ की भविष्यात कौरव आणि पांडव सदभावनेने कसे काय राहतील."

विदुर खूप साऱ्या शुभेच्छा आणि भेटी सोबत घेऊन पांचाळकडे रवाना झाले.

□□

दुर्योधनाची रात्रीची झोप आणि दिवसांची चैन उडाली होती. हस्तिनापूरात पाडंव रहायला यावेत, हे त्याला कोणत्याही प्रकारे सहन होत नव्हते.

क़र्णाला त्याची ही परिस्थिती समजत होती. तो म्हणाला, "दुर्योधन, इतके परेशान होण्याची काही आवश्यकता नाही. वडिलधाऱ्या मंडळीच्या बोलण्याकडे आपण इतके लक्ष देण्याची काही आवश्यकता नाही. विदर तर सुरूवातीपासूनच पांडवांचा हितचिंतक आहे. शिवाय भीष्मही मनातल्या मनात त्यांच्यावरच प्रेम करतात. बाकी उरले द्रोणाचार्य. त्यांचे म्हणणे इतके काय मनावर घ्यायचे? राजकारण कसे असते, ते त्यांना काय माहीत? त्यांना तर फक्त अस्त्र आणि शस्त्र चालविणे माहीत आहे. राजकारणात चतुराईने काम करायला हवे. त्यामुळे उत्तम गोष्ट हीच आहे, की पांडवांनी किंवा पांचाळ नरेशांना काही जोरादर पाऊल उचलायच्या आधीच आपण त्यांच्यावर हल्ला करायला हवा."

"तुझा विचार योग्य आहे, कर्ण." दुर्योधन म्हणाला, "तुझ्यासारखा वीर आमच्यासोबत आहे. त्यामुळे मला पूर्ण खात्री आहे, की एके दिवशी आपण नक्कीच पांडवांवर मात करू."

□□

विदुर असीम शुभेच्छा आणि मौल्यवान भेटींसह पांचाळला पोहचला.

पांचाळ नरेश द्रुपदाने त्याचे मनापासून स्वागत केले. त्यांचे आगमन झाल्याचे कळल्यावर पांडवही त्यांना भेटण्यासाठी आले. द्रुपदाने विचारले, "कसे काय येण केलेत, महात्मा विदुर? हस्तिनापूरमध्ये सर्व काही कुशल क्षेम आहे ना? "

"पांचाळ नरेश, मी महाराज धृतराष्ट्र आणि त्यांचे पुत्र यांच्याकडून शुभेच्छा तसेच भेटी घेऊन

आलो आहे. आता तर आपण जवळचे नातेवाईक झालो आहोत. त्यामुळे जुने शत्रुत्त्व विसरून जा. मी पांडवांना आणि सुनेला हस्तिनापूरला नेण्यासाठी आलो आहे. ”

द्रुपदाने डोळे वर करून युधिष्ठिराकडे पाहिले. युधिष्ठिराला काही बोलवले गेले नाही. कौरव आपल्यासोबत कशा प्रकारे वागले होते, हे तो विसरू शकत नव्हता. फक्त विदुरामुळेच ते प्रत्यक्ष मृत्यूच्या दाढेतून परत आले होते. आता तेच विदुर त्यांना हस्तिनापूरला नेण्यासाठी आले होते. युधिष्ठिराशिवाय इतर चार भाऊ अचानकपणे विचार करू शकत नव्हते की त्यांनी काय करायला हवे आणि काय बोलायला हवे.

द्रुपद म्हणाला, “ही तर आनंदाची गोष्ट आहे, की तुम्ही पांडवांना घ्यायला आला आहात. शेवटी पांडव आणि द्रौपदीचे वास्तविक घर तर हस्तिनापूरच आहे. माझ्या बाजूने काही हरकत नाही. पांडव त्यांना योग्य वाटेल तसा निर्णय घेऊ शकतात.”

विदुराने विचारले, “तुमचा काय विचार आहे, बाळांनो? कधी निघायचे आहे?”

या विषयावर योग्य प्रकारे विचार करावा, असे युधिष्ठिराला वाटत होते. म्हणून मग त्यांनी उत्तर दिले, “लगेच हस्तिनापूरला येणे शक्य होणार नाही. आता तर आम्ही पांचाळ नरेशांचे पाहुणे आहोत. ते जसे म्हणतील तसेच आम्ही करू. आम्हाला विचार करण्यासाठी थोडा वेळ द्या. ”

विदुराने काहीही हट्ट केला नाही. पांडवांनी एकदा कौरवाकडून धोका खाल्ला आहे, हे त्यांना माहीत होते. त्यामुळे आता ते प्रत्येक पाऊल विचार पूर्वक टाकण्याच्या स्थितीत आहेत.”

त्याच दिवसात श्रीकृष्णही पांचाळला आले होते आणि त्यांनी राजमहालातच आपला मुक्काम ठोकला होता. पांडवांनी या विषयावर त्यांना सल्ला मागितला तेव्हा ते म्हणाले, “अशा प्रकारे आपला अधिकार सोडणे योग्य नाही. माझ्या मते तर तुम्ही लगेच हस्तिनापूरला जायला हवे. हवे तर मी तुमच्यासोबत येतो.”

आता पांडवाना काय हरकत असणार? त्यांनी द्रुपदाचा निरोप घेतला आणि विदुर तसेच कृष्णासोबत हस्तिनापूरच्या दिशेने निघाले.

त्यांचे आगमन झाल्यावर धृतराष्ट्राने अतिशय भव्य स्वागत केले. कुलवधुला आशीर्वाद दिला.

काही दिवस शांततेत गेले.

एके दिवशी धृतराष्ट्राने युधिष्ठिराला बोलावून सांगितले, “बेटा, जिवंतपणी मी माझे कर्तव्य पार पाडावे, अशी आता वेळ आली आहे. माझ्या नंतर तुम्हा चुलत भावंडांत कोणत्याही प्रकारचा कलह किंवा वाद व्हावा, असे मला वाटत नाही. या राज्यावर तुमचाही बरोबरीचा अधिकार आहे. म्हणून मी राज्याचे दोन समान भाग करतो आणि खांडवप्रस्थ तुम्हाला देतो. तुम्ही तिथे जाऊन स्थायिक व्हा. तुमची चुलत भावंडे हस्तिनापुरातच राहतील. माझा हा निर्णय तुला मान्य आहे की नाही, ते लगेच सांगून टाक.”

युधिष्ठिर एक क्षण शांत राहिला. कौरवाकडून राज्याधिकार मिळविणे, ही काही सोपी गोष्ट नसल्याचे त्याला माहीत होते. त्यामुळे धृतराष्ट्राचा हा निर्णय मान्य करण्यातच शहाणपणा होता. तो म्हणाला, ''तुमचा हाच निर्णय असेल, तर आम्हाला तो मान्य आहे.''

□□

अशा प्रकारे पांडवांच्या वाट्याला खांडवप्रस्थ आले.

युधिष्ठिर आपली भावंडे आणि मातेसह तसेच पत्नीसह खांडवप्रस्थात आले.

खांडवप्रस्थाचा परिसर वस्ती करण्यासाठी अतिशय अयोग्य होता. चहु बाजूला उजाड आणि ओबड धोबड जमिन तसेच जंगल होते. दूर दूर वर कुठेही लोक वस्ती नव्हती. तरीही राहण्यासाठी काही तरी जागा मिळाली म्हणून पांडव समाधानी होते. कौरवांशी शत्रुत्त्व तर असे होते, की त्यांना पांडवांना हस्तिनापूरातून तर हुसकावून लावलेच असते, शिवाय राज्यातील जमिनीवरही पाय ठेवू दिला नसता.

पांडव उद्योगी होते. खांडवप्रस्थाला राहण्यासाठी योग्य बनविण्याचा त्यांनी निर्णय घेतला. त्यांचा हस्तिनापूरमधील कारागिरावर विश्वास नव्हता. कारण कदाचित कौरव तिथून पुरोचन सारख्या कारागिराला पाठवतील आणि मग ते असा महाल तयार करतील की पांडव त्यात जळून खाक होतील. म्हणून मग श्रीकृष्णाच्या सहकार्याने द्वारकेतील चांगल्या चांगल्या कारागिरांना खांडवप्रस्थावर बोलावण्यात आले. मग भूमिपूजन करून पुन्हा नव्याने नवीन नगरी वसविण्याला सुरूवात केली.

पाहता पाहता खांडवप्रस्थासारख्या निर्जन प्रदेशाचा कायापालट झाला. पांडवांसाठी अलिशान महालाशिंवाय एक किल्ला तयार करण्यात आला. नगरीत चहुकडे बाग-बगिचे, पूजा स्थळाच्या इमारती, रुंद रस्ते आणि मोठ मोठ्या बाजारपेठा निर्माण करण्यात आल्या. नगराची शोभा तर पाहण्यासारखी झाली होती. काही दिवसांपूर्वी ही ओसाड जमिन होती, याची कोणी कल्पनाही करू शकत नव्हते. या नव्या नगराचे नाव दूर दूरपर्यंत पसरले. पांडवांची वीरता आणि योग्यता सर्वांना माहीत होती. त्याचा परिणाम असा झाला की देश विदेशातील लोक तिथे राहण्यासाठी येऊ लागले. सामान्य नागरिकांशिवाय मोठ्या मोठ्या व्यापाऱ्यांनीही खांडवप्रस्थाला स्वीकारले. जो प्रदेश इतके दिवस ओबड धोबड पडला होता, तिथे आता उत्साह पसरला होता. श्रीकृष्णाच्या आशीर्वादाने युधिष्ठिराने या नवीन राज्याचा कारभार हातात घेतला. नव्या राज्याचे नाव खांडवप्रस्थ बदलून इंद्रप्रस्थ असे ठेवण्यात आले.

श्रीकृष्ण आपले काम उरकून द्वारकेला परत गेले. जाता जाता ते म्हणाले, ''बंधुनो, कधी काही संकट आले तर माझ्याकडे निंःसंकोचपणे या.''

□□

नवीन नगरीची चर्चा नारदाच्या कानावर गेली. एके दिवशी ते तेथील शोभा पाहण्यासाठी आले.

युधिष्ठिराने त्याचे योग्य प्रकारे स्वागत केले. नगरातील उत्साह आणि पांडवांचे यश पाहून नारद खूप आनंदी झाले. ते युधिष्ठिराला म्हणाले, "बाकी सर्व तर ठीक आहे, पण एकाच स्त्रीला पाच भावांनी आपली पत्नी केली आहे. हा नक्कीच काळजीचा विषय आहे."

"यामध्ये काळजी कशी आलीय, मुनीवर?" युधिष्ठिर म्हणाले, "आम्ही भाऊ म्हणजे पाच शरीर एक आत्मा आहोत. आमच्यात कशावरूनही कलह -वाद होण्याची शक्यता नाही."

"धर्मवीर, तुमच्या सारखेच एक दुसऱ्यावर प्राणपणाने प्रेम करणारे दोन भाऊ होते. त्यांची नावे होती सुंद आणि उपसुंद. एकदा असे झाले की ते दोघेही तलोत्तमा नावाच्या एका अप्सरेसाठी वेडे झाले. कोणीही तिच्याशिवाय राहू शकत नव्हते. त्यातून त्या दोघांमध्ये इतकी स्पर्धा वाढली की एके दिवशी त्या दोघांनी आपसात युद्ध केले. युद्धामुळे कधी कोणाचे भले झाले आहे का? दोघेही मग एक दुसऱ्याशी युद्ध करून मारले गेले. त्यामुळे आता मला भीती वाटते की तुम्ही पाच भाऊ सुद्धा एका स्त्रीसाठी आपसात लढून मारले जाऊ नयेत."

युधिष्ठिर हासून म्हणाला, "तुम्ही निश्चिंत रहा, मुनिवर. आमच्यामध्ये असे कधीही होणार नाही."

"तरीही माझे ऐका. एक तरी असा नियम बनवा की त्यामुळे तुम्हाला एक दुसऱ्याशी लढण्याची वेळ येणार नाही."

"आता तुम्हीच एखादा नियम बनवून द्या."

"ठीक आहे." नारद मुनी जरा विचार करून म्हणाले, "असे करा, द्रौपदीला आळी पाळीने पाच भावांकडे प्रत्येकी एक वर्ष रहावे लागेल. या काळात दुसरा भाऊ द्रौपदीकडे पाहणारही नाही. हा नियम समजा कोणी मोडला तर त्याला बारा वर्षांसाठी राज्यातून बाहेर जावे लागेल."

"तुमची आज्ञा शिरसावंद्य. असेच होईल."

नारदजी असा नियम तयार करून निघून गेले. नंतर एक वेळ अशी आली की या कठोर नियमाची शिक्षा अर्जुनाला भोगावी लागली.

वास्तविक पाहता पाचही भाऊ सुरूवातीपासूनच नियमाने आणि संयमाने राहत असत. द्रौपदीमुळे त्यांच्यात कधीही कलह निर्माण झाला नव्हता. एकदा असे झाले की द्रौपदी युधिष्ठिरासोबत आपला काळ घालवित होती. तोच एक गरीब अर्जुनाला भेटला आणि हात जोडून विनंती करू लागला, "महाराज, एका चोराने माझ्या गायी चोरून नेल्या आहेत. मला माझ्या गायी परत मिळवून द्या नाही तर माझा विनाश होईल. गायींशिवाय माझ्याकडे दुसरे काहीही नाही."

अर्जुनाने चोरापासून गायी सोडवून त्या गरीब ब्राह्मणाला परत मिळवून दिल्या. तोच अर्जुनाला असे आठवले की आपण युधिष्ठिराच्या कक्षात अधिकाराशिवाय प्रवेश केला आहे, जी गोष्ट अतिशय अपत्तीजनक होती. तो त्याच वेळी युधिष्ठिराकडे गेला आणि म्हणाला, "दादा, माझ्याकडून गुन्हा

घडला आहे. त्यामुळे मी आता बारा वर्षांसाठी वनात जात आहे."

युधिष्ठिर म्हणाला, "कसला अपराध, अर्जुना? तू तर माझा लहान भाऊ आहेस. त्यामुळे अशा प्रकारे प्रवेश करणे काही अपराध होत नाही. जर मोठा भाऊ लहान भावाच्या कक्षात अचानक घुसला तर तो गुरूत्तर अपराध होतो. त्यामुळे तू निश्चिंत रहा. त्यासाठी तुला बारा वर्षे वनात जाण्याची आवश्यकता नाही."

"तुम्ही काहीही म्हणा, दादा. माझ्याकडून नियम भंग झाला आहे. आपणच जर आपण केलेल्या नियमांचे योग्य प्रकारे पालन करणार नसूत, तर सामान्य लोकांचे काय होईल? तुम्ही मला अडवू नका. मला धर्माचे पालन करू द्या."

विवश होऊन युधिष्ठिराला अर्जुनाचे म्हणणे मान्य करावे लागले. अर्जुन इंद्रप्रस्थाचा त्याग करून बारा वर्षांसाठी वनात निघून गेला.

अर्जुन वनात गंगेच्या काठावर एक झोपडी बांधून राहू लागला. चहुबाजूला अतिशय मनोहर वातावरण होते. अर्जुनाचे दिवस अतिशय चांगल्या प्रकारे जात होते.

तिथेच राहत होती सर्प सुंदरी उलुपी. जी कौरव्य सर्पाची कन्या होती. ती अर्जुनाच्या सौंदर्यावर मोहीत झाली होती.

एके दिवशीची गोष्ट आहे. अर्जुन गंगेमध्ये स्नान करीत होता. संधी साधून उलुपी तिथे पोहचली आणि अर्जुनाला ओढून नागलोकात घेऊन गेली.

अर्जुनाने आश्चर्याने उलुपीला विचारले, "तू कोण आहेस? मला इथे का आणले आहेस?"

उलुपी म्हणाली, "मी नागलोकातील कन्या आहे. मला तुम्ही खूप आवडता आणि माझी तुमच्याशी विवाह करण्याची इच्छा आहे."

"विवाह?" अर्जुन घाबरून म्हणाला, "पण मी तर आधीच विवाहित आहे."

"ते मला काही माहीत नाही. तुम्ही माझी विनंती मान्य केली नाही तर मी आत्महत्त्या करील."

अर्जुनाला उलुपीचे मन मोडावेसे वाटले नाही. म्हणून मग त्याने उलुपीशी विवाह केला.

उलुपीनंतर अर्जुनाने चित्रांगदाशीही विवाह केला. चित्रांगदा मणिपूरचा राजा चित्रवाहन याची कन्या होती. चित्रांगदेचे सौंदर्य पाहून अर्जुन तिच्यावर मोहीत झाला होता. त्यामुळे तिच्याशी विवाह करण्याच्या इच्छेला तो त्यागू शकला नाही. या विवाहातून अर्जुनाला वभ्रुवाहन नावाचा पुत्र झाला. चित्रवाहन याला पुत्र संतती नव्हती. त्यामुळे त्याने मुलीचा मुलगा वभ्रुवाहन यालाच आपला भावी राजा घोषित केले.

या दोन विवाहानंतर अर्जुनाने या बारा वर्षांच्या काळात आणखी एक तिसरा विवाहही केला

होता. तिसरा विवाह सुभद्राशी झाला होता. जी श्रीकृष्णाची बहीण होती.

अर्जुन फिरत फिरत आपल्या निष्कासनाच्या अखेरच्या वर्षी द्वारकेला आला. त्यावेळी श्रीकृष्णाने त्याचा अतिशय जोरदार स्वागत केले. तिथेच एका उत्सवात अर्जुनाने सुभद्राला पाहिले. तो तिच्यावर मोहीत झाला. त्याने श्रीकृष्णाकडे सुभद्रेशी विवाह करण्याची इच्छा व्यक्त केली.

श्रीकृष्ण म्हणाला, "याबद्दल माझी काही हरकत नाही, पण तिच्या मनात काय आहे, ते तिलाच माहीत. त्याबद्दल कोणी सांगू शकत नाही. स्वंयवराच्या वेळी कदाचित सुभद्रा तुझ्याऐवजी दुसऱ्या कोणाला वरू शकते. त्यामुळे तू जबरदस्तीने सुभद्रेला पळवून न्यावे, हेच चांगले होईल."

अर्जुनाला श्रीकृष्णाचा हा सल्ला आवडला. मग काय पाहता. अर्जुनाने आपला भाऊ युधिष्ठिराच्या मदतीने सुभद्रेचे अपहरण केले. तो तिला घेऊन इंद्रप्रस्थाला गेला. इंद्रप्रस्थामध्ये मग विधिवत त्या दोघांचा विवाह करण्यात आला.

सुभद्रेकडून अर्जुनाला अभिमन्यू नावाचा मुलगा झाला. तिकडे द्रोपदीही पाच पुत्रांची माता झाली. युधिष्ठिराकडून तिला प्रातविंद्य नावाचा मुलगा झाला. भीमाकडून श्रुतसो, अर्जुनाकडून श्रुतकर्मा, नकुलाचा शतानिक आणि सहदेवाकडून श्रुतासन.

□□

श्रीकृष्ण इंद्रप्रस्थातच होता.

एके दिवशी अर्जन यमुनेच्या काठावर श्रीकृष्णासोबत फिरायला गेला होता. तोच एक तेजस्वी ब्राह्मण त्या दोघांजवळ येऊन उभा राहिला. त्याच्या सर्व शरीरातून तेजाची किरणे बाहेर पडत होती.

श्रीकृष्ण आणि अर्जुनाने त्या ब्राह्मण देवतेला अभिवादन केले आणि विचारले, "हे ब्राह्मण देव, आपण कोण आहात? आम्ही तुमची काय सेवा करू शकतो?"

"मी अग्नी आहे. मला खूप भूक लागली आहे. कृपा करून माझी भूक शांत करा." त्या ब्राह्मणाने उत्तर दिले.

"तुम्हाला खायला काय हवे? कोणते साहित्य तुमच्या समोर सादर करायला हवे?"

"माझी अशी इच्छा आहे, की मी खांडववन जाळून त्यात राहणाऱ्या जनावरांना खावे. खूप प्रयत्न करूनही मी खांडव वन जाळू शकलो नाही. कारण इंद्र वारंवार पाणी टाकतो. तिथे पाऊस पडतो. मी खांडववन जाळावे असे त्याला वाटत नाही कारण तिथे तक्षक नागांचे निवास आहे. आता तर तुम्हीच खांडववनाला आग लाऊन माझी भूक शांत करू शकता."

अर्जुन म्हणाला, "अग्निदेव, मी तुम्हाला कशी काय मदत करू? माझ्या जवळ आता तर असे धनुष्य नाही की ज्याच्या सहाय्याने मी इंद्राचा पाऊस वरच्या वरी अडवू शकेल."

"फक्त इतकीच गोष्ट!" अग्निदेवता म्हणाली, "मी तुला आता एक शक्तिशाली धनुष्य देतो.

त्याला तुझ्यासारखा शक्तिमान धर्नुधारीच चालवू शकतो.”

असे बोलून अग्निदेवाने अर्जुनाला सोमराजाचे ‘गांडीव’ नावाचे धनुष्य दिले. त्याच बरोबर श्रीकृष्णाला सुदर्शन चक्रही दिले. सुदर्शन चक्राचे वैशिष्ट्ये असे होते, की त्याने ज्या कोणावर वार केला जाईल तो नक्कीच ठार व्हायचा, शिवाय नंतर ते सुदर्शन चक्र आपले काम पूर्ण करून ज्याने ते धारणे केले आहे, त्याच्याकडे परत यायचे.

गाडिव धनुष्य मिळाल्यावर अर्जुन अग्निदेवाला म्हणाला, “आता तुम्ही खांडववनाला आग लावा. मी ती विझू देणार नाही.”

अग्निदेवाने पाहता पाहता खांडववनाला आग लावली. खांडववन जळू लागले. इंद्राने यावेळीही खूप मोठा पाऊस पाडला, पण अर्जुनाने अगणित बाण चालवून खांडववनाच्या वर असे काही आवरण निर्माण केले, की त्यामुळे पावसाचा एक थेंबही खांडववनावर पडू शकला नाही. वनात सर्वत्र आग पसरली आणि अग्नीदेव वनातील प्राणी खाऊन टाकू लागले. तक्षक नाग त्या दिवशी वनात नव्हता. त्यामुळे तो वाचला. तक्षकाचा पुत्र अश्वसेनही या आगीतून वाचला.

या वनात एक राक्षस राहत होता, मय. मय अतिशय उच्च दर्जाचा महाल निर्माता होता. या प्रचंड आगीतून आपण वाचू शकत नाही, असे त्याला आढळून आले तेव्हा त्याने अर्जुनाकडे आपल्या प्राणीची भीक मागितली. अर्जुनाला त्याची दया आली. त्याने मयाला सुरक्षितरित्या त्या आग लागलेल्या वनातून बाहेर काढले.

या कांडामुळे अर्जुनाला गांडीवासारखे शक्तिशाली धनुष्य मिळाले, त्याच बरोबर इंद्रानेही अनेक दिव्य अस्त्र आणि शस्त्र अर्जुनाला प्रदान केले.

मय तर अर्जुनाच्या कृपेमुळे इतका लीन झाला की तो अर्जुनाला म्हणाला, “हे वीर पुरूषा, मी तुझा अतिशय आभारी आहे. कृपया मला तुमची सेवा करण्याची एक संधी देऊन उपकृत करा.”

“तू काय काम करू शकतोस?”

“मी अतिशय उत्तम वास्तुकार आहे. महाल निर्मितीत माझी बरोबरी कोणीही करू शकत नाही.”

थोडा विचार करून अर्जुन म्हणाला, “असे असेल तर मग आमची नवीन राजधानी असलेल्या इंद्रप्रस्थामध्ये असा एका महाल निर्माण कर, की तसा आतापर्यंत जगात झाला नसेल.”

“हा तर माझ्या डाव्या हाताचा मळ आहे. मी अशा प्रकारचा महाल निर्माण करतो, की ते पाहून लोकांच्या आश्चर्याला सीमा राहणार नाही.”

असे म्हणून मय मैनाक पर्वताकडे निघाला. मैनाक पर्वतावर महाल निर्मिती करण्यासाठी लागणारे अतिशय दर्जेदार असे साहित्या उपलब्ध होते. तिथे मय जातीच्या राक्षसांचे आश्चर्यकारक महाल बांधलेले होते. मयाने तिथून महाल निर्मितीसाठी लागणारे सर्व साहित्य जमा केले आणि तो महाल निर्मिती करण्यासाठी इंद्रप्रस्थाकडे निघाला.

मयने जसे म्हटले होते, तसाच महाल निर्माण केला होता. मयाच्या कलात्मक हाताने सजल्यामुळे इंद्रप्रस्थ अद्वितीय झाले होते. पांडव तर अशा प्रकारचा भव्य आणि मनोहर महाल पाहून आश्चर्यचकीत झाले. मयाने घेतलेल परिश्रम सार्थकी लागले.

आता इंद्रप्रस्थाबद्दल काय सांगावे !

इंद्रप्रस्थाचे सौंदर्य, भव्यता आणि वैभवाची चर्चा दूर दूरपर्यंत पसरली होती. युधिष्ठिराच्या कुशल नेतृत्त्वाखाली पांडवांचे नवीन राज्य प्रगतीच्या नव नवीन पायऱ्या सर करीत होते.

एके दिवशी नारद मुनी पांडवांचे भव्य नगर पाहण्यासाठी आले. नगरातील सजावट पाहून ते अतिशय आनंदी झाले. विशेषतः मयाने सभागृहाची जी विशाल इमारत बनविली होती, त्याचे सौंदर्य पाहून तर ते आश्चर्यचकीत झाले.

नारद पांडवांना म्हणाले, "खरोखरच तुमचे कष्ट कौतुकास्पद आहेत. इतक्या कमी काळात इथल्या या उजाड जमिनीवर तुम्ही इतकी सुंदर राजधानी उभारून तुम्ही आपल्या योग्यतेचा पुरावाच सादर केला आहे. तुमचे हे सभागृह. याचे तर करावे तितके कौतुक कमी आहे. मी तिन्ही लोकांतून फिरून आले आहे, पण असे सभागृह मला गंधर्वांच्या राज्यात दिसले नाही, की अप्सरांच्या देशात दिसले नाही. यक्ष आणि राक्षसांची सभागृहे तर याच्या समोर अतिशय तुच्छ आहेत. आता फक्त एकच काम राहिले , ते पूर्ण करून तुम्ही आपल्या यशाचा झेंडा दिग् -दिगंतरापर्यंत फडकवू शकता."

युधिष्ठिराने उत्सुकतेने विचारले, "असे कोणते काम आहे, मुनीवर? आम्हाला लगेच सांगून टाका."

"बस, आता तुम्ही फक्त राजसूय यज्ञ करून टाका. या यज्ञासाठी जगातील सर्व प्रदेशांच्या राजांना आमंत्रित करा. त्यांना आपले मांडलिक बनवा. मग तुमचा सन्मान अक्षय राहील."

इतके बोलून नारदजी निघून गेले. त्यांचे शब्द पांडवांच्या मनात घर करू लागले. आपण राजसूय यज्ञ नक्कीच करायचा, असा त्यांनी ठाम निर्धार केला. मग काय पाहता, सर्व जण यज्ञाच्या तयारीला लागले. चारी दिशांच्या राजा महाराजांना इंद्रप्रस्थामध्ये येऊन राजसूय यज्ञामध्ये सहभागी होण्यासाठी निमंत्रणे पाठविण्यात आली.

इंद्रप्रस्थाला एखाद्या नववधुप्रमाणे विशेषरित्या सजविण्यात आले. राजसूय यज्ञाच्या महान पर्वाची माहिती सर्वत्र पसरली होती.

□□

राजसूयच्या वेळी निमंत्रित राजे महाराजे सहभागी होण्यासाठी इंद्रप्रस्थामध्ये आले. हस्तिनापूराहुन कौरवही आल. श्रीकृष्णाला विशेषत्वाने बोलावण्यात आले होते. इंद्रप्रस्थाचे वैभव पाहून सर्व आश्चर्यचकीत झाले. मोठ्या मोठ्या इमारती,रुंद रस्ते, भव्य बाग-बगिचे, रमणीय सरोवरे आणि कलात्मक भवनांनी सर्वांना मोहिनी घातली. मयाने निर्माण केलेल्या विशाल सभागृहाची विशिष्ट कारागिरी पाहून तर

लोकांच्या आश्चर्याला पारावार राहिला नाही. पांडवांच्या कीर्तीची सर्व जण मोकळया मनाने स्तुती करू लागले.

पांडवांची कीर्ती पाहून मत्सर आणि द्वेषामुळे कोणाचा जळफळाट होत असेल, तर ते होते कौरव. पांडवांचे वैभव पाहून विशेषतः दुर्योधनाच्या तर रोमा रोमात आग भडकली होती. दुर्योधनासोबत कौरवांचा मामा शकुनीही आला होता.

राजसूय यज्ञामुळे पांडवांच्या लौकिकात खूप मोठी भर पडली.

यज्ञाच्या वेळीच मगधचा राजा जरासंघाचा वध झाला, जो अतिशय अत्याचारी होता. जरासंघाच्या मुलीचा विवाह कृष्णाचा मामा कंस यांच्याशी झाला होता. त्याचा अत्याचार अशा प्रकारचा भीषण होता, की त्याने अनेक राजांना बंदिवान करून त्यांचे राज्य बळकावून घेतले होते. त्याचा कोणत्याही प्रकारे अंत करायचाच, असे श्रीकृष्णाने ठरविले होते. म्हणून तो युधिष्ठिराला म्हणाला होता, "बंधु, तुझा राजसूय यज्ञ तोपर्यंत सफल होणार नाही, जोपर्यंत जरासंघासारख्या अत्याचारी राजाचा अंत होणार नाही."

युधिष्ठिराने श्रीकृष्णाचा आदेश शिरसांवद्य मानला होता. त्याने जरासंघाचा वध करण्यासाठी भीमाला पाठविले. भीमाने जरासंघाला युद्धात पराभूत केले. त्याला चिरून मारून टाकले.

राजसूय यज्ञ संपन्न झाला.

सर्व राजे महाराजे पांडवांचे गुण गाण करीत आपापल्या देशाला परत गेले. होय, दुर्योधन मात्र इंद्रप्रस्थाची भव्यता पाहून अशा प्रकारे प्रभावित झाला की तो काही दिवसांसाठी तिथे आणखी थांबला.

एके दिवशी तो नयनरम्य भवनांचे सौंदर्य पाहत फिरत होता. मनातल्या मनात पांडवांनी केलेली प्रगती पाहून त्याचा जळफळाट होत होता. त्याने पांडवाना नष्ट करण्याचे अनेक प्रयत्न केले होते, पण प्रत्येक वेळी त्याच्या हाती अपयशच आले. आता पांडव मात्र आपले श्रम आणि योग्यतेच्या बळावर एका भव्य राजधानीचे मालक झाले होते. पांडवांच्या समोर दुर्योधन स्वतःला अतिशय हीन-दीन समजू लागला. त्यामुळे त्यांचा विनाश करण्याच्या अनेक योजना तो मनातल्या मनात आखू लागला.

असा विचार करीत करीतच दुर्योधन त्या सभागृहात पोहचला, ज्याची कारगिरी बिनतोड होती. अशा प्रकारची सौंदर्य़ शोभा पाहून दुर्योधनाचे डोळे तर पांढरे पडण्याची वेळ आली होती. तोच सभागृहात एका बाजूला तलाव असल्याचे त्याला दिसले. त्यामध्ये कमळाचे छानसे फूल उमलले होते. दुर्योधन ते फूल तोडण्याचा मोह आवरू शकला नाही. त्याने पुढे होऊन फूल तोडण्याचा प्रयत्न करताच त्याचा हात जमिनीवर जाऊन धडकला. तेव्हा त्याला कळले, की जे कमळाचे फूल म्हणजे

तळ्यात उगवलेले फूल असल्याचे त्याला वाटत होते, वास्तविक पाहता तो भवन निर्मितीतील कारागिरीचा उत्कृष्ट नमुना होता. वास्तविक पाहता तेथील जमिन इतकी पारदर्शक होती, की जवळ गेल्यावरही ती तळ्यासारखी दिसत होती. कमळाचे फूल जमिन सजविण्यासाठी जमिनीवर काढण्यात आले होते.

दुर्योधन यातून सावरायच्या आधीच चहु बाजूने हास्याचा ध्वनी उमटला. दुर्योधनाचा मूर्खपणा पाहून सभागृहात काम करणाऱ्या दास- दासी फिदी फिदी हासत होत्या. दुर्योधन संतापला आणि संतापाच्या भरात तो तिथून झटपट पाऊले टाकीत पुढे निघाला. समोरच्या भिंतीला एक दरवाजा पाहून त्याने आपला मोर्चा तिकडे वळविला. पण त्या दरवाजातून पलिकडे जाण्याऐवजी तो भिंतीशी टकरला. मुळात ज्याला तो दरवाजा समजत होता, ती तर भिंतीवर केलेली असामान्य सजावट होती. दुर्योधनाचा हा असमंजसपणा पाहून जवळपास असलेले सर्व नोकर चाकर जोर जोरात हासू लागले. दुर्योधन अतिशय वाईटरित्या अपमानित झाला होता. आता तर त्याची अशी परस्थिती झाली होती, की समोर खरोखरचा एक दरवाजा पाहून सुद्धा त्याला पार करण्याची त्याची हिमंत झाली नाही.

त्याची सर्वाच वाईट फजिती तर तेव्हा झाली जेव्हा त्याने जमिनीवर एक भव्य सरोवर असल्याचे पाहिले. त्याने विचार केला की हे सुद्धा पूर्वीच्या सरोवरासारखे पारदर्शी जमिनीचेच असेल. त्यामुळे तो निश्चिंत होऊन पुढे निघाला. त्याचा परिणाम असा झाला की तो धाडकन सरोवरात पडला. यावेळी त्याने ज्याला जमिन समजले होते, ते सरोवरच निघाले. त्याचे सर्व कपडे ओले झाले आणि तो चिडून बाहेर आला.

यावेळी तर सर्व सभागृहा हासण्याचे दुमदुमले. दास-दासींशिवाय पांडव आणि त्यांची पत्नीही खूप हासली. भीम म्हणाला, "अरे रे! दुर्योधना, तुझे तर सर्व कपडे ओले झाले. सहदेव त्याला कोरडे कपडे दे."

दुसऱ्याच क्षणी सहदेव कोरडे कपडे आणण्यासाठी गेला. हासत त्याने ते कपडे दुर्योधनाला दिले.

या अपमानामुळे तर त्याचा संतपाने तीळपापड झाला. पुरूषांचे हासणे तर त्याला सहन झाले असते, पण द्रौपदीच्या हासण्याने जणू जखमेवर मीठ चोळल्यासारखे झाले होते. त्याने अपमानाचा घोट गिळला. मनात म्हणाला, या अपमानाचा बदला एके दिवशी घेतल्याशिवाय राहणार नाही.

या अपमानानंतर तो इंद्रप्रस्थामध्ये एक क्षणभरही थांबला नाही. त्याच्या शरीरात मत्सर आणि अपमानाची आग पेटली होती. त्याने त्याच वेळी पांडवांचा निरोप घेतला आणि शकुनी मामासोबत हस्तिनापूरसाठी निघाला.

दुर्योधनाला सर्वात जास्त राग या गोष्टीचा होता, की तो आतापर्यंत पाडंवावर मात करू शकला नव्हता. त्याने जितक्या वेळा पांडवाना नष्ट करण्याचा प्रयत्न केला, तितक्या वेळा पांडव नवीन शिखरावर पोहचले. त्यांना पांडवांना मुद्दाम खांडवप्रस्थासारखा निकृष्ठ भाग दिला होता, पण त्यांनी

तिथेही इंद्रप्रस्थासारखे भव्य नगर उभारली. तेथील आश्चर्यकारक सभागृहात त्याचा अपमान झाला होता.

वाटेत तो शकुनीशी एक शब्दही बोलला नाही. स्तब्ध राहून तो पांडवांचा अंत करण्याची योजना आखीत होता. शकुनीला राहवले नाही म्हणून त्याने विचारले, ‘‘काय झाले आहे, दुर्योधन? इंद्रप्रस्थाहून निघालास तेव्हापासून विचारात हरवून गेला आहेस. सर्व काही ठीक आहे ना?’’

‘‘मामा, जखमेवर मीठ चोळू नका.’’ दुर्योधन जळफळाट करीत म्हणाला, ‘‘तुम्हाला हे चांगल्या प्रकारे माहीत आहे, की इंद्रप्रस्थामध्ये आपल्याला अपमानित करण्यासाठीच बोलावले होते. पांडव आपले वैभव दाखवून आमचा जळफळाट होताना पाहत होते.’’

‘‘हे तर पांडवांच्या श्रमाचे फळ आहे. हवे तर तूही आपल्या श्रमाने हस्तिनापूरला भव्य करू शकतोस.’’

‘‘मी तर पांडवांचा नायनाट करूनच समाधानी होईल.’’ दुर्योधन दात खात म्हणाला, ‘‘तुम्ही पाहीले आहे ना, की राजे महाराजे कशा प्रकारे पांडवांचे गुण गाण करीत होते ते. जगाच्या सर्व भागातून मोठ मोठे राजे भेटी घेऊन इंद्रप्रस्थात आले होते. विचार करण्यासारखी गोष्ट अशी आहे, की सर्व मोठ मोठे राजे त्यांच्या बाजूने झाले तर मग आपले काय होईल? आपण तर एकाकी होऊत. मामा, जर पांडवाच्या विनाशाचा लवकरात लवकर मार्ग शोधला नाही, तर त्यांचे यश आणि वैभव पाहता पाहता वाढत जाईल.’’

‘‘असा सर्व विचार करून काय फायदा होईल, दुर्योधन? त्यांच्यावर देवाची कृपा आहे.’’

‘‘तुम्ही काहीही म्हणा, जोपर्यंत मी त्यांना खाली पहायला लावणार नाही, तोपर्यंत मला शांतता मिळणार नाही.’’

‘‘तू त्यांचे काहीही बिघडवू शकत नाहीस. पाचही भाऊ शूर आहेत आणि त्यांच्याकडे देवतांनी दिलेली अस्त्रे-शस्त्रे आहेत. युद्धामध्ये त्यांच्यावर विजय मिळविणे एकदम अवघड आहे.’’

‘‘तर मग तुम्हीच एखादा उपाय सूचवा, मामा. नाही तर मी जिवंत राहणार नाही. या अपमानानंतर तर माझी आता जिवंत राहण्याची इच्छाच राहिली नाही.’’

‘‘निराश होऊ नको, दुर्योधन.’’ जरा विचार करून शकुनी म्हणाला, ‘‘त्यांच्यावर तुला विजयच मिळवायचा असेल, तर थोडे हुशारीने काम घ्यावे लागेल. पांडवांना खाली पहायला लावण्याचा एकच उपाय आहे, की त्यांना फसवून त्यांच्यावर वार करायला हवा.’’

‘‘काहीही करा, मामा; पण त्यांचे वैभव मात्र संपवून टाका.’’ दुर्योधन म्हणाला, ‘‘उफ ! तुम्हाला कसे सांगू की ते मला कसे हासत होते, द्रौपदीचे हासणे तर माझ्या कानात अजूनही गुंजत आहे. ’’

‘‘हूं.’’ शकुनी म्हणाला, ‘‘माझ्या डोक्यात एक योजना आहे. युधिष्ठिराला जुगार खेळण्याची खूप आवड आहे; पण जुगारात तो अतिशय अडाणी आहे. त्याला कसे तरी हस्तिनापूरला बोलाव. मग

पहा, मी पाहता पाहता त्याची काय अवस्था करतो ते.”

दुर्योधनाला शकुनीची योजना आवडली. म्हणाला, “ठीक आहे. पांडवांना आमंत्रित करावे यासाठी कसे तरी तुम्ही पिताश्रींना तयार करा. माझी तर त्यांच्याशी बोलण्याचीही इच्छा नाही.”

“असेच होईल. आता आनंदी हो. हस्तिनापूरला पोहचल्यावर मी तुझ्या सर्व काळज्या दूर करतो.”

□□

संधी मिळताच शकुनी धृतराष्ट्राला भेटला. शकुनीच्या डोक्यात पूर्ण योजना तयार झाली होती.

धृतराष्ट्राने विचारले, “सांग शकुनी, इंद्रप्रस्थाची अवस्था कशी काय आहे?”

“पांडवांनी तर कमालच केली आहे, महाराज. त्यांनी इंद्रप्रस्थाला अतिशय सुंदर केले आहे.”

“आणि राजसूय यज्ञ कसा झाला?”

“अतिशय यशस्वी. दूरचे राजे महाराजे इंद्रप्रस्थला आले होते. तिथे खूप चमक होती, पण...?”

“पण काय?”

“दुर्योधन मात्र आनंदी नाही.” शकुनी हळूच म्हणाला, “तो इंद्रप्रस्थाहून आला आहे तेव्हापासून अतिशय दुःखी आहे. त्याचा चेहरा पिवळा पडला आहे आणि शरीर सुकून गेले आहे. त्याने पार खाणे पिणे सोडून दिले आहे. ममला तर असे वाटते की त्याच्या डोक्यावर दुःखाचे खूप मोठे आझे आहे.”

धृतराष्ट्र घाबरला. विचारले, “का?”

“काही सांगता येत नाही, महाराज. कृपया, तुम्हीच दुर्योधनाला बोलावून विचारा की काय झाले आहे, म्हणून.”

थोड्या वेळानंतर दुर्योधनही तिथे उपस्थित झाला.

धृतराष्ट्राने विचारले, “मी असे ऐकले आहे, की इंद्रप्रस्थाहून आल्यापासून तू अस्वस्थ झाला आहेस? काय झाले आहे?”

दुर्योधन तोंड वेंगाडत म्हणाला, “तर मग काय तिथून आल्यावर मी आनंद साजरा करायला हवा होता? पांडवांनी या थोड्याच दिवसांत जी काही प्रगती केली आहे, ती पाहून मी कसा काय आनंदी राहू शकेल? शेवटी ते आपले शत्रू आहेत.”

“हा तुझा गैरसमज आहे, दुर्योधन.” धृतराष्ट्र म्हणाला, “तुम्ही सर्वांनी मिळून मिसळून रहावे, हेच चांगले राहील.”

“हा तुमचा उपदेश तुम्ही आपल्या जवळच ठेवा.” दुर्योधन म्हणाला, “हस्तिनापूरमध्येही पांडवांसारखे सभागृह तयार केले जाणार नाही तोपर्यंत मला समाधान आणि स्वस्थता लाभणार नाही. तुम्ही लगेच कारागिरांना आदेश द्या आणि हस्तिनापूरमध्ये असे एक सभागृह बनवायला सांगा की त्याच्या भिंतींना पाहून दरवाजे असल्याचा भास व्हावा. जमिन पाहून लोकांना वाटावे की तिथे एखादे सरोवर

आहे आणि सरोवर पाहून असे वाटावे की तिथे जमीन आहे. शेवटी आमच्यात काय कमी आहे? आपण आपल्या शत्रूपेक्षा चांगलेच दिमाखात रहायला हवे. मग आपणही ते सभागृह पाहण्यासाठी पांडवांना आमंत्रित करू.''

धृतराष्ट्र नकार देऊ शकला नाही. त्याने अशाच प्रकारचे सभागृह उभारण्याचे आदेश दिले. हजारो कारागिर रात्रंदिवस काम करून सभागृह उभारणीच्या कामाला लागले.

सभागृह पूर्णपणे बनवून तयार झाल्यावर धृतराष्ट्र विदुराला बोलावू म्हणाला, ''इंद्रप्रस्थाला जाऊन पांडवांना इकडे बोलावून आण.''

विदुराची जाण्याची इच्छा नव्हती. कारण इथे पांडवांच्या विरोधात दुर्योधनाने कट कारस्थान रचल्याची त्यांना माहिती मिळाली होती. जुगाराच्या खेळाची कल्पनाही त्यांना पुसटसी कळली होती. अर्थात धृतराष्ट्राचा आदेश टाळणे योग्य वाटत नसल्यामुळे शेवटी विदूर इंद्रप्रस्थाला निघाला.

◻◻

इंद्रप्रस्थामध्ये महर्षी व्यास आले होते. त्यांनी राजसूय यज्ञाच्या यशाबद्दल युधिष्ठिराचे अभिनंदन केले. म्हणाले, ''भविष्यात मला थोडीसी अशांतता दिसत आहे. पुढची तेरा वर्षे संकटांची आहेत. त्यामुळे सतर्क राहण्याची आवश्यकता आहे. ''

युधिष्ठिर म्हणाला, ''ही तर खरोखरच काळजी करण्यासारखी बाब आहे. राजा असल्यामुळे माझे हे कर्तव्य आहे, की ही तेरा वर्षे मी शांतता कायम ठेवण्यासाठी प्रयत्न करायला हवेत. त्यामुळे मी आजपासून अशी प्रतिज्ञा करतो की मी कोणाशीही कटु वचन बोलणार नाही. कारण कटु वचनामुळेच संकटे येतात.''

थोड्या दिवसानंतर विदुर इंद्रप्रस्थाला आले.

युधिष्ठिराने त्यांचे जोरदार स्वागत केले.

विदुर म्हणाला, ''तुम्हाला महाराज धृतराष्ट्राने आमंत्रित केले आहे. हस्तिनापूरमध्ये एक भवन उभारण्यात आले आहे. तिथे त्यासाठी अनेक राजे आणि राजकुमारांना आमंत्रित करण्यात आले आहे. त्यांनी त्या विशाल भवनाचे सौंदर्य पहावे आणि आनंद साजरा करावा, अशी कल्पना आहे. तुम्हीही आपली भावंडे, माता आणि पत्नीसोबत तिथे या. त्या नवीन भवनात तुम्हीही जुगार खेळा.''

युधिष्ठिराला हस्तिनापूरहून अशा प्रकारचे निमंत्रण आले म्हणून खूप आश्चर्य वाटले. त्याला थोडा संशय आला, पण स्वतः विदूर त्यांना बोलावण्यासाठी आले होते. त्यामुळे त्यांने जाण्याचे मान्य केले.

विदुर म्हणाला, ''तुमच्यापर्यंत जी माहिती पोहचविण्याचा मला आदेश देण्यात आला होता, ती माहिती मी पोहचविली आहे. अर्थात हे सर्व आयोजन मला तरी निरर्थक वाटते. त्यामुळे तुम्हाला वाटले तर महाराजांचे निमंत्रण तुम्ही नाकारूही शकता.''

युधिष्ठिर काही क्षण शांत राहिला. महर्षी व्यासांनी दिलेला इशारा ताजाच होता. त्यांना माहीत

होते, की भविष्यात जे काही घडणार होते, ते तर थांबविले जाऊ शकत नव्हते. तिथे जाऊन जुगार खेळणे धोकादायक होऊ शकत होते, ही भीतीही होती. तरीही ते म्हणाले, "महाराज धृतराष्ट्रांनी तुमच्या हातून निमंत्रण पाठविले आहे. त्यामुळे तिथे न जाणे असभ्यपणा होईल. आम्ही नक्कीच हस्तिनापूरला येतो."

□□

हस्तिनापूरला पांडवांचे पूर्व नियोजित स्वागत करण्यात आले होते.

पांडव आपल्याच सख्या सोयऱ्यांमध्ये पोहचून खूप आनंदी झाले होते. ते महाराज धृतराष्ट्रासह सर्वांना अतिशय प्रेमाने भेटले.

पहिला दिवस तर त्यांचा सर्वांच्या भेटी गाठी घेण्यात आणि खाण्या पिण्यातच गेला. रात्री त्यांना आरामदायी आंथरूणावर झोपविण्यात आले.

दुसऱ्या दिवशी सकाळीच पांडवांना नवीन भवनामध्ये जुगार खेळण्यासाठी बोलावण्यात आले.

हस्तिनापूरातील नवीन सभागृहामध्ये सर्व पाहुणे आले होते. सर्व जण सभागृहातील शोभेची मुक्त कंठाने स्तुती करीत होते. पाहुण्यांमध्ये राजे राजवाड्याशिवाय अनेक प्रसिद्ध व्यक्तींचा समावेश होता. एका बाजूला दुर्योधन आपल्या भावंडांसह आणि शकुनीसोबत बसला होता. दुसऱ्या बाजूला युधिष्ठर आपल्या भावंडासोबत बसला होता.

धृतराष्ट्राने जुगार खेळण्यासाठी सुरूवात करायला परवानगी दिली. संजय जवळ बसून त्यांना सर्व माहिती सांगत होता. विदुर आणि भीष्म यांच्या डोळ्यात काळजी उमटली होती.

युधिष्ठिराला जुगाराची आवड होती, पण आज त्याचे मन बसून गेले होते. तो कौरवांना म्हणाला, "अशा प्रकारे जुगार खेळणे अयोग्य नसले तरीही त्यामध्ये कोणत्याही प्रकारचा अप्रामाणिकपणा केला जात नाही, तेव्हाच तो खेळण्यात खरा आनंद येतो."

"काय म्हणता, महाराज?" शकुनी म्हणाला, "तुम्ही तर स्वतः या खेळात कुशल आहात. अशा प्रकारच्या कुशल खेळाडूसोबत कोण अप्रामाणिकपणा करील? तुम्हाला आमच्या नियतीबद्दल संशय असेल, तर जुगार खेळण्याची आवश्यकता नाही."

"नाही, आम्ही तुमचे नियंत्रण स्वीकारले आहे, त्यामुळे आम्ही खेळल्याशिवाय इथून जाणार नाहीत." युधिष्ठिर म्हणाला, "आम्हाला कोणासोबत जुगार खेळायचा आहे?"

दुर्योधन म्हणाला, "शकुनीसोबत. तेच आमच्या वतीने तुमच्यासोबत खेळतील."

हे खेळाच्या नियमाच्या विरूद्ध होते, पण युधिष्ठिराने दुर्योधनाचे म्हणणे शांतपणे मान्य केले.

युधिष्ठिर जुगार खेळायला खेळायच्या भावनेने आला होता, पण शकुनी मात्र आधीपासूनच असा निश्चय करून आला होता, की कोणत्याही प्रकारे का होईना, पांडवांना या खेळात आज हारवायचेच आहे. युधिष्ठिराने सुरूवातीला जे डाव लावले त्यावर शकुनीने चुटकीसरशी आपला अधिकार जमविला.

या पराभवामुळे युधिष्ठराने नवीन उत्साहाने डाव लावायला सुरूवात केली. अशा प्रकारे हारलेल्या प्रत्येक डावासोबत तो आपला विवेक गमावून बसत होता. त्याचा परिणाम असा झाला की जिंकणे तर दूरच शकुनी त्याला सहजपणे मात करीत होता. तो युधिष्ठिराला आणखी जास्त बहकविण्यासाठी आणि भरीस पाडण्यासाठी प्रत्येक नवीन डाव सुरू करताना आनंदाने उड्या मारीत बोलत होता, "हा डाव तर मीच जिंकणार आहे." आणि खरोखरच तो डाव जिंकत होता.

युधिष्ठिर सुवर्ण मुद्रा, आभूषण असे सर्व पणाला लावून हारला होता. मग त्याने आपल्या जवळील हत्ती, घोडे, गायी, म्हैशी डावावर लावल्या. शकुनीने ते सर्व जिंकले. शेवटी युधिष्ठिराने आपले सर्व काही डावावर लावले. शकुनी सर्व काही हळूहळू जिंकत गेला. सर्व सभेमध्ये गंभीर शांतता पसरली. युधिष्ठिराच्या चेहऱ्यावर काळजी पसरली होती. तो गहन विचारात पडला.

त्याला शांत पाहून शकुनी म्हणाला, "काय झाले, महाराज? हात का आखडता घेतला? अरे रे! आता तुमच्याकडे डावावर लावण्यासाठी काहीही उरले नाही वाटते. खेळ बंद करायचा का?"

हारलेला जुगारी अशा प्रकारचे बोलणे सहन करू शकत नाही. तो म्हणाला, "नाही, खेळ तर सुरूच राहील. माझ्याकडे आणखी खूप काही आहे. हे बघ, मी राज्यातील सर्व जमिन आता डावावर लावतो."

हा डावही शकुनीने जिंकला. म्हणाला, "आता?"

"माझे सैनिक, माझी प्रजा आणि माझे दास-दासी."

शकुनीने हे सर्व काही जिंकले. मग विचारले, "आता काय लावणार?"

एका क्षणासाठी युधिष्ठिर विचारात पडला.

धृतराष्ट्र आपल्या मुलांचा विजय होताना पाहून आनंदी होत होता, पण त्याला हे सर्व योग्य वाटत नव्हते. विदुर त्याला हळूच म्हणाला, "हा खेळ आता थांबवायला हवा. असे होऊ नये की याचा शेवट आपल्या वंशाच्या शेवटाने होईल. मला असे वाटते की त्यामुळे आपले भले होणार नाही."

धृतराष्ट्राला स्वतःलाही असेच वाटत होते, पण दुर्योधनाला विदुराची गोष्ट आवडत नव्हती. तो तोंड वेंगाडून म्हणाला, "विदुर तर असेच म्हणणार आहेत. ते तर सुरूवातीपासूनच पांडवांच्या बाजूने राहिले आहेत. त्यांना पांडवाचा पराभव पहावत नसेल, तर ते इथून आनंदाने बाहेर जाऊ शकतात."

"हेच ठीक आहे. माझा सल्ला जर तुम्हाला आवडत नसेल, तर मीच इथून जातो." विदुर आपल्या आसनावरून उठून म्हणाला, "पण लक्षात ठेवा, या जुगाराचा परिणाम चांगला होणार नाही."

असे बोलून विदुर पुढे काही बोलला नाही. धृतराष्ट्र मात्र आपल्या मुलांच्या इच्छेविरूद्ध जराही वागायला तयार नव्हता. त्यामुळे त्याने खेळ पुढे चालू ठेवण्याचा आदेश दिला. विदुर मन मारून पुन्हा

खाली बसला."

युधिष्ठिराकडे आता डावावर लावण्यासाठी काहीही शिल्लक राहिले नव्हते. एकाएकी त्याची नजर जवळच बसलेल्या नकुलाकडे गेली. तो म्हणाला, "चला, मी माझ्या भावांना डावावर लावतो."

दुसऱ्याच क्षणी शकुनीने नकुलाला जिंकले. नकुल खाली मान घालून शकुनीच्या बाजूला बसला.

युधिष्ठिराने सहदेवालाही डावावर लावले आणि शकुनीने त्यालाही जिंकून आपल्या बाजूला घेतले. मग म्हणाला, "व्वा महाराज! तुमच्या बुद्धीचे कौतुक करावे तेवढे थोडेच आहे. आपल्या सावत्र भावांना तर डावावर लावले, पण...?"

युधिष्ठिर आवेशात येऊन म्हणाला, "शकुनी, आमच्या भावंडात फूट पाडण्याचे कारस्थान करू नको. चल, मी माझा वीर भाऊ अर्जुनाला डावावर लावतो."

"व्वा, व्वा! तुम्ही धन्य आहात. मला क्षमा करा. मी नकळतपणे असे बोलून गेलो. " सोंगट्या टाकीत शकुनी म्हणाला, "हे पहा, अर्जुनालाही मी जिंकले आहे."

अर्जुनही गुपचूप उठून शकुनीच्या जवळ जाऊन बसला.

आता युधिष्ठिराने फक्त भीमालाच नाही, तर स्वतःलाही डावावर लावले. हा डावही तो हारला आणि शकुनीचा झाला. आता शकुनीच्या चेहऱ्यावर कुटील हास्य पसरले होते. युधिष्ठिराने खाली मान घातली होती. तो विचार करीत होता, आपल्याकडे आणखी काही असते, तर तेही आपण आता डावावर लावले असते. कदाचित यावेळी आपण जिंकलो असतो.

शकुनी हळूच म्हणाला, "एक वस्तू राहिली आहे, महाराज. द्रौपदी. हवे तर तिलाही डावावर लावा. कदाचित नशीब तुला यावेळी साथ देईल."

जिंकण्याच्या आशेने युधिष्ठिराने द्रौपदीलाही डावावर लावले. शकुनीच्या चालीपुढे द्रौपदीही वाचू शकली नाही. दुसऱ्याच क्षणी द्रौपदीवर कौरवांचा अधिकार झाला.

सर्व सभागृहात विचित्र असा गोंधळ सुरू झाला. तिथे बसलेल्या लोकांना जुगारातील हे डाव पेच आवडले नव्हते. विशेषत्वाने द्रौपदीला डावावर लावणे तर कोणालाही सहन झाले नाही, पण त्याला विरोध करण्याचा कोणालाही अधिकार नव्हता. विदुर आणि भीष्माने माना खाली घातल्या होत्या. कौरवांच्या चेहऱ्यावर विजयाचा आनंद पसरला होता. कर्ण आणि दुर्योधन मनातल्या मनात आनंदाने नाचत होते. संजय मौन होता आणि या गोंधळात नेमके काय झाले आहे, ते धृतराष्ट्राला कळत नव्हते. आपल्या मुलांनी पांडवांवर विजय मिळविला आहे का? त्याने विचारले, "काय झाले आहे, संजय? तू का शांत झाला आहेस? काय मुलांनी द्रौपदीलाही जिंकले आहे का?"

"होय, महाराज." संजयच्या तोंडून हळूच हे शब्द निघाले.

"अरे व्वा!" धृतराष्ट्राला आनंद होता, की कुठे का होईना, पण दुर्योधनाने विजय मिळविला होता.

दुर्योधनाने शकुनीला आपले अलिंगन दिले. तो जोरात ओरडून म्हणाला, "व्वा, मामा! खरेच तुमचा जबाब नाही. जुगार खेळण्यात तुम्हाला कोणी हारवू शकत नाही. आता पांडवांचे सर्व आमचे झाले आहे. पांडवही आमचे झाले आहेत. आमचे गुलाम ! द्रौपदीही आमची दासी झाली आहे."

विदुर सहन करू शकले नाही. म्हणाला, "दुर्योधन, इतके गर्वाने बोलू नको, की नंतर वर उठताही येणार नाही. तू जे काही केले आहेस, ते योग्य केले नाही. एके दिवशी तुला नक्कीच पश्चाताप करावा लागेल. तू सिंहाची छेड काढली आहेस."

दुर्योधन म्हणाला, "अशा गोष्टीत आता काहीही ठेवले नाही. आता तुम्ही कृपा करून द्रौपदीला जाऊन सांगा की पांडव तिला हारले आहेत. ती आमची दासी झाली आहे. जा, तिला या सभागृहात घेऊन या."

"धर्माच्या विरूद्ध मी वागू शकणार नाही, " विदुर म्हणाला, "तुम्ही माणुसकी सोडली आहे."

"तुमचे दुःख मला कळत आहे." दुर्योधन चिडून म्हणाला, "ठीक आहे, तुम्ही जाऊ नका. मी आता तिला बोलवतो आणि इथे झाडू मारण्याचा आदेश देतो."

असे म्हणून दुर्योधनाने द्रौपदीकडे तिला बोलावून आणण्यासाठी एका सेवकाला पाठविले. सेवक द्रौपदीकडे गेला आणि त्याने तिला जुगारात घडलेला सर्व प्रकार खाली मान घालून सांगितला. तसेच तिला सभागृहात येण्याविषयी विनंती केली. द्रौपदी तर जणू काही आकाशातून जमिनीवरच कोसळली. नंतर तिने स्वतःला सावरले आणि म्हणाली, "जा, आणि आधी हे विचारू ये की युधिष्ठिर आधी स्वतः हारले होते, की आधी त्यांनी मला डावावर लावले होते."

सेवक शांतपणे परत आला. त्याने द्रौपदीने विचारलेला प्रश्न दुर्योधनासमोर उपस्थित केला.

दुर्योधन रागाने म्हणाला, "तिला सांगा की आधी इथे ये. मग तिला तिच्या सर्व प्रश्नांची उत्तरे मिळतील. जा."

सेवक मात्र खाली मान घालून तसाच उभा राहिला. पुन्हा त्या सतीकडे जाण्याची त्याची हिमंत झाली नाही. त्याला गुपचूप उभे राहिलेले पाहून दुर्योधन आपले निंयत्रण गमावून बसला. तो आपला भाऊ दुःशासनाला म्हणाला, "तूच जा आता द्रौपदीकडे. हा सेवक कदाचित पांडवांना घाबरत असेल. पण पांडव आपले गुलाम आहेत. ते आपले काहीही करू शकत नाहीत. जा, लवकर जा आणि द्रौपदीला घेऊन ये. तिला सांग की आता ती आमची दासी आहे. तिने यायला नकार दिला तर त्याचे परिणाम वाईट होतील."

दुःशासन एक क्षणही तिथे थांबला नाही. वेगाने धावत द्रौपदीकडे गेला. द्रौपदीने डोळे उचलून दुसरीकडे पाहिले आणि विचारले, "क़शासाठी आला आहेस?"

"युधिष्ठिर तुला जुगारात हरून बसला आहे. चल."

द्रौपदी म्हणाली, "आधी मला उत्तर द्या की युधिष्ठिराने मला डावावर कधी लावले होते? स्वतः हारण्याच्या आधी की हारल्या नंतर?"

"तुला या गोष्टीशी काय करायचे आहे?"

"आहे," द्रौपदी म्हणाली, "जर युधिष्ठराने स्वतः पराभूत झाल्यावर मला डावावर लावले असेल, तर मी येणार नाही. हारलेली व्यक्ती मला कसे काय डावावर लाऊ शकते?"

"ही निरर्थक बडबड बंद कर. आता तू आमची दासी आहेस. गुपचूप माझ्यासोबत चल."

द्रौपदी आपल्या जागेवरून हालत नाही, असे पाहून दुःशासन पुढे सरकला. दुःशासनाने तिचा हात धरण्याचा प्रयत्न करताच ती तीव्र स्वरात म्हणाली, "खबरदार! माझा हात धरण्याचा प्रयत्न केलास तर. मी रजस्वाला आहे. मी येऊ शकत नाही."

दुःशासनावर या गोष्टींचा काहीही परिणाम झाला नाही. तो द्रौपदीच्या जवळ पोहचला. द्रौपदी घाबरून बाजूला सरकली. ती गांधारीकडे जाऊन आश्रय घेऊ इच्छित होती, पण दुःशासनाने तिची चाल ओळखली. दुःशासन संतपाने लाले लाल झाला. त्याने द्रौपदीचे केस धरले आणि केस धरून तिला ओढत तो सभागृहाच्या दिशेने निघाला. द्रौपदी आपल्या विवशतेवर रडू लागली. ती स्फुंदत म्हणाली, "दुःशासन, असा अनर्थ करू नको. माझ्या शरीरावर पुरेसे वस्त्रही नाहीत."

"ते मला काही माहीत नाही. तू आमची दासी आहेस. तुला माझ्यासोबत यावेच लागेल..."

असे म्हणत दुःशासनाने द्रौपदीला ओढतच सभागृहात आणले.

सभागृहात बसलेले लोक दुःशासनाचे हे कृत्य पाहून दुखावले गेले. पांडवांनी तर लाजून आधीच माना खाली घातल्या होत्या. होय, दुर्योधन आपले भाऊ आणि कर्णासोबत आनंदात होता. भीष्म, विदुर आणि इतर जेष्ठ लोक लाचारपणे बसले होते.

द्रौपदी त्या सर्वांच्या मध्ये लाज आणि करुणेची जिवंत प्रतिमा होऊन उभी राहिली होती. केस विखुरले होते आणि डोळ्यातून आसवे वाहत होती. सर्वांनाच शांत पाहून ती संतप्त स्वरात म्हणाली, "एका स्त्रीवर उघडपणे अत्याचार होत असताना तुम्ही सर्व लोक शांत बसला आहात? विवेक आणि माणुसकी या जगातून नष्ट झाली आहे का? माझे पाच पाच पती आहेत, पण तेही गुपचूपपणे माझा अपमान सहन करीत आहेत? तुम्हा सर्व लोकांना झाले तरी काय आहे?"

सभागृहातील कोणीही द्रौपदीला उत्तर देऊ शकले नाही. कौरवांमध्ये मात्र आवश्यकपणे हास्याची एक लाट निर्माण झाली. तिच्या स्वंयवराच्या वेळी झालेला आपला अपमान कर्ण अद्याप विसरला नव्हता. द्रौपदीला दासीच्या रूपात पाहून त्याला आनंद होत होता. दुर्योधन, दुःशासन आणि शकुनी यांना आपल्या सफलतेचा आनंद झाला होता. होय, दुर्योधनाचा एक भाऊ विकर्ण मात्र या अत्याचारामुळे दुःखी झाला होता. तो म्हणाला, "ऐका, सभ्यजनहो, द्रौपदीने जो प्रश्न विचारला आहे, त्याचे उत्तर

आतापर्यंत तिला मिळालेले नाही. आधी तिच्या प्रश्नाचे उत्तर द्या. तेव्हाच मग ती दासी आहे की नाही याचा निर्णय होऊ शकेल.''

त्यावर भीष्म म्हणाले, ''पांचाळी, तुझा प्रश्न योग्य आहे. पण त्यामुळे आता परिस्थितीत काहीही फरक पडणार नाही. हे खरे आहे की युधिष्ठिर आधी स्वतः हारला आणि मग त्याने तुला डावावर लावले, पण पत्नीवर तर कोणत्याही स्थितीत पतीचाच अधिकार असतो. मग तो स्वतः हारलेला असो की नसो. त्यामुळे हारलेल्या युधिष्ठिराला तुला डावावर लावण्याचा पूर्ण अधिकार होता.''

''तुम्ही बरोबर म्हणता, पण पांडवाना इथे बोलावून त्यांना फसवून पराभूत करण्यात आले आहे. शकुनीने जुगारात बेईमानी केली आहे. धृतराष्ट्र आपल्या मुलांच्या भल्यासाठी शांत बसला आहे. कौरव तर आमचा विनाश करण्यासाठी टपून बसलेले आहेत. इथे इतके सर्व बुद्धिमान लोक बसले आहेत. त्यातील कोणीही आम्हाला न्याय मिळवून देऊ शकत नाही का? '' द्रौपदीचा मर्मभेदी स्वर सर्व सभागृहात घुमला. तिच्या डोळ्यातून अविरत आसवे वाहत होती.

भीमाला हे पाहवले नाही. तो युधिष्ठिरावर चिडला, ''हा कसला जुगार खेळलात दादा? तू सर्व काही गमावले आहेस. धन-संपत्ती, राज्यातील नागरिक, आमचे सर्व दास-दासी, आम्हा सर्वांना आणि आमच्या पत्नीलाही. मला तर असे वाटते की तुमच्या या हातांनाच जाळून टाकावे. किंवा तुम्ही मला आदेश द्या की या अत्याचारी लोकांना आपल्या कृत्याची मजा चाखवावी.''

युधिष्ठिराला काहीही बोलावले गेले नाही. अर्जुनच हळूच म्हणाला, ''भीम, शांत हो. क्रोध केल्याने काहीही लाभ होणार नाही. आपण अशा प्रकारे बोलायला लागलो तर त्यामुळे शत्रूचेच भले होईल.''

कर्ण म्हणाला, ''आता दुःख करण्याचा काही फायदा नाही. युधिष्ठिराने पूर्ण शुद्धीत द्रौपदीला डावावर लावले आहे. आता ती कौरवांची दासी आहे. पांडव आमचे गुलाम आहेत. त्यामुळे पांडवानी आपले राजसी वस्त्र काढून ठेवावेत, हेच उत्तम होय.''

पांडवांनी आपले राजसी वस्त्र काढून सामान्य कपडे घातले. द्रौपदी शांतपणे सभागृहात उभी राहून आपल्या नशिबाला दोष देत रडत होती. दुर्योधन तिच्याकडे रोखून पाहत म्हणाला, ''तूही आपले कपडे बदलून घे.''

''नाही,'' द्रौपदी जोरात ओरडून दोन पावले मागे सरकली.

''दुःशासन, काय पाहतोस?'' दुर्योधन म्हणाला, ''द्रौपदीची साडी काढून घे.''

दुःशासनाला द्रौपदीचा हा नकार सहन झाला नाही. तो उडी मारून द्रौपदी जवळ पोहचला आणि तिची साड ओढू लागला.

द्रौपदी लाज आणि अपमान यामुळे थिजून गेली. ती स्फुंदत म्हणाली, ''माझ्या चहु बाजूला मोठे मोठे वीर आणि जेष्ठ बसले आहेत. पती बसले आहेत, पण आज एका स्त्रीची अब्रु वाचविणारा इथे

कोणीही नाही. अरे रे ! मी काय करू? हे देवा, तूच माझे रक्षण कर."

तिच्या अशा प्रकारे दुःख करण्याचा दुःशासनावर काहीही परिणाम झाला नाही. तो साडी ओढू लागला. द्रौपदीची विनवणी देवाने ऐकली होती. द्रौपदीने तर लाजून आपले डोळे बंद केले होते. दुःशासन साडी ओढून ओढून थकला, पण तरीही द्रौपदीच्या शरीरावरून तो साडी उतरवू शकला नाही. साडीची लांबी सातत्याने वाढतच होती. सभागृहात साडीचा ढीग लागला होता, दुःशासन साडी ओढता ओढता घामाने थबथबला होता, पण तरीही द्रौपदीचे शरारी अद्याप साडीतच गुंडाळलेले होते. तिच्या बंद डोळ्यासमोर भगवान श्रीकृष्णाचा चेहरा निर्माण झाला होता. जे हासत हासत तिचे सांत्वन करीत होते.

सभागृहात उपस्थित असलेले लोक हा चमत्कार पाहून आश्चर्य चकीत झाले होते. दुःशासन थकून आणि हारून बसला. इतके सर्व झाले तरीही कौरवांचे डोळे मात्र उघडले नव्हते. ते पांडवांना अपमानित करण्याची ही संधी हातातून सोडायला तयार नव्हते.

दुर्योधन म्हणाला, "जर पांडव भावांनी आज आम्हाला असे वचन दिले, की ते युधिष्ठिराच्या सूचनांचे पालन करतील, तर आम्ही आता द्रौपदीला सोडून देतो."

पांडव मौन राहिले. भीम दात खात म्हणाला, "तुम्ही लोक आज आपली मनमानी करा, पण एके दिवशी याची तुम्हाला मजा दाखविल्याशिवाय राहणार नाही. युधिष्ठिराने मला आता असा आदेश दिला की तुमचा विनाश करा, तर मी लगेच त्या आदेशाचे पालन करतो."

त्याचे बोलणे ऐकून कौरव हासू लागले. दुर्योधनाने द्रौपदीला आपल्या मांडीवर येऊन बसण्याचा इशारा केला. भीम रागाने थरथरत म्हणाला, "दुर्योधना, एके दिवशी तुझ्या मांडीचे माझ्या गदेने तुकडे तुकडे करून टाकील. हा माझा पण आहे."

विदुर शांतपणे हे सर्व पाहत होता. त्याला सहन झाले नाही. तो म्हणाला, "आता हे सर्व नाटक बंद करा. कौरवांने, पांडवाचे वाईट व्हावे, अशी तुमची कितीही इच्छा असली तरी जर देवाच्या रागाची भीती धरा."

धृतराष्ट्र आपल्या मुलांचा पक्षपाती होता, पण त्यालाही हे अति वागणे आवडले नाही. तो द्रौपदीला म्हणाला, "हे खरे आहे, की पांडव इथे सर्व काही हारले आहेत, तरीही तुला जे हवे असेल ते तू मला माग."

द्रौपदीने करूण दृष्टीने धृतराष्ट्राकडे पाहिले आणि मग म्हणाली, "माझी तर फक्त इतकीच इच्छा आहे, की युधिष्ठिराला मुक्त केले जावे."

"मान्य आहे. आणखी काय हवे आहे?"

"त्यांच्या इतर भावांनाही मुक्त करा."

'हेही मान्य आहे." धृतराष्ट्र म्हणाला, "आणखी काय हवे आहे?"

"बस, मला आता आणखी काही नको आहे." द्रौपदीच्या डोळयातून आनंदाचे आश्रू वाहू लागले.

धृतराष्ट्राला मनातून असे वाटत होते की आजच्या या घटनेमुळे आपल्या पुत्रांचा अनर्थ तर होणार नाही ना? सभागृहात झालेला चमत्कार त्याने संजयाच्या तोंडून ऐकला होता. त्यांना पाडंवाची शक्ती आणि आपल्या मुलांचा कम्कुवतपणा माहीत होता. म्हणून म्हणाले, "युधिष्ठिर, मी द्रौपदीच्या दोन्ही मागण्या मान्य केल्या आहेत. आता मी तुला जुगारात हरलेले सर्व काही परत देतो. इथे जे काही घडले ते विसरून जा. कौरवांसाठी तुझ्या मनात कोणतीही वाईट भावना ठेवू नको. शेवटी तुम्ही दोघेही एकाच वंशाचे आहात. मिळून मिसळून रहा. आता तुम्ही थेट इंद्रप्रस्थाला जा आणि पहिल्यासारखेच राज्य करा."

पांडव काहीच बोलले नाहीत. त्यांनी कपडे घातले. द्रौपदीला सोबत घेतले. सर्वांचा निरोप घेऊन आपल्या रथात बसले आणि इंद्रप्रस्थाच्या दिशेने निघाले.

पांडव जाताच दुर्योधन, कर्ण, शकुनी यांची तोंडे पडली. धृतराष्ट्राचा निर्णय त्यांना आवडला नाही. त्यांनी छल कपट करून पांडवांचे सर्व काही मिळविले होते, पण धृतराष्ट्राने मात्र एका क्षणात सर्व काही त्यांना परत करून टाकले होते. जिंकलेला डाव अशा प्रकारे हातातून निसटला होता.

दुर्योधन हात चोळीत धृतराष्ट्राला म्हणाला, "हे तुम्ही काय करून टाकलेत? तुम्हाला चांगल्या प्रकारे माहीत आहे, की पांडव आपले शत्रू आहेत. हातात आलेल्या शत्रूला सोडून देण्यात कोणता शहाणपणा आहे? आता ते इथून अपमानित होऊन गेले आहेत. ते याचा बदला घेतल्याशिवाय राहणार नाहीत. मला तर असे वाटते, की संधी मिळताच ते नक्कीच आपले नुकसान करतील. सापाचा फणा कुस्करून टाकायच्या आधीच त्याला सोडून तुम्ही चांगले केले नाहीत."

धृतराष्ट्राने शत्रुत्त्व संपविण्यासाठी पांडवांना सन्मानाने परत पाठविले होते, पण दुर्योधनाच्या बोलण्यामुळे त्याला पुन्हा काळजी वाटू लागली. हळूच म्हणाले, "आता काय करायला हवे?"

दुर्योधन विचारात पडला. त्याने शकुनी आणि कर्णाशी थोडा विचार विनिमय केला. शेवटी कर्ण म्हणाला, "आपण काही ना काही तरी करायलाच हवे, नाही तर ते आपला नक्कीच विनाश करतील."

दुर्योधन म्हणाला, "कर्ण सत्य तेच बोलत आहे. ते इंद्रप्रस्थाला पोहचताच आपले सैन्य जमा करतील आणि हस्तिनापूरावर आक्रमण करतील. पांडव आपल्या अपमानाचा बदला नक्की घेतील. भीम तर इथेच ओरडत होता, की आम्हाला सर्वांना मारूनच तो शांत होईल."

धृतराष्ट्र घाबरला होता. त्याचा आपल्या मुलांच्या योग्यतेवर विश्वास नव्हता की आपल्या सैन्याच्या सामर्थ्यावर नव्हता. तो म्हणाला, "पांडवांनी आक्रमण करायच्या आधीच आपण यावर काही तरी उपाय काढायला हवा."

तोच शकुनी दुर्योधनाच्या कानात कुजबुजला, "एक उपाय आहे, महाराज."

दुर्योधनाने विचारले, "काय?"

"हाच की त्यांनी इंद्रप्रस्थाला पोहचण्यापूर्वीच त्यांना पुन्हा जुगार खेळायला बोलवायला हवे. यावेळी आपण त्यांना सुटून जाण्याचा कोणताही मार्ग ठेवणार नाहीत."

"अशा प्रकारे एकदा अपमान झाल्यावर ते पुन्हा जुगार खेळण्यासाठी येतील का?"

"इंद्रप्रस्थाला पोहचल्यावर कदाचित ते परत येणार नाहीत, पण सध्या ते आपल्या राज्याच्याच सीमेमध्ये आहेत. त्यामुळे तुमच्या आदेशाचे उल्लंघन ते करणार नाहीत. तुम्ही लवकरात लवकर त्यांच्याकडे दूत पाठविण्याची व्यवस्था करा."

"पण...?"

"या पणची काळजी करू नका. बाकी सर्व परिस्थिती मी योग्य प्रकारे हाताळतो. शकुनी मामा असताना ते आपल्या सोबत जुगारात जिंकू शकत नाहीत."

धृतराष्ट्राने त्याच वेळी एक दूत पांडवांच्या मागे पाठविला. दुर्योधनाच्या चेहऱ्यावर कुटील हास्य पसरले होते. माता गांधारीला हे सर्व आवडले नव्हते. ती धृतराष्ट्राला म्हणाली, "महाराज, हा अन्याय आहे. दुताला परत बोलवा. तुमच्या मुलांची जी इच्छा आहे, त्यामुळे आपले भले होणार नाही. दुर्योधनचा जन्म झाल्यावर किती अपशकून घडले होते, याचा तुम्हाला विसर पडला आहे का? दुर्योधनच आपल्या वंशाच्या विनाशाचे कारण होणार आहे. त्याचा जन्म झाल्यावरच विदुराने सांगितले होते, की या मुलाला फेकून टाका."

धृतराष्ट्र विवश होऊन म्हणाला, "मी माझ्या मुलांना दुःखी करू शकत नाही. आणि शेवटी जर आपल्या वंशाचा विनाश होणारच असेल, तर विधीलिखित कोण टाळू शकेल? आणखी एकदा जरा जुगाराचा डाव होऊनच जाऊ द्या."

तिकडे पांडव वाटेत असतानाच दुताने त्यांना जाऊन गाठले. तो युधिष्ठिराला म्हणाला, "महाराज, मला धृतराष्ट्र महाराजांनी मला पाठविले आहे. त्यांनी तुम्हाला लगेच परत हस्तिनापूरला बोलावले आहे. जुगाराचा खेळ पुन्हा एकदा खेळायचा आहे."

हा आदेश ऐकून पांडव आश्चर्यचकीत झाले. आपण काय करावे, ते युधिष्ठिराला कळत नव्हते. त्यांनी एक वेळ द्रौपदी आणि आपल्या सर्व भावांकडे पाहिले. ते सर्व युधिष्ठिरांचा निर्णय जाणून घेण्यासाठी उत्सुक होते. जुगार सर्व विनाशाचे मूळ होते, तरीही युधिष्ठिराला आशा होती, की यावेळी आपण डाव जिंकू. युधिष्ठिर हळूच म्हणाला, "देवाची काय इच्छा आहे, काय माहीत? आपण हस्तिनापूरला परत जायला हवे आणि पुन्हा जुगार खेळायला हवा. शेवटी एका राजाचा आदेश आपण कसा काय टाळणार?"

म्हणून मग ते त्याच क्षणी हस्तिनापूरला परत फिरले.

हस्तिनापूरमध्ये जुगाराची सर्व तयारी करून ठेवण्यात आली होती. फक्त पांडवाचीच वाट पाहणे सुरू होते. पांडव बसल्यावर त्यांच्या समोर शकुनी बसला.

शकुनी म्हणाला, "युधिष्ठिर, महाराज धृतराष्ट्रांनी तुला हारलेले सर्व राज्य परत दिले आहे. आम्हाला त्याबद्दल काहीही म्हणायचे नाही. महाराजांना असे करण्याचा पूर्ण अधिकार आहे. आता आपण पुन्हा जुगार खेळत आहोत. यावेळी जुगारात डावावर काहीही लावण्याची आवश्यकता नाही. फक्त एक वचन आहे, जे या डावात हारणाऱ्याला पाळावे लागणार आहे."

"कसले वचन?"

"जो कोणी डाव हारेल, त्याला बारा वर्षांसाठी वनात सामान्य माणसासारखे रहावे लागेल आणि तेरावे वर्ष अज्ञातवासात घालवावे लागेल. अज्ञातवासात अशी अट आहे, की जर हारलेली व्यक्ती या काळात ओळखली गेली, तर त्याला पुन्हा एकदा तेरा वर्षांचा वनवास भोगावा लागेल. मंजूर?"

"मंजूर!" युधिष्ठिराने लगेच उत्तर दिले.

"तर मग ही बाजी सांभाळ."

असे म्हणून शकुनीने फासे टाकले आणि दुसऱ्याच क्षणी ओरडला, "मी जिंकलो."

युधिष्ठिराने निराशेने पाहिले. फासे उलटे पडले होते. शकुनीचा विजय झाला होता. त्यामुळे आधी दिलेल्या वचनानुसार राज कारभार सोडून वनवासाला जाण्यासाठी ते विवश झाले.

आपल्या विजयावर कौरव आनंदीत झाले. पांडवांचा अपमान करण्याची ही संधी गमावण्याची दुःशासनाची इच्छा नव्हती. तो म्हणाला, "हे द्रौपदी, तू कसल्या पतीच्या फंदात पडली आहेस, जे तुझे रक्षणही करू शकत नाहीत, तर तुला जुगाराच्या डावावर लावतात. त्यामुळे तुझ्यासाठी हेच जास्त चांगले आहे, की त्यांना सोडून आमच्यापैकी कोणाही एकाची पती म्हणून निवड कर. कमीत कमी आम्ही तुला जुगारात डावावर तरी लावणार नाहीत."

भीम संतापने ओरडला, "दुःशासन, या दुष्टपणाबद्दल एके दिवशी तुला चांगली मजा दाखविल्याशिवाय राहणार नाही. तुझी छाती बाणांनी छेदून टाकील."

"हे हे हे..." दुःशासन जोर जोरात हासला. दुर्योधनानेही आपल्या तिरकस बोलण्याने पांडवांचे हृदय विदीर्ण करून टाकले होते.

त्याच्या वागण्यामुळे पाचही भाऊ संतप्त झाले होते. त्यांनी मनातल्या मनात ठरवून टाकले की या अपमानाचा बदला नक्कीच घेणार.

आता त्यांच्याने हस्तिनापुरात एक क्षणही राहवत नव्हते. त्यांनी सामान्य लोकांसारखी वस्त्रे धारण केली आणि गुरू जनांचा निरोप घेतला.

विदुर त्यांना आशीर्वाद देत म्हणाला, "मुलांनो जा, देव तुम्हाला मदत करील. माता कुंतीला माझ्या घरी ठेवा. तिला वनवासाचा त्रास सहन होणार नाही. तुम्ही सर्व जण परत येईपर्यंत मी त्यांची

देखभाल करतो."

पांडवांनी विदुराची आज्ञा शिरसांवंद्य मानली. माता कुंतीला विदुराकडे ठेवून ते जड मनाने हस्तिनापूर सोडले.

□□

धृतराष्ट्र मनातल्या मनात अनुभवित होता, की पांडवांसोबत चांगले झाले नाही, पण तो मजबूर होता. पांडवांना निरोप देऊन विदुर परत आला तेव्हा धृतराष्ट्राने उत्सुकतेने विचारले, "पांडव गेले का? जाताना त्यांची अवस्था कशी होती?"

विदुराने उत्तर दिले, "महाराज, युधिष्ठिराने हस्तिनापूर सोडताना मान खाली घातल्या होत्या आणि डोळ्यासमोर कपडा धरला होता. कारण त्याला भीती वाटत होती, की आपण उघड्या डोळ्यानी कुठेही पाहिले तरी आग लागेल. भीमसेन वारंवार आपल्या मुठी आवळीत होता. जणू काही तो मुष्ठी प्रहार करून शत्रूची छाती फोडण्यासाठी व्याकूळ झाला होता. अर्जुन शांतपणे धुळीचे वादळ उडवित चालला होता. जणू काही आपल्या बाणातून त्याला अशाच प्रकारचे वादळ उठवायचे होते. द्रौपदी सर्वांच्या मागून चालली होती आणि तिच्या डोळ्यांना आसवाच्या धारा लागल्या होत्या. जणू काही ती हेच सांगत होती, की एके दिवशी कौरवांच्या विधवा पत्नीसुद्धा अशाच प्रकारे जोर जोरात आक्रोश करतील. नकुल आणि सहदेवाने आपल्या चेहऱ्यावर चिखल माखला होता. कारण त्यांना कोणी ओळखू नये. "

"अरे देवा," धृतराष्ट्र घाबरला होता, "हे सर्व तर विनाशाचे संकेत आहेत. अरे, कोणी तरी जा आणि पांडवांना परत बोलावून आणा. मी त्यांना पुन्हा सर्व काही देऊन इंद्रप्रस्थाला परत पाठवितो. काही अनर्थ व्हावा, असे मला वाटत नाही. कौरव -पांडवांनी मिळून मिसळून रहावे, हीच माझी इच्छा आहे."

जवळच बसलेला संजय होता. म्हणाला, "महाराज, आता दु:ख करून काहीही फायदा नाही. सभागृहातील लोकांनी तुम्हाला इतके समजावले, तेव्हा तर तुम्ही कोणाचे ऐकले नाही. आता व्याकुळ कशासाठी होता? आता त्या दिवसाची वाट पहा, जेव्हा या अन्यायाचे फळ भोगावे लागेल."

(आठ)

पांडव जेव्हा हस्तिनापुराहून निघाले तेव्हा नगरात दुर्योधनावर प्रजा खूप नाराज झाली होती. खूप मोठ्या संख्येने लोक पांडवांच्या मागे मागे निघाले होते.

चालता चालता गंगा नदीचा किनारा आला. रात्री पांडवानी तिथेच एका झाडाखाली रात्र काढली. शहरातील लोकही तिथेच झोपले.

दुसऱ्या दिवशी सकाळी युधिष्ठिराला राहवले नाही. ते प्रजेला म्हणाले, "तुम्ही आमच्यासोबत का

त्रास घेत आहात? कृपा करून परत जा. समोर भयंकर जंगल आहे. तिथे तुमचे येणे योग्य होणार नाही. आमच्या दुर्गतीला आम्हीच जबाबदार आहोत. आम्हालाच त्याचे फळ भोगू द्या."

पांडवांना सोडून जाण्याची कोणाचीही इच्छा नव्हती, तरीही काही लोक युधिष्ठिराच्या म्हणण्यानुसार माघारी फिरले. काही ब्राह्मण असे होते, की ते पांडवांना सोडायलाच तयार नव्हते. पांडव पुढे निघाल्यावर तेही सोबत निघाले.

युधिष्ठिर म्हणाला, "हे ब्राह्मणांनो, तुमचे प्रेम मिळाल्यामुळे आम्ही धन्य झालो आहोत. आमच्यासोबत तुम्हीही विनाकारण त्रास सहन करावा, असे आम्हाला वाटत नाही. वनात झोपण्याची गैरसोय आहे. खाण्या पिण्याचाही त्रास आहे. माझे भाऊ इतके तुटले आहेत, की तुमच्यासाठी काही शिकार करू शकणार नाहीत की फले-फुळे जमा करू शकणार नाहीत. त्यामुळे तुम्ही सर्वांनी हस्तिनापूरलाच परत जाणे योग्य होईल."

ब्राह्मण म्हणाले, "धर्मराज, आम्हाला परत जायला सांगू नका. आमच्या खाण्या पिण्याची व्यवस्था आम्ही स्वतः करू . तुम्हाला काहीही त्रास होऊ देणार नाहीत. आम्हाला तर फक्त तुमचा सहवास हवा आहे."

युधिष्ठिराच्याने पुढे काही बोलले गेले नाही. प्रजेचे प्रेम आणि सहानुभूती पाहून त्याचे मन भरून आले. युधिष्ठिराचा दुःखी चेहरा पाहून सोबत आलेले लोकही दुःखी झाले. तिथे उभा असलेला सैनिक, जो बुद्धिजीवी होता, तो युधिष्ठिराला म्हणाला, "महाराज, सुख-दुःख तर माणसाच्या मागे रात्रंदिवसासारखे लागलेले असतात. कमकुवत लोक दुःखाने खंगत असतात; पण तुमच्यासारखी धैर्यवान व्यक्ती अशा दुःखामुळे कधीही मोडून पडत नाही."

युधिष्ठिर म्हणाला, "मी माझ्या दुःखामुळे दुःखी झालो नाही. मी एकटा असतो तर सर्व त्रास हसत हसत सहन केला असता. मला दुःख आहे ते माझ्या भावांचे आणि द्रौपदीचे. ज्यांना माझ्यामुळे दुःख भोगावे लागत आहे. मला तर त्यांचेही दुःख आहे, जे माझ्यामुळे या जंगलापर्यंत आले आहेत. मी त्यांचा सत्कार आणि पाहुणचार करू शकलो असतो, तर किती बरे झाले असते."

पांडवांसोबत त्यांचा कुळ पुरोहित धौम्यही आला होता. युधिष्ठिराचे असे म्हणणे ऐकून त्याने सल्ला दिला, "महाराज, तुम्ही उगीच चिंता करीत आहात. सूर्य भगवान असताना कोण उपाशी राहू शकेल? हे कोणाला माहीत नाही, की सूर्य देवाच्या कृपेमुळेच अन्नाची निर्मिती होते आणि जीव आपले पोट भरीत असतात. त्यामुळे तुम्ही सूर्य देवाची स्तुती करा ते तुम्हाला मदत करतील. मी तुम्हाला सूर्य देवाची उपासना करण्याचा मंत्र सांगतो. तुम्ही उपासनेला सुरूवात करा."

मग काय पाहता युधिष्ठिराने स्नान वगैरे करून शुद्ध मनाने सूर्य देवतेची उपासना सुरू केली. त्यांनी कुल पुरोहित धौम्यांनी सांगितल्याप्रमाणे सूर्य देवाच्या नावाचा एकशे आठ वेळ नामोच्चार करून नदीत गुढगाभर पाण्यात उभे राहून उपवास केला. भगवान सूर्य त्याच्या स्तुतीमुळे प्रसन्न झाले.

त्यांनी प्रकट होऊन म्हटले, "धर्मवीर, तुझी मनोकामना पूर्ण होईल. हे अक्षय पात्र घे. त्यातून तुला मनासारखे भोजन साहित्य मिळेल. जोपर्यंत द्रौपदी इतरांना वाटून स्वतः खाणार नाही, तोपर्यंत या अक्षय पात्रातील भोजन साहित्य संपणार नाही."

युधिष्ठिराचा सर्व मनःस्ताप जात राहिला. आता रोज द्रौपदी अक्षय पात्र घेऊन सोबत आलेल्या लोकांना जेवण देत असे. आपल्या पतींना खाऊ घालीत असे आणि मग स्वतः खात असे.

□□

एके दिवशी पांडवांनी गंगा नदी पार केली आणि चालत चालत द्वैत वन नावाच्या वनात पोहचले. तेथील निवाशांनी पांडवांचे जोरदार स्वागत केले. त्यांचा आदर आणि प्रेम मिळाल्यामुळे पांडव खूप खुश झाले. युधिष्ठिर आपले भाऊ आणि द्रौपदीसह तिथे काही काळ राहिला.

काही दिवसांनंतर दुपारची वेळ होती. पांडव वनात विश्रांती घेत असताना दूरवरून रथ येत असल्याचा आवाज आला. पांडवांनी आश्चर्याने पाहिले, रथावर त्यांचे स्नेही विदुर काका येत होते.

युधिष्ठिराला कळत नव्हते की अचानकपणे त्यांच्याकडे विदुर काका वनात कशासाठी येत आहेत? ते आपल्या भावांकडे पाहत म्हणाले, "कदाचित असे तर नाही ना, की पुन्हा एकदा जुगार खेळण्यासाठी निमंत्रण द्यायला तर येत नाहीत ना? शेवटी कौरवांना हवे तरी काय आहे? आता शकुनीला आमच्यावर आणखी कोणता डाव टाकायचा आहे? का ती शस्त्रास्त्रे जी द्युतात ते आतापर्यंत जिंकू शकले नाहीत? "

तोपर्यंत रथ जवळ आला होता. विदुर रथातून उतरून जवळ आले. ते म्हणाले, "युधिष्ठिर, धृतराष्ट्राने मलाही हस्तिनापूरातून काढून दिले आहे. "

"काढुन दिले?" युधिष्ठिर चकीत झाला, "हे काय म्हणता तुम्ही? हे सर्व कसे काय झाले?"

"ऐका, तुम्ही वनात गेल्यापासून धृतराष्ट्र खूप परेशान झाला होता. तुम्ही लोक गेल्यावर मी त्याला सांगितले, की जसे काही अशुभ घडणार आहे. त्यांनी अनेक रात्री जागून काढल्या. मग एके दिवशी त्यांनी मला आपल्याकडे बोलावले आणि म्हणाले, की विदुर, जे काही झाले त्यात माझी काहीच जबाबदारी नाही. तरीही या घटनांमुळे मी अतिशय काळजीत पडलो आहे. आता असा काही उपाय सांग की त्यामुळे भविष्यातील अघटित घटना टाळता येतील. मी धृतराष्ट्राला स्पष्ट शब्दात सांगितले की पांडवांसोबत जे काही झाले आहे, ते सर्वस्वी अन्याय आहे. त्यामुळे पांडवांना आदराने परत बोलावून त्यांचे राज्य त्यांना सोपविणे हेच अधिक चांगले होईल. भविष्यात अघटित न होऊ देण्याचा एकच उपाय आहे, की दुर्योधनाला घरातून काढून द्यावे. माझे असे बोलणे ऐकून धृतराष्ट्र तर नाराज झाला. वास्तव असे आहे की संतान प्रेमामुळे ते भल्या बुऱ्याचे ज्ञान विसरून गेले आहेत. ते क्षुब्ध होऊन मला म्हणाले, "मला आधीच माहीत होते, की तू पांडवाची बाजू घेणार आहेस; पण

मला हे माहीत नव्हते की माझ्या मुलांचा तू इतका तिरस्कारही करतोस. दुर्योधनाला घरातून बाहेर काढण्याचा सल्ला देताना तुला जराही वाईट वाटले नाही. त्यामुळे आता तूच आमच्या इथून निघून जावेस, हेच जास्त चांगले होईल. तुझी इच्छा असेल तिकडे तू निघून जा. मला तुझ्या सल्ल्याची आता मला गरज नाही. " बस, हे ऐकल्यावर मी हस्तिनापूरातून बाहेर पडलो. वास्तव असे आहे, की धृतराष्ट्राची अवस्था त्या आजारी व्यक्तीसारखी आहे, ज्याला आजारात कडू औषध नको असते. त्यांना मग माझा सल्ला कसा काय योग्य वाटेल?"

"महात्मा विदुर," युधिष्ठिर म्हणाला, "आम्हाला तर तुमच्या सल्ल्याची नेहमीच आवश्यकता आहे. तुम्ही आनंदाने आमच्यासोबत रहा."

विदुर तिथेच राहू लागले. विदुराची सोबत मिळाल्यामुळे पांडवाच्या आनंदाला मर्यादा उरली नाही; पण विदुराची अशा प्रकारची सोबत जास्त दिवस पांडवांच्या नशिबात लिहिलेली नव्हती.

त्याचे असे झाले की विदुराला हस्तिनापूरातून काढून दिल्यावर धृतराष्ट्राची अस्वस्थता अधिकच वाढली. त्याला रात्रंदिवस एकच दु:ख सतावत होते, की विदुराला घराबाहेर काढून आपण चांगले केले नाही. आत्मग्लानीशिवाय त्याच्या मनात दुसरी एक शंकाही होती, की विदुर जर पांडवासोबत राहिला आणि त्याच्या मदतीने पांडवांनी आपल्या विरूद्ध एखादे कट कारस्थान केले, तर ? एके दिवशी तर असे झाले की उद्विग्नतेमुळे सभागृहात धृतराष्ट्र बेशुद्ध पडला. शुद्धीवर आल्यावर ते एकच गोष्ट वारंवार बोलू लागले, की मी विदुराला कटु वचन बोलून चांगले नाही केले. मी जिवंत राहू शकत नाही. विदुर मला क्षमा करील का? मी विदुराशिवाय राहू शकत नाही. विदुर कुठे आहे? काय माहीत तो जिवंतही आहे की नाही? मग त्याने आपला सारथी संजयाला बोलावले आणि सांगितले, "संजय, आता लगेच तू विदुराच्या शोधात जा. तो भेटल्यावर त्याच्याशिवाय माझी काय अवस्था झाली आहे ते सांगून टाक. त्याला काहीही करून परत घेऊन ये. संजय, आता माझे जीवन तुझ्याच हातात आहे."

हे ऐकताच संजय महालाच्या बाहेर पडला आणि रथावर स्वार होऊन विदुराच्या शोधात निघाला. द्वैत वनात पांडवांसोबत विदुराला पाहून तो म्हणाला, "महात्मा, तुम्ही लवकरात लवकर हस्तिनापूरला चला. महाराजाची अवस्था अतिशय सोचनीय आहे. ते तुम्हाला महालातून काढून दिल्यामुळे पश्चाताप करीत आहेत. तुम्ही परत आला नाहीत तर ते हे दु:ख सहन करू शकणार नाहीत आणि प्राण सोडतील."

हे ऐकल्यावर विदुराला राहवले नाही. त्यांनी पांडवांचा निरोप घेतला आणि त्याच क्षणी हस्तिनापूरला परतले.

विदुर पुन्हा आलेला पाहून धृतराष्ट्र अतिशय आनंदित झाला; पण दुर्योधन आणि त्याच्या सोबत्यांना विदुराचे परत येणे आवडले नाही. विदुर नेहमी पांडवांची बाजू घेत असे आणि हीच बाब

कौरवांना छळत असे. त्यांना अशीही भीती वाटत असे की विदुर इथे राहून पांडवांसाठी हेरगिरी करतील.

कर्ण दुर्योधनाला म्हणाला, "पांडवांना अशा प्रकारे सोडून देणे योग्य नाही. नाही तर तेरा वर्षात तर ते बदला घेण्याची अशी काही भव्य योजना आखतील, की आपण त्याचा सामना करू शकणार नाहीत. शिवाय मग काय सांगावे, महाराज धृतराष्ट्राचे मन बदलले आणि त्यांनी पांडवांना बोलावून त्यांचे राज्य त्यांच्या हवाली केले तर?"

"तर मग? " दुर्योधनाने विचारले.

"पांडवांची जागा तर आपल्याला माहीतच आहे." कर्ण म्हणाला, "आपण याच वेळी जाऊन पांडवांना कुस्करून टाकायला हवे."

कौरव द्वैतवनात जाण्याची तयारी करू लागले.

अशा वेळी महर्षी व्यास हस्तिनापूरला आले. त्यांनी धृतराष्ट्राला सांगितले, "महाराज, भविष्यात जो काही अनर्थ होणार आहे, तो मला माहीत आहे. म्हणून मी तुम्हाला असा सल्ला देतो, की आपल्या पुत्रांना अयोग्य मार्गाने जाऊ देऊ नका. त्यांनी पांडवांशी मिळून मिसळून रहावे, हेच चांगले आहे. नाही तर मग तेरा वर्षानंतर अनर्थ होईल. वंशाचा विनाश ठरलेला आहे."

धृतराष्ट्र म्हणाला, "मला तर काही सूचत नाही. तुम्हीच माझ्या मुलांना सल्ला द्या."

त्याच वेळी तिथे महर्षी मैत्रेय पोहचले. ते तीर्थटन करून हस्तिनापूरला आले होते. त्यांना पाहून महर्षी व्यास म्हणाले, "महर्षी मैत्रेय, तुम्हीच कौरवांना समजावून सांगा."

महर्षी मैत्रेयांनी दुर्योधनाकडे पाहिले आणि म्हणाले, "पांडवांसोबत मैत्रीने राहणे हेच तुमच्यासाठी योग्य आहे. पांडवांना या राज्यातून बाहेर काढून टाकणे योग्य नाही. मी द्वैतवनात राहणाऱ्या पांडवांना पाहिले आहे. राजकुमारांचे आपल्या पत्नीसोबत अशा प्रकारे वन वन भटकणे योग्य आहे का?"

महर्षी मैत्रेय यांनी दिलेल्या सल्ल्यावर दुर्योधनाने आपले तोंड वेडे वाकडे केले आणि संतापून आपल्या मांडीवर बुक्की मारली. महर्षी मैत्रेय यांना दुर्योधनाचे अशा प्रकारचे कोरडेपणाचे वागणे आवडले नाही, म्हणाले, "ज्या मांडीवर तू आज बुक्क्या मारीत आहेस, त्याच मांडीचे एके दिवशी भीम तुकडे तुकडे करील."

महर्षी मैत्रेय यांच्या बोलण्यावर दुर्योधन तर हासत राहिला, पण धृतराष्ट्र मात्र मनातल्या मनात घाबरला. म्हणाला, "महर्षी, माझ्या पुत्रांना असा शाप देऊ नका."

"तुझे पुत्र पांडवांशी मैत्रीने वागणार नसतील, तर त्यांचा विनाश नक्की आहे."

इतके बोलून महर्षी मैत्रेय निघून गेले.

□□

पांडव हस्तिनापूरातील घटनांपासून अनभिज्ञ राहून वनात आपला काळ घालवीत होते. शेवटी ते

राजवंशातील होते आणि इंद्रप्रस्थाचे राजे होते. त्यामुळे त्यांचे अनेक शुभचिंतक राजे व मित्र त्यांना भेटण्यासाठी वनात अधून मधून येत असत. कोणीही मित्र राजा पांडवांच्या सध्याच्या स्थितीला पाहून आनंदी नव्हता. ते म्हणत होते, कौरवांचा धूर्तपणा कोणाला माहीत नाही? त्यांचे म्हणणे ऐकून वनात राहणे निरर्थक आहे. इंद्रप्रस्थाला जाऊन आपला राज्य कारभार सांभाळावा."

"आम्हाली अटी भंग करण्याचा अधिकार नाही." युधिष्ठिर त्यांना उत्तर देत.

"तुम्ही धर्मराज आहात. तुमच्याकडून हीच अपेक्षा आहे. अटी कितीही अयोग्य असल्या तरीही तुम्ही त्या पाळणारच." मित्र म्हणत असत, "आमच्याकडून काही मदत हवी असेल, तर निःसंकोचपणे सांगा."

"आता नाही." युधिष्ठिराचे उत्तर असायचे, "तेरा वर्षानंतर नक्कीच तुमची मदत लागेल."

श्रीकृष्णाला पांडवांच्या वनवासाची बातमी कळाली होती. तोही द्वैतवनात येऊन पांडवांना भेटला. म्हणाले, जे काही झाले ते ऐकल्यावर खूप दुःख झाले. मी त्या वेळी उपस्थित असतो, तर असा अन्याय कधीही होऊ दिला नसता, पण मी द्वारकेच्या बाहेर गेलो होतो. जाऊद्या लवकरच अशी वेळ येणार आहे, की या अन्यायाचा तुम्ही सफलतेने बदला चुकवाल."

श्रीकृष्णाच्या सांत्वनेमुळे पाचही भाऊ आश्वस्त झाले. जवळच द्रौपदीही बसली होती. सहानुभूतीचे दोन शब्द ऐकून तिच्या डोळ्यात पाणी आले. ती आर्तनाद करीत म्हणाली, "मला पहा, मी किती दुर्दैवी आहे. माझे पाच पाच वीर पती आहेत. त्यांच्या शौर्याची जगात चर्चा आहे. तरीही ते कौरवांच्या अनीतीविरूद्ध काही करू शकले नाही. कौरवांनी भर सभेत माझा अपमान केला. दुःशासनाने मला विवस्त्र करण्याचा प्रयत्न केला. मी रडले, ओरडेल, पण भर सभेत कोणीही मला मदत केली नाही. बस, फक्त तुम्ही एकटेच माझ्या मदतीला आले. त्यावेळी अर्जुनाचे गांडीव उचलले गेले नाही, की भीमाची गदा उचलली नाही."

श्रीकृष्ण म्हणाला, "रडू नको पांचाली. कौरवांनी जे काही केले, त्यांची त्यांना शिक्षा नक्कीच मिळेल. दुर्योधन आणि कर्ण या दुष्टांचा नाश होईल आणि युधिष्ठिराला आपला गेलेला सन्मान परत मिळेल."

श्रीकृष्णाच्या सांत्वनाने पांडवांना एक नवीन शक्ती मिळाली. श्रीकृष्ण गेल्यावर ते नवीन उत्साहाने आपला काळ घालवू लागले.

एके दिवशी पाचही भाऊ द्रौपदीसह बसले होते. संध्याकाळची वेळ होती. ते भूत, वर्तमान आणि भविष्याचा विचार विनिमय करीत होते.

द्रौपदी आपला अपमान आठवून आठवून संतापत होती. अचानक म्हणाली, "कौरवांच्या निर्दयीपणाचा अंत नाही. सभागृहात आमची दुर्दशा पाहून ते कसे आनंदित होत होते. आम्ही वनवासाला निघाल्यावर सर्व शहर शोकाकूल झाले होते; पण दुर्योधन, दुःशासन, शकुनी आणि कर्ण

कसे हासत होते. मला तर आश्चर्य वाटते की तुम्ही पाच वीर शांतपणे हा अन्याय कसा काय सहन करीत होते. हा तर क्षत्रिय धर्म नाही. शत्रूला क्षमा करणे भित्रेपणा आहे."

"नाही पांचाळी, क्षमा भित्रेपणा नाही, तर वीरांची शोभा आहे." युधिष्ठिर म्हणाला, "रागात येऊन आपण कोणतेही काम करू नये. त्यामुळे होत असलेले काम बिघडते."

"कसे काय बिघडते?" द्रौपदी म्हणाली, "आपल्याला आपले आणि राज्याचे संरक्षण करण्याचा पूर्ण अधिकार आहे."

"होय, हे सत्य आहे; पण त्यासाठी आपल्याला संधीची वाट पहावी लागेल. विचार न करता काही करणे योग्य असत नाही."

"वेळेची वाट पाहत गुपचूप बसल्याने काहीही साध्य होत नाही." द्रौपदी म्हणाली, "आपला सन्मान मिळविण्यासाठी आपण आतापासूनच प्रयत्न सुरू करायला हवेत."

भीम स्वतः बदला घेण्यासाठी उतावीळ झाला होता. त्याने द्रौपदीला समर्थन देत म्हटले, "द्रौपदी सत्य तेच बोलत आहे. भाऊ, शेवटी आपण कधीपर्यंत अन्याय सहन करीत राहणार आहोत. तेरा वर्षे वाट पाहणे निरूपयोगी आहे. या तेरा वर्षात कोण जगणार आणि कोण मरणार, हे कोणाला माहीत आहे?"

युधिष्ठिर म्हणाला, "जोपर्यंत आपण पूर्णपणे तयार होत नाहीत, तोपर्यंत कौरवांच्या विशाल सैन्याचा सामना करणे अवघड आहे. हे विसरू नका की कर्णाचे कवच त्याचे कधी अहीत होऊ देणार नाही. दुर्योधनाचे शौर्यही कमी लेखू नका. शिवाय त्यांच्यासोबत गुरू द्रोणाचार्य आणि भीष्म आहेत."

खरोखरच परिस्थिती बिकट होती. योग्य संधीची वाट पाहण्याशिवाय पाचही भावंडांकडे दुसरा कोणताही पर्याय नव्हता. ते गंभीरपणे आपल्या वर्तमान स्थितीचा विचार करीत असताना महर्षी व्यास तिथे पोहचले. त्यांना पाहून पांडवांची चिंता दूर झाली. त्यांनी आदरपूर्वक महर्षी व्यास यांना बसायला आसन दिले.

महर्षी व्यास म्हणाले, "मुलानो, इतके काळजीत का आहात? कौरवांच्या पक्षामुळे काळजी वाटते का? त्यांच्या बाजूने मोठे मोठे यौद्धे आहेत, हे ठीक आहे. पण तुम्ही घाबरू नका. एके दिवशी अर्जुन आपल्या शत्रूचा विनाश करण्यात नक्कीच यशस्वी होईल. ऐक युधिष्ठिर, माझ्याकडे श्रुति-स्मृती नावाचा मंत्र आहे. तो मी तुला शिकविणार आहे. तू हा मंत्र मग अर्जुनाला शिकव. या मंत्राच्या माध्यमातून अर्जुनाला देवतांची दिव्य अस्त्रे मिळतील. त्याचा कोणीही सामना करू शकणार नाही. आता काळजी सोडा आणि आनंदी व्हा.

महर्षी व्यास यांनी हा मंत्र युधिष्ठिरच्या कानात फूंकला. मग म्हणाले, "ठीक आहे मुलांनो, आता मी जात आहे. तुम्ही आता द्वैत वनातून निघून जा. जवळच काम्यक वन आहे. तिथे रहा. तिथेच

तुम्हाला आनंद मिळेल."

इतके बोलून महर्षी व्यास निघून गेले.

पांडवांनी द्वैत वन सोडले आणि काम्यक वनात आले. काम्यक वन खरोखरच रमणीय ठिकाण होते.

एके दिवशी शुभ मुहुर्तावर युधिष्ठिराने अर्जुनाला श्रुति-स्मृति मंत्र दिला. अर्जुन मंत्र घेऊन थेट कैलाश पर्वताकडे रवाना झाला. कैलाश पर्वतावर अर्जुनाने देवतांची स्तुती केली. अर्जुनाने पाच महिने एकांतात मंत्र जप करीत राहिला.

देवता प्रसन्न झाल्या आणि एक एक करून त्यांनी अर्जुनाला दर्शन दिले तसेच दिव्यास्त्रे देऊन त्याला समाधानी केले. सर्वात आधी शंकर आये आणि पाशुपत नावाचे अस्त्र दिले. मग यमाने वाण दिला. कुबेरानेही दर्शन देऊन अर्जुनाला युद्धास्त्रांचे वरदान दिले.

अर्जुनाची स्तुती सफल झाली. दिव्यास्त्रे मिळाल्यावर तो काम्यक वनात परत आला. वाटेत त्याची इंद्राशी भेट झाली. तो त्याचीच वाट पाहत होता. अर्जुन तर इंद्राचाच पुत्र होता. इंद्र अर्जुनाला आपल्यासोबत इंद्रपुरीला घेऊन गेला. इंद्रानेही अर्जुनाला अनेक दिव्यास्त्रे चालविण्याचे शिक्षण दिले.

तिथे अर्जुन अनेक वर्षे राहिला. अर्जुनाला आपल्या भावंडापासून दूर गेल्याला अनेक वर्षे लोटली होती. आपल्याला उशीर झाल्यामुळे आपले भाऊ काळजी करीत असतील, अशी त्याला चिंता वाटू लागली. तो इंद्राला म्हणाला, "आता मला परत जायला हवे."

"तू आपल्या भावंडांची काळजी करू नको." इंद्र म्हणाला, "मी आजच महर्षी लोमश यांना तुझ्या भावांकडे पाठवितो. ते त्यांना तुझ्या कुशलतेची बातमी सांगून त्यांना अश्वस्त करतील."

□□

काम्यक वनात अर्जुनाच्या विरहामुळे खरोखरच त्याचे भाऊ आणि पत्नी द्रौपदी परेशान झाले होते. ते खूप काळजीत होते आणि उदास झाले होते.

एके दिवशी भीम म्हणाला, "अर्जुन इतक्या वर्षांपासून कैलाश पर्वतावर एकांतवास करीत आहे. तो आपल्यासाठी इथका त्रास सहन करीत आहे. मी तर अर्जुनाला आणण्यासाठी जात आहे."

युधिष्ठिर प्रेमाने म्हणाला, "बंधु, उतावीळ होऊ नको. अर्जुनाला आपली तपश्चर्या पूर्ण करू दे. तो आपल्या भल्यासाठीच तर गेला आहे. तेरा वर्षे जाण्यासाठी असा किती वेळ लागतो? मग तू कौरवांचा एकेक करून बदला घे."

तोच त्यांना महर्षी लोमेश आणि महर्षी वृहदश्व यांच्याकडून असे शुभ वर्तमान कळले, की अर्जुन

अमरावतीमध्ये इंद्राच्या सहवास सुखात आहे. घोर तपश्चर्या केल्यामुळे अर्जुन थकला होता. इंद्राने त्याला विश्रांतीसाठी आपल्यासोबत नेले आहे. अर्जुनाने त्यांच्याकडून फक्त शस्त्र-अस्त्र चालविण्याचे शिक्षण ग्रहण केली आहे, असे नाही तर इंद्राकडून कर्णाचे कवच भेदण्याचे रहस्य शिकण्याचाही प्रयत्न चालविला आहे.

बंधू अर्जुनाची कुशलता आणि अस्त्र-शस्त्रांमध्ये पारंगत होण्याची माहिती मिळाल्यामुळे पाचही भावांच्या आनंदाला सीमा राहिली नाही.

याच प्रसंगी काम्यक वनात महर्षी नारद येऊन पांडवांना भेटले. त्यांनी पांडवांना सल्ला दिला, "इथून तुम्ही आता तीर्थटन करण्यासाठी निघा. त्यामध्ये वेळ चांगल्या प्रकारे जाईल आणि मनही त्यात रमेल."

नारद मुनींचे म्हणणे द्रौपदी आणि चारही भावंडांना आवडले. ते महर्षी लोमेशसोबत तीर्थटनासाठी निघाले. अनेक पवित्र ठिकाणाचे त्यांनी दर्शन घेतले तसेच अनेक पवित्र नद्यांमध्ये स्नान केले. सर्वात आधी ते पूर्वेकडे गेले. गोदावरीच्या काठावर नैमिषारण्यात प्रवास केला. मग गंगा-यमुनेच्या काठावर गेले. ते दक्षिणेलाही खूप दूरवर गेले. वास्तव तर असे होते, की जितकी म्हणून पवित्र स्थळे होती, नद्या आणि पर्वत रांगा होत्या, त्या सर्व ठिकाणी त्यांनी देवतांचे आशीर्वाद मिळविले. ते प्रभाष तीर्थावर जाऊन श्रीकृष्णाला भेटले. नारदाने म्हटले होते त्याप्रमाणे त्यांचा अर्धा काळ आता संपला होता आणि त्यांच्या अस्वस्थ मनाला थोडीशी शांतताही मिळाली होती. अर्जुनाच्या विरहाचे दुःखही कमी झाले. बारा वर्षे पाहता पाहता निघून गेली.

बाराव्या वर्षी ते सर्व जण हिमालयातडे निघाले. तिथेच अर्जुन भेटण्याची शक्यता होती. पाच वर्षांच्या विरहानंतर तिथे अर्जुनाचीआपल्या भावंडाशी पुनःर्भेट झाली.

अर्जुन आपल्या भावंडांना म्हणाला, "आता काळजी करण्याची आवश्यकता नाही. देवतांच्या असीम शक्ती आपल्या सोबत आहेत. कौरव आता आमचे काहीही बिघडवू शकत नाहीत." त्या बरोबरच त्याने देवतांकडून जी विविध प्रकारची दिव्यास्त्रे मिळविली होती, त्याचा तपशील आपल्या भावंडांना दिला.

चौघेही भाऊ आणि द्रौपदी अर्जुनाने मिळविलेले यश पाहून आनंदी झाले. आता ते आपल्या शत्रूंचा बदला घेऊ शकतील असे वाटत होते. आता फक्त त्यांना विचारपूर्वक योजना आखण्याची आवश्यकता होती. आता त्यांना आणखी एक वर्ष अज्ञातवासात काढायचे होते. त्यानंतर मग आपला अधिकार परत मिळविण्यासाठी कौरवांशी लढायचे होते.

हिमालयातून ते परत काम्यक वनाकडे निघाले.

काम्यक वनात श्रीकृष्म सत्यभामेसह पांडवांना भेटायला आला होता. अर्जुनाच्या सफलतेचे वृत्त ऐकून ते आनंदी झाले. त्यांनी पांडवाना सांगितले की द्वारकेमध्ये अभिमन्यू आणि द्रौपदीच्या पाचही

पुत्रांचे पालन पोषण योग्य प्रकारे होत आहे. पुढे असेही सांगितले, 'वेळ आल्यावर मी तुम्हाला अन्यायाविरूद्ध लढताना माझे सहकार्य नक्कीच देईल.''

(नऊ)

पांडवांच्या हालचालीच्या बातम्या हस्तिनापूरमध्ये योग्य प्रकारे येत होत्या. गुप्तहेर येऊन सांगत असत की पांडव वनात अतिशय हीन-दीन अवस्थेत आपला काळ घालवित आहेत.

या बातम्यांमुळे दुर्योधनाला खूप आनंद होत असे. एकदा तर शकुनी असेही म्हणाला, ''मला तर असे वाटते की यावेळी त्यांच्याकडे जाऊन त्यांच्या या हीन दीन अवस्थेबद्दल त्यांची खूप टिंगल टवाळी करावी. ते तर वनावासाची अट पूर्ण करण्यास बांधील आहेत. ते आपले काहीही बिघडवू शकणार नाहीत.''

''होय मामा, तुमची योजना तर मजेदार आहे.'' दुर्योधन म्हणाला, ''आपण याच वेळी त्यांच्याकडे जाऊन त्यांना आपला थाट माट दाखवून चिडवायला हवे. पण महाराज धृतराष्ट्राकडून त्यासाठी परवानगी मिळणे खूपच अवघड आहे.''

पांडवांच्या हालचालीपासून धृतराष्ट्रही अनभिज्ञ नव्हता. तसेही ते पांडुपुत्रांची अशा प्रकारची शोचनीय अवस्था झालेली पाहून ते दुःखी झाले होते; पण पांडवांनी ज्या कुशलतेने देवतांकडून अनुपम अस्त्र शस्त्र मिळविले होते, त्यामुळे तो मनातून खूप घाबरला होता. काहीही झाले तरी आपल्या मुलांचे नुकसान व्हावे, असे त्याला वाटत नव्हते. खरं तर काय योग्य आणि काय अयोग्य याचा निर्णय घेणे आता त्याच्या हातात राहिले नव्हते. आपल्या वडिलांना अशा प्रकारे द्विधा स्थितीत सापडलेले पाहून दुर्योधन कधी कधी विचारात पडत असे, की वडील आपल्या पुतण्यांना माघारी बोलावून राज्य कारभार त्यांच्या स्वाधीन तर करणार नाहीत ना?

पांडवांनी वनवासाची बारा वर्षे पूर्ण केली होती आणि आता फक्त एका वर्षाचा अज्ञातवास मागे राहिला होता. अज्ञातवासात पांडवांना शोधून काढणे अवघड होते. त्यामुळे त्यापूर्वीच त्यांना मात देण्याची दुर्योधनाची योजना होती. दुर्योधनाने या विषयावर आपल्या सोबत्यांशी विचार विनिमय केला होता. यावेळी त्यांचे दुःख पाहून आपल्या कमकुवत आणि वृद्ध वडिलांना मन पाघळेल, अशी दुर्योधनाला भीती वाटत होती.

''तुझ्या म्हणण्याशी मी सहमत आहे, दुर्योधन.'' शकुनीचे उत्तर होते, ''पण त्यांच्याशी उघड संघर्ष करणे अवघड आहे. एक तर ते बदल्याच्या आगीत जळत आहेत आणि दुसरे म्हणजे अर्जुनाने अनेक संहारक अस्त्रे मिळविली आहेत. त्याऐवजी आपण त्यांना तडपावून तडपावून का मारू नये?''

'ते कसे?''

'ते असे की तू हस्तिनापूरचा वैभवशाली राजकुमार आणि ते दारोदार भटकणारे भिकारी आहेत. बस राजाच्या थाटा माटात त्यांच्या समोर जाऊन उभे रहा. त्यांच्या सध्याच्या अवस्थेवर

मोकळेपणाने हास."

ही गोष्ट दुर्योधन आणि कर्णाला आवडली. धृतराष्ट्राकडून बाहेर जाण्याची परवानगी मिळविणे सोपे नव्हते.

त्याच दिवसांत काम्यक वनाच्या आसपास गायी मोजण्याचे काम सुरू होते. त्यावर देख रेख करण्याच्या निमित्ताने दुर्योधन, शकुनी आणि कर्ण हे सर्व काम्यक वनात जायला निघाले तेव्हा धृतराष्ट्र त्यांना म्हणाला, "तुमच्या चुलत भावांचा मुक्कामही सध्या तिथेच असल्याचे ऐकले आहे. त्यांच्याशी वाद घालू नका. आता तर त्यांच्याकडे दिव्यास्त्रेही आहेत. त्यामुळे आपले काम करून गुपचूपपणे परत या."

"आम्हाला त्यांच्याशी काय देणे घेणे? " दुर्योधन म्हणाला, "आम्ही तर फक्त गायींची गणना करून थेट परत येतो."

कौरव हस्तिनापूराहून गुपचूप निघाले, पण त्यांच्या मनात पांडवांना जळविण्याचा ठाम निर्धार होता. म्हणून मग ते पूर्ण लष्कर सोबत घेऊन राजाच्या थाटात काम्यक वनात पोहचले आणि पांडवाच्या मुक्कामापासून काही अंतरावर नदीच्या ऐल तिरावर त्यांनी आपला मुक्काम टाकला. आता तिथे ते रात्रंदिवस आपल्या राजेशाही थाटाचे प्रदर्शन करीत असत. खूप नाच गाणे होत असे. दिव्यांची रोषणाई केली जात असे. दुर्योधनाला वाटत होते,की कोणत्याही प्रकारे का होईना, पण आपण इथे आल्याची बातमी पांडवापर्यंत पोहचावी. पांडवाच्या बाजूने काहीच हाल चाल झाली नाही तेव्हा दुर्योधनाने एक दूत पांडवांकडे पाठवला आणि त्यांना भेटायला बोलावले.

दूत नदीच्या दुसऱ्या तिरावर पोहचला. तिथे गंधर्व चित्रसेन आप्सरांसोबत आनंद साजरा करीत होते. कौरवांच्या सैनिकांना तिथे पाहून तो संतप्त झाला आणि त्याला अपमानित करून परत पाठविले.

बिचारा दूत गुपचापपणे दुर्योधनाकडे परत आला. चित्रसेनाच्या वागण्यामुळे दुर्योधन खूप संतप्त झाला. त्याने आपले सैन्य घेऊन गंधर्व सैन्यावर आक्रमण केले. दोघांमध्ये घनघोर युद्ध झाले. गंधर्वांशी संघर्ष महाग पडला. कौरवांचे अनेक सैनिक मारले गेले. गंधर्वांनी दुर्योधनाला कैद केले. वास्तविक पाहता गंधर्वाला इंद्राने मुद्दाम तिथे पाठविले होते. कारण दुर्योधनाचा निर्धार त्याला निष्फळ करायचा होता. तसेच त्याला धडाही शिकवायचा होता.

दुर्योधन बंदीवान झाल्याची बातमी पांडवांना कळली. युधिष्ठिराला खूप काळजी वाटू लागली. त्याने लगेच भीम आणि अर्जुनाला गंधर्वाच्या बंदिवासातून दुर्योधनाची सुटका करण्याचा आदेश दिला. भीम तर दुर्योधनाची अशी अवस्था पाहून आनंदी झाला होता, पण मोठ्या भावाचे असे म्हणणे होते, "काहीही झाले तरी ते आपले रक्त आहे. त्याचे रक्षण करणे आपले कर्तव्य आहे." आदेश असल्यामुळे तो शांतपणे अर्जुनासोबत निघाला. त्या दोघानी गंर्धवांच्या बंदिवासातून त्याची सुटका केली. दुर्योधनाला मुक्त करताना चित्रसेन म्हणाला, "पांडव, तुम्ही माझे मित्र आहात, त्यामुळे

दुर्योधनाने आपले ऐश्वर्य दाखवून तुमचा अपमान करण्याच्या उद्देशात सफल व्हावे, हे मला सहन झाले नाही. आता तुमच्याच सांगण्यावरून मी याची सुटका करतो. जा, याला घेऊन जा."

दोघेही भाऊ दुर्योधनासह युधिष्ठिराकडे पोहचले.

युधिष्ठिर त्याला म्हणाला, "दुसऱ्याचे वाईट चिंतणाऱ्याला नेहमी पराभूत व्हावे लागते. त्यामुळे जे काही झाले ते विसरून जा. भविष्यात असे काहीही काम करू नको, की त्यामुळे तुला संकटाचा सामना करावा लागेल."

या घटनेमुळे दुर्योधन अतिशय लज्जीत झाला. त्याने या सहकार्याबद्दल युधिष्ठिराचे आभार मानले आणि आपल्या सोबत्यासह शांतपणे हस्तिनापूरला परतला.

पांडवही द्वैतवनात परतले.

□□

दुर्योधन या अपमानास्पद पराभवामुळे अतिशय वाईट प्रकारे खंगला होता. तो तर अन्न-पाण्याचा त्याग करून सर्व राज्य कारभार दुःशासनाच्या ताब्यात देऊन आत्महत्त्या करायला निघाला होता.

कर्ण म्हणाला, "बंधु, धीर सोडू नको. पांडवांना त्यांच्याकडी दिव्यास्त्रांचा गर्व असेल, तर आपणही कशात कमी नाहीत. मी माझ्या चतुरांगिणी सैन्याने काय करू शकत नाही? मी विजय मिळवून सर्वांना आपल्या मुठ्ठीत करीन."

दुर्योधन आनंदी होऊन म्हणाला, "मग आता उशीर कशाचा आहे? आपले चतुंरांगिणी सैन्य घेऊन निघ आणि दिग्विजयी होऊन परत ये."

खरोखरच मग एके दिवशी कर्ण आपले चतुरांगिणी सैन्य घेऊन हस्तिनापूराच्या बाहेर पडला. त्याने चारही दिशांना आपली विजयाची पताका फडकवली. राजा द्रुपदासह अनेक राजांना बंदी केले.

कर्ण दिग्विजय करून परत आला तेव्हा दुर्योधनाच्या आनंदाला सीमा उरली नव्हती. आता आपण पांडवांवर सहजपणे विजय मिळवू शकतो, याची त्याला खात्री पटली.

कर्णाच्या दिग्विजयाच्या आनंदात हस्तिनापुरात महायज्ञाचे आयोजन केले होते. या महायज्ञात सहभागी होण्यासाठी कौरवांनी पांडवांनाही निमंत्रण पाठविले.

युधिष्ठिराने त्याला उत्तर पाठविले, "आमचा वनवासाचा कालावधी संपला नसल्यामुळे आम्ही येऊ शकत नाही. " भीमाने तर इथपर्यंत निरोप पाठविला, "तेरा वर्षे संपू द्या. मग आम्ही युद्धाने या महायज्ञात पूर्णाहुती देऊ."

कौरवाने पांडवांच्या या उत्तराला हासण्यावर नेले. महायज्ञ सफलतापूर्वक संपन्न झाला. कर्णाने प्रतिज्ञा केली, "जोपर्यंत मी पांडवांना पराभूत करणार नाही, तोपर्यंत तामसी वस्तूंना हातही लावणार

नाही. आणि या प्रसंगी मला कोणी काहीही मागितले तरी मी ते नक्की देईल."

या वचनाचा फायदा घेऊनच एके दिवशी इंद्राने येऊन कर्णाकडे कवच कुंडले मिळविली होती.

□□

पांडवांचा बारा वर्षांचा वनवास संपायला आला होता. आता समस्या होती ती अज्ञातवासाची.

अज्ञातवासाला सुरूवात व्हायच्या आधी एक घटना घडली.

वनात पांडव रहात होते तिथेच शेजारी एक ब्राह्मणही रहात होता. जो नित्या नियमाने पूजा अर्चना करीत आपला काळ घालवित असे. एके दिवशी एक हरीण तिथे आले आणि अग्नी प्रज्वलीत करणारे यंत्र 'अरणी' सोबत खेळू लागले. त्यामुळे अरणी त्याच्या शिंगात अडकली आणि तो ते यंत्र घेऊन तिथून पसार झाले. हे पाहून ब्राह्मण काळजीत पडला की आता अग्नीशिवाय पूजा अर्चना कशी करायची? तो धावत पळत पांडवांकडे आला आणि म्हणाला, "महाराज, हरिण माझी अरणी घेऊन पळाले आहे. आता तुम्हीच मला ती अरणी परत मिळवून देऊ शकता."

युधिष्ठिराचा क्षत्रिय धर्म जागा झाला. ब्राह्मणांचे रक्षण करणे हा त्याचा पहिला धर्म होता. त्यामुळे त्याने अर्जुनासह आपल्या चारही भावंडांना आदेश दिला, "जा, हरिणाचा पाठलाग करा आणि ब्राह्मणाला त्याची अरणी परत मिळवून द्या."

चौघेही भाऊ युधिष्ठिरासह हरिणाचा पाठलाग करू लागले. अर्थात वेगवान हरणाचा पाठलाग करणे काही सोपे काम नव्हते. ते एका क्षणी दिसत असे आणि दुसऱ्याच क्षणी उड्या मारून गायब होत असे.

हरिणाच्या मागे धावता धावता पाचही भाऊ वाईट प्रकारे थकून गेले. सर्व शरीराला घाम सुटला होता आणि तहानेने त्यांचा घसा कोरडा झाला होता. नकुलाला राहवले नाही. तो म्हणाला, "आपल्या शौर्याची कितीही चर्चा होत असली तरीही आपण एका हरिणाचा मुकाबला करू शकत नाहीत.कसले दुर्दैव आहे हे!"

"हा सर्व योगायोग आहे, नकूल. योगायोगापुढे कोणाचेच काही चालत नाही." युधिष्ठिर म्हणाला, "सध्या तरी खूप तहान लागली आहे. कुठून तरी आधी पाण्याची व्यवस्था करा. मग हरिणाचा पाठलाग करू. नकुल, जरा या झाडावर चढून पहा, आसपास कुठे पाणी दिसते का?"

नकुल झाडावर चढला आणि दूरवर पाहू लागला. एके ठिकाणी त्याला हिरवेगार गवत दिसले. तिथेच बगळे उडतानाही त्याला दिसले. नकुलाने ओळखले की तिथे नक्कीच पाणी असणार. नकुल झाडावरून उतरला आणि पाणी आणण्यासाठी गेला.

तो त्या तळ्याजवळ गेल्यावर पाणी भरण्यासाठी खाली वाकला. तोच कुठून तरी एक गंभीर

आवाज आला, "नकुल, या जलाशयावर माझा अधिकार आहे. तू माझ्या प्रश्नांची योग्य प्रकारे उत्तरे दिलीस तरच मी तुला इथे पाणी भरण्याची परवानगी देईल."

नकुलाने चहुकडे पाहिले, पण त्याला बोलणारी व्यक्ती काही कुठे दिसली नाही. नकुलाला खूप तहान लागली होती. तो म्हणाला, "आधी मला पाणी पिऊ द्या. मग मी तुमच्या प्रश्नाची उत्तरे देतो."

असे बोलून नकुलाने त्या तळ्यातून ओंजळ भरून पाणी घेतले आणि पिले. पाणी पिल्यावर पुढच्याच क्षणी नकुलाची चेतना हरवली आणि तो तळ्याच्या काठावर बेशुद्ध होऊन पडला.

तिकडे चौघेही भाऊ नकुलाची वाट पाहत होते. खूप वेळ झाला तरीही नकुल परत आला नाही म्हणून युधिष्ठिराने सहदेवाला त्याच्या शोधासाठी पाठविले. तोही तळ्याच्या काठी गेल्यावर आपली तहान भागविण्याची इच्छा दाबून धरू शकला नाही. अदृश्य गंभीर आवाजाने त्यालाही पूर्वीसारखाच इशारा दिला, तरीही त्याने तेथील पाणी पिले आणि तोही तिथे बेशुद्ध पडला.

भीम आणि अर्जुनही पाणी आणि आपल्या भावाच्या शोधार्थ निघाले, पण त्यांचीही नकुल आणि सहदेवासारखीच अवस्था झाली.

आता युधिष्ठिर घाबरला आणि चारही भावांच्या शोधार्थ स्वतः निघाला.

त्या तळ्याच्या आसपास त्याने शोध घेतला तेव्हा त्याला तिथे आपले चारही भाऊ बेशुद्ध पडल्याचे दिसून आले. आपल्या भावांची अशी दुर्दशा झालेली पाहून युधिष्ठिर चकीत झाला. आपल्या भावांची कोणी आणि का अशी अवस्था केली ते काही त्याला कळत नव्हते. युधिष्ठिरचा घसाही तहानेने कोरडा पडला होता. त्याने आधी पाणी पिऊन मग या समस्येवर विचार करण्याचे ठरविले.

युधिष्ठिर पाणी घेण्यासाठी जसा तळ्यावर वाकला तोच त्याला गंभीर आवाज ऐकू आला, "युधिष्ठिर, पाणी प्यायच्या आधी माझे म्हणणे काळजीपूर्वक ऐक. या तळ्यावर माझा अधिकार आहे. तुला त्यातील पाणी प्यायचे असेल तर आधी माझ्या तीन प्रश्नांची उत्तरे दे. तू माझ्या प्रश्नाची योग्य प्रकारे उत्तरे दिलीस तरच तुला पाणी पिण्याची परवानगी मिळेल, नाही तर नाही. माझ्या परवानगी शिवाय तू पाणी पिण्याचा प्रय़त्न केलास, तर तुझीही अवस्था तुझ्या भावांची झाली आहे, तशीच होईल."

युधिष्ठिराने उत्तर दिले, "यावेळी मी माझ्या भावांची अवस्था आणि तहानेमुळे खूप व्याकुळ झालो आहे. त्यामुळे तुम्ही जसे सांगाल तसेच मी करतो. विचारा तुमचे प्रश्न."

गंभीर आवाजाने पहिला प्रश्न विचारला, "पृथ्वीपेक्षा वजनदार वस्तू कोणती?"

"माता."

"स्वर्गापेक्षा उच्च कोण?"

"वडील."

"हवेपेक्षाही वेगवान?"

"मन."

"उघड्या डोळ्यांनी कोण झोपते? "

"मासा."

"जगातील सर्वात आश्चर्यकारक बाब कोणती?"

"हेच की एखादी व्यक्ती मृत्यू पावल्यावर लोक अशा प्रकारे दुःखी होतात जणू काही ते कधी मरणारच नाहीत. वास्तवात प्रत्येकाला एका दिवशी मरायचे असते."

"तुच्छत्तम वस्तू?"

"गवत"

"श्रीमंत कोण?"

"लालचमुक्त व्यक्ती."

"सुखी कोण?"

"चिंतेपासून मुक्त असलेली व्यक्ती."

"सर्वांचा लाडका कोण?"

"गर्वापासून मुक्त व्यक्ती."

"घरातील सुक-दुःखाची सोबती."

"पत्नी."

"प्रवासात मदत कोण करतो?"

"विद्या."

"बुद्धिमान कोण?"

"जो बुद्धिमान व्यक्तीसोबत राहतो."

"मरणोन्मुख व्यक्तीचे मित्र?"

"दान-पूण्य."

"सूर्याला कोण उगवते आणि तो अस्ताला का जातो?"

"सूर्याला उगवतो या विश्वाचा निर्माता ब्रह्म आणि तो अस्त होतो आपल्या धर्मामुळे."

प्रश्न विचारणारा दुसरा कोणी नसून एक यक्ष होता.

यक्षाने अशा प्रकारे युधिष्ठिराला शंभर प्रश्न विचारले. त्याची युधिष्ठिराने योग्य उत्तरे दिली. त्या यक्षाने सर्व प्रश्न एका नंतर एक अतिशय वेगाने विचारले होते आणि युधिष्ठिराने त्याच वेगाने त्याची उत्तरे दिली होती. युधिष्ठिराच्या सर्व उत्तराने यक्ष समाधानी झाला.

यक्ष म्हणाला, "हे धर्मवीर, मी तुझ्या उत्तरामुळे समाधानी आहे. तुझ्या समोर तुझे चारही भाऊ

मृत पडले आहेत. आता मला हे सांग की तुला कोणाला जिवंत पहायचे आहे? तू ज्याच्याकडे इशारा करशील त्याला मी जिवंत करतो."

"हे यक्ष, तू माझा सर्वात लहान भाऊ नकुलला जिवंत कर."

"हे काय? नकुल तर तुझा सावत्र भाऊ आहे. तू आपला सखा भाऊ भीम किंवा अर्जुनाला का जिवंत पाहू इच्छित नाहीस?"

"कारण कुंतीच्या पुत्रांपैकी मी एक तर जिवंत आहे. माता माद्रीची आठवण म्हणून मला आणखी एक भाऊ जिवंत करून हवा आहे."

युधिष्ठिराचा हा त्याग आणि हे बंधु प्रेम पाहून यक्ष खूपच प्रभावित झाला. म्हणाला, "युधिष्ठिर, तो खरोखरच धन्य आहेस. हे बघ, मी तुझ्या चारही भावंडांना जिवंत करतो."

यक्षाने युधिष्ठिराच्या चारही भावांना जिवंत केले. पाचही भाऊ परत एक दुसऱ्याला पाहून आनंदीत झाले.

यक्ष म्हणाला, "युधिष्ठिर, आता तू मला एखादा वर माग."

युधिष्ठिराला लगेच आठवले की आपण सर्व जण ब्राह्मणांची अरणी शोधण्यासाठी बाहेर पडलो होतो. आता हरिण तर कुठेही दिसत नव्हते. युधिष्ठिर म्हणाला, "हे यक्षा, मला काहीही नको आहे. फक्त मला त्या गरीब ब्राह्मणांची अरणी हवी आहे. म्हणजे मग मी त्या गरीब ब्राह्मणाला दिलेले वचन पूर्ण करू शकेल."

"तथास्तू!"

या आवाजासोबत यक्ष तिथे प्रकट झाला. यक्ष स्वतः धर्मदेव होते. युधिष्ठिराचे वडील. ज्यांना कुंतीने मंत्राद्वारे आवाहन केले होते. धर्मदेवाला युधिष्ठिराचे साहस, धैर्य आणि शक्ती याची परीक्षा घ्यायची होती. त्यामुळे त्यांनी हरिणाचे रूप धारण केले होते आणि ब्राह्मणांची अरणी घेऊन पळून गेले होते. वनवासाचा त्रास सहन केल्यावर युधिष्ठिर धर्मआचरणापासून ढळला तर नाही ना, हे त्यांना पहायचे होते.

युधिष्ठिर आपल्या कसोटीवर खरा उतरलेला पाहून त्याने युधिष्ठिराला सर्व काही सांगितले. ब्राह्मणाची अरणी त्याला परत देऊन म्हणाले, "आज मी खरोखरच खूप समाधानी झालो आहे. आज मी तुम्हाला आशीर्वाद देतो की अज्ञातवासात कोणी तुमच्या केसालाही धक्का लाऊ शकणार नाही. शत्रू तुम्हाला शोधण्याचा प्रयत्न करील, तुमचे अहीत करण्याचा प्रयत्न करील, पण त्यांना तोंडावर आपटी खावी लागेल."

पाचही भाऊ धर्मदेवासमोर नतमस्तक झाले. धर्मदेव त्यांना आशीर्वाद देऊन अंतर्धान पावले.

पांडव अरणी घेऊन आपल्या आश्रमाकडे परत निघाले.

(दहा)

एके दिवशी वनवासींना असे आढळून आले की पांडव आपल्या आश्रमातून लुप्त झाले आहेत. त्यांना शोधण्याचा खूप प्रयत्न केला, पण पांडव कुठेही आढळले नाहीत.

पांडवांचा अज्ञातवास सुरू झाला होता त्यामुळे ते रात्रीच सर्वांच्या नजरा चुकवून तिथून गायब झाले होते.

एका गुप्त ठिकाणी पोहचल्यावर पांडवांनी आपल्या पुढील योजनेवर सल्ला मसलत केली.

युधिष्ठिर म्हणाला, "अज्ञातवास आपल्या सर्वांसाठी अतिशय कठीण काळ आहे. या काळात कोणी आपल्याला ओळखले किंवा पाहिले तर आपल्याला परत वनवास भोगावा लागेल. म्हणून आपल्याला पूर्ण सावधगिरी बाळगावी लागेल."

"आपण सर्वांनी वेगवेगळ्या दिशेला जायला काय हरकत आहे? तिकडे जाऊन लपून रहावे." भीम म्हणाला, "कारण एका स्त्रीसोबत आपल्याला पाच जणाला पाहून लोक आपल्याला सहजपणे ओळखतील."

"अशी शंका तर नक्कीच आहे, पण आपण वेगवेगळे रहायला नको. त्यामुळे आपली शक्ती विभाजित होईल. त्यामुळे आपण सर्वांनी एकत्र रहावे आणि कोणाच्याही दृष्टीला पडू नये, हेच चांगले होईल." युधिष्ठिराने आपले मत व्यक्त केले.

"ते कसे काय? " भावांनी विचारले.

थोडा वेळ विचार केल्यावर युधिष्ठिर म्हणाला, "आपण वेश बदलून रहायला हवे. आपण इथून मत्स्य देशात जाऊ. तेथील राजा विराट वृद्ध आहे. त्यांच्याकडे जाऊन आपण काम मिळविण्याचा प्रयत्न करू. मला पूर्ण खात्री आहे, की आपल्यावर दया करून ते नक्की आपल्याला काम देतील."

सध्याच्या परिस्थितीमुळे द्रौपदी आधीच अस्वस्थ झाली होती. युधिष्ठिराचे म्हणणे ऐकल्यावर तिचे डोळे भरून आले. म्हणाली, "कसे नशीब आहे आपले? जे स्वतः एका दिवशी शेकडो दास दासींना आश्रय देत होते, ते आज दारोदार भटकत आहेत. दुसऱ्या एखाद्या राजाच्या दरबारात नोकरी मिळावी यासाठी प्रयत्न करीत आहेत."

तिचे सांत्वन करीत युधिष्ठिर म्हणाला, "घाबरू नकोस, द्रौपदी. हे सर्व काही नेहमीसाठी असणार नाही. आपण पुन्हा पूर्वीचे सर्व वैभव मिळवू. आता माझी योजना काळजीपूर्वक ऐका. आपण सर्व वेश बदलून वेग वेगळे मत्स्य देशात प्रवेश करू. आधी मी राजा विराटाला भेटतो. मी त्यांना सांगतो की द्युत खेळण्यात मी कुशल आहे. ज्योतिश शास्त्रात मी निपूण आहे. त्यामुळे मला त्यानी नोकरीवर ठेवावे. म्हणजे रिकाम्या वेळी मी द्युत खेळून त्याचे मनोरंजन करील तसेच नीती आणि ज्योतिषात त्यांना मदत करील. हे ऐकल्यावर विराट मला नक्की नोकरी देईल. तिथे माझे नाव असेल कंक. आणि भीम तू? तू कोणता वेश धारण करशील? मला अशी भीती वाटते की तुझा भक्कम देह पाहून

लोक तुला ओळखतील.''

भीम म्हणाला, ''घाबरू नका. माझे शरीर भारी भक्कम असल्यामुळे मी स्वतःला आचारी बनवितो. आचारी लोक तर असतातच असे अब्बू-गब्बू. मी विराटाला असे सांगतो की मी त्याला चांगले चांगले पदार्थ करून खाऊ घालीन. मग माझी नोकरी पक्की. मी माझे नाव 'वल्लभ' ठेवतो. मी तिथे माझ्या शक्तीचे प्रदर्शन करून राजाला खुश करीन. बरोबर आहे ना?''

''होय, एकदम बरोबर आहे.'' युधिष्ठिर आता अर्जुनाकडे वळून म्हणाला, ''आता तुझा काय विचार आहे?''

''मला तर स्त्रीचे रूप धारण करावे लागेल. म्हणजे मग मी वीर असल्याचा कोणाला संशय येणार नाही. माझ्या हातावर धनुष्याच्या खुणा आहेत. त्या मी बांगड्या घालून लपवून टाकील. मी राजा विराटाकडून अंतःपुरात नोकरी मिळवितो. तेथील महिलांमध्ये राहून त्यांना गोष्टी सांगत राहील. त्यांचे मनोरंजन करील. माझे नाव असेल, बृहन्नडा.'' अर्जुनाने उत्तर दिले.

अर्जुनाची ही योजना युधिष्ठिराला आवडली नाही, पण त्याला तिचा नाईलाजाने स्वीकार करावा लागला.

''आणि महाराज , मी अश्वशाळेचा रखवालदार होईल.'' नकुल म्हणाला. ''मी माझे नाव ग्रंथिक ठेवील. आणि तिथे घोड्यांची देखभाल करील. मी राजाला सांगेल की मी इंद्रप्रस्थ नरेश युधिष्ठिराकडे अश्वशाळेत काम केले आहे. तसेही घोड्यावर नियंत्रण मिळविण्यात माझी कोणी बरोबरी करीत नाही.''

''मी विराट राजाच्या गोशालेत नोकरी करीन. तिथे मी गाय आणि बैलांची सेवा करील. माझा स्पर्श झाल्यावर गायी पहिल्यापेक्षा अधिक दूध देतील.''

आपल्या या योजनेवर पाचही भाऊ बारा वर्षात पहिल्यांदाच खो खो करून हासले. आता राहिली फक्त द्रौपदी. सर्वांनी द्रौपदीकडे पाहिले. ती विचारात मग्न झाली होती.

युधिष्ठिर हळूच म्हणाला, ''तू तुझ्या बद्दल काय विचार केला आहेस, द्रौपदी? तू तर कधी काही काम केले नाहीस. मग राजा विराटाकडे कोणते काम मागशील?''

द्रौपदी ठाम स्वरात म्हणाली, ''तुम्ही माझी चिंता करू नका. मीही माझे कर्तव्य पार पाडते. मला आठवते, इंद्रप्रस्थामध्ये एक दासी माझ्याकडे काम करीत होती, सैरंध्री. मी सैरंध्री होऊन विराट राजाला भेटते. त्यांच्याकडे नोकरी मागते. ते आपल्याकडे मला नक्कीच नोकरीवर ठेवतील आणि मग मीही अंतःपुरात राजकुमारी आणि इतर महिलांची सेवा करते. अशा प्रकारे तिथे मी सुरक्षित राहील.''

पाचही भावांसमोर द्रौपदीचा हा सल्ला मान्य करण्याशिवाय दुसरा काहीच पर्याय नव्हता. त्यांनी

आपल्या कुल पुरोहिताकडून आशीर्वाद घेतला आणि मत्स्य देशाच्या दिशेने निघाले.

□□

मत्स्य देशाच्या जवळ गेल्यावर पांडवांनी आपले कपडे आणि अस्त्र-शस्त्र शहाराच्या बाहेर एका झाडाच्या सर्वात उंच फांदीवर लपवून ठेवले. नंतर मग ते आपला वेश बदलून रिकाम्या हाताने विराट राजाच्या दरबारात पोहचले. तिथे नोकरी मागू लागले. त्या सर्वांची विशेषतः पाहून विराट राजाने त्यांना लगेच नोकरीवर ठेवले. कोणीही त्यांना ओळखू शकले नाही.

पाचही भाऊ आणि द्रौपदी अतिशय प्रामाणिकपणे विराटाच्या दरबारात काम करीत होते. त्यांची योग्यता पाहून सर्व जण अतिशय आनंदात होते. कोणाच्याही नजरेला न पडता त्यांनी दरबारात काही महिने निर्विघ्नपणे पार पाडले. पांडव सध्या आनंदात होते, की लवकरच त्यांचे अज्ञातवासाचे एक वर्ष पूर्ण होणार होते. त्यानंतर ते इंद्रप्रस्थाला पोहचण्यास पात्र ठरणार होते.

अज्ञातवास संपण्यासाठी आता थोडेच दिवस शिल्लक राहिले होते. द्रौपदी आणि पाचही भाऊ एकेक दिवस मोजीत इंद्रप्रस्थाला परत जाण्याची वाट पाहत होते. तोच पांडवांवर एक संकट आले.

महाराज विराट यांच्या महालात कीचक नावाचा एक राजा रहात होता. तो महाराणी सुदेष्णाचा भाऊ होता. तो मत्स्य देशाचा सेनापती होता. तो अतिशय शक्तिशाली आणि आकर्षक होता. एके दिवशी महालात त्याने सैरंध्री झालेल्या द्रौपदीला पाहिले. पहिल्या नजरेतच द्रौपदी त्याला आवडली. द्रौपदी फक्त सुंदर होती, असे नाही तर महाराणीची ती ज्या निष्ठेने सेवा करीत होती, त्यामुळे कीचक अतिशय प्रभावित झाला. आता तो तिला आकर्षित करण्यासाठी प्रयत्न करू लागला.

कीचकाच्या हरकती द्रौपदापासून लपून राहिल्या नाहीत. तसेच पांडवही त्यापासून अनभिज्ञ नव्हते. पण यावेळी पांडव लाचार होते, यावेळी जर् त्यंनी कीचकाच्या वागण्याला हरकत घेतली असती, तर त्यांची ओळख उघड होण्याची भीती होती. द्रौपदीला राहवले नाही तेव्हा तिने महाराणी सुदेष्णाकडे तक्रार केली, "हे बघा, तुमच्या भावाला माझी छेड काढू नको म्हणून सांगा. तशीही मी विवाहित आहे आणि मला अशा प्रकारचे वागणे अजिबात आवडत नाही. माझा विवाह गंधर्वाशी झाला आहे. कीचकाच्या वागण्यामुळे गंधर्व नाराज होऊन कीचकाचे काही अहीत करू शकेल, असे होऊ नये."

सुदेष्णेला द्रौपदीची सोबत आवडत होती. ती द्रौपदीला नाराज करू इच्छित नव्हती. त्यामुळे तिने कीचकाला मना केले, पण शेवटी भाऊ हा भाऊच असतो. त्यामुळे कीचकावर तिने काही कठोर प्रतिबंध लादले नाहीत. वास्तविकता तर अशी होती, की द्रौपदीचे सौंदर्य पाहून विराट राजाही तिच्याकडे आकर्षित होईल की काय अशी महाराणीला भीती वाटत होती. त्यामुळे कीचक मध्ये

आलेला पाहून ती निर्धास्त झाली होती. कारण विराट वृद्ध होता आणि तो कीचकाला घाबरत होता.

द्रौपदीने आपले प्रणय निवेदन नाकारल्याचे कीचकाला कळल्यावर त्याचा संतपाने तीळ पापड झाला. "हू. हू." तो मनातल्या मनात विचार करून म्हणाला, "एका सामान्य दासीला असा कशाचा गर्व आहे, की तिने एका सेनापतीला नकार द्यावा. मी तिला पाहून घेईल."

एके दिवशी कीचक आपल्या बहिणीला म्हणाला, "सुदेष्णा, जरा सैरंध्रीला माझ्याकडे पाठवून दे. काही विशेष काम आहे."

आधी तर द्रौपदी चिडली, पण नंतर राणीचा आदेश पाळण्यासाठी गुपचूप कीचकाकडे गेली. द्रौपदीला पाहताच कीचकाने तिला मिठी मारण्याचा प्रयत्न केला. कीचकाचे असे वागणे पाहून द्रौपदी संभ्रमात पडली. तिने कीचकाला एका बाजूला ढकलून दिले आणि म्हणाली, "एका असाह्य स्त्रीवर अत्याचार करताना तुला लाज वाटत नाही? मी तुझ्या या वागण्याबद्दल तुला अशी मजा दाखवीन की तू आयुष्यभर विसरू शकणार नाहीस."

प्रतित्त्युरादाखल कीचक आपला हट्ट करू लागला.

द्रौपदीने कीचकाचा खूप अपमान केला. लाज आणि संताप याच्यामुळे द्रौपदीच्या डोळ्यातून आसवे वाहू लागली. ती आपल्या दुर्दैवावर जोर जोराने रडू लागली. मग ती थेट विराट राजाच्या कक्षात जाऊन पोहचली. राजा विराट त्यावेळी युधिष्ठिरासोबत द्युत खेळण्यात रममान झाला होता. द्रौपदीने जवळ जाऊन स्फुंदत स्फुदंत कीचकाचे एकेक प्रकारचे वागणे त्याला सांगितले.

विराट राजाने हे सर्व ऐकूनही न ऐकल्यासारखे केले कारण कीचकाच्या विरूद्ध तो कोणतेही पाऊल टाकू शकत नव्हता. आणि युधिष्ठिर? त्याचा तर रोम रोम संतपाने पेटून उठला होता, पण तो दात आवळून शांत बसला. अशा परिस्थितीत तो उघडपणे द्रौपदीला काहीही मदत करू शकत नव्हता की पाठिंबा देऊ शकत नव्हता. त्याने द्रौपदीकडे नजर वर करूनही पाहिले नाही. तो पूर्वीसारखेच खेळत राहिला. म्हणाला, "चाल सांभाळा, महाराज."

दोघेही काहीही बोलत नाहीत असे पाहून द्रौपदी क्षुब्ध झाली. ती त्याच वेळी रडत रडत भीमाकडे गेली. म्हणाली, "कीचक माझा अपमान करण्यासाठी टपून बसला आहे आणि कोणीही माझी मदत करायला तयार नाही. विराट राजाची गोष्ट सोडा, पण युधिष्ठिरानेही माझ्या बोलण्याकडे लक्ष दिले नाही. आता तूच काही तरी कर."

भीमाचे पिळदार शरीर द्रौपदीचे म्हणणे ऐकल्यावर रागाने फुलले. तो म्हणाला, "तू काळजी करू नको, पांचाळी. मी कीचकाला या कृत्याची मदा दाखवितो. फक्त तू थोडी मदत कर."

"कसली मदत?"

"तू कीचकाला मध्यरात्रीच्या वेळी एकांतात नृत्यशाळेत बोलव. मग पुढचे सर्व काम मी करतो."

द्रौपदीने भीमाचे म्हणणे ऐकले. नंतर दुसऱ्या वेळी कीचक तिला भेटला तेव्हा ती त्याच्याशी चांगल्या प्रकारे वागली. द्रोपदीचे बदललेले रूप पाहून कीचकाची कळी खुलली. म्हणाला, “म्हणजे, तू माझे प्रणय निवेदन स्वीकारले आहेस?”

“होय,” द्रौपदी म्हणाली, “दिवसाच्या वेळी अशा प्रकारे सर्वांसमोर भेटणे योग्य नाही. असे करा, आज मध्यरात्री नृत्यशाळेत भेटा. तिथे खूप बोलू.”

कीचकाला हेच तर हवे होते. तो म्हणाला, “नक्कीच येईल, सैरंध्री.”

मध्यरात्रीच्या वेळी कीचक नृत्यशाळेत पोहचला. नृत्यशाळेत अंधार होता आणि एकांतही होता. त्यांने एकदा सैरंध्रीचा शोध घेण्यासाठी चहुबाजूला नजर फिरविली. सैरंध्रीचा कुठे पत्ता नव्हता. द्रौपदीऐवजी तिथे भीम लपून बसला होता. भीमाने संधी साधून कीचकाला आपल्या मिठीत घेतले. अशा प्रकारे अचानक झालेल्या आक्रमणामुळे कीचकाला सावरण्यासाठी वेळच मिळाला नाही. मग भीमाने जमिनीवर आपटू आपटू कीचकाला मारून टाकले. कीचकाचा मृतदेह म्हणजे मांसाचा नुसता लोळा गोळा झाला होता.

दुसऱ्या दिवशी कीचकाचा मृतदेह आढळून आला तेव्हा त्याला कोणी ओळखू शकत नव्हते. सर्व मत्स्य शहरात गोंधल उडाला होता.

राजा विराटाला कीचकाचा अशा प्रकारे वेदनादायी मृत्यू झाल्याचे कळाल्यावर तो तर एकदम किंकर्तव्यमूढ झाला. म्हणाला, “हे काही एखाद्या माणसाचे काम असू शकत नाही. कीचकाला मारणारा नक्कीच एखादा राक्षस असेल.”

“राक्षसाने नाही.” द्रौपदी पुढे येऊन म्हणाली, “याला माझ्या गंधर्व पतीने मारले आहे. त्याने माझ्यावर वाईट नजर ठेवली होती. त्यामुळे यापुढे माझ्याकडे जो कोणी वाईट नजरेने पाहील, त्याची अशीच अवस्था होईल.”

आता तर द्रौपदीकडे सर्व जण अशा दृष्टीने पाहू लागले जणू काही ती अनेक अलौकिक शक्तींची मालकीन आहे. द्रौपदीचा विरोध करण्याची किंवा तिची निर्भत्सना करण्याची कोणाचीही हिमत झाली नाही.

कीचकाचे अंत्य संस्कार करून राजा विराट आणि राणी सुदेष्णा महालात परत आले. तेव्हा त्यांच्या मनात सैरंध्रीविषयी भीती निर्माण झाली होती.

सुदेष्णाने द्रौपदीला बोलावून म्हटले, “सैरंध्री, आम्हाला तुझी सेवा आता भरून पावली आहे. आता तू आमच्या इथून निघून जा. तुझ्यामुळे माझ्या भावाला आपला प्राण गमवावा लागला. उद्या कदाचित आणखी कोणाला आपला जीव गमवावा लागेल. तुझ्या गंधर्व पतीचा काही ठाव ठिकाणा नाही, की तो कधी कोणाला या जगातून उचलील. त्यामुळे तू महालातून निघून जाणे चांगले.”

द्रौपदी आता जाणार तरी कुठे? अज्ञातवासाचे आता काहीच दिवस शिल्लक राहिले होते. ती

म्हणाली, "महाराणी, नाराज होऊ नका. कीचकाचे मन पापी होते. माझा गंधर्व पती त्याच्या अशा वागण्याकडे कसा काय दुर्लक्ष करू शकला असता? कीचकाने माझा आदर केला असता, तर माझ्या गंधर्व पतीने त्याला हातही लावला नसता. माझ्यासारख्या असाह्य स्त्रीवर कृपा करा. महालातून काढून देऊ नका.जास्त नाही तर फक्त तेरा दिवस राहण्याची परवानगी द्या, मग मी स्वतःच इथून जाईल."

"फक्त तेरा दिवस?" राणी सुदेष्णाने आश्चर्याने विचारले, "फक्त तेरा दिवसच का?"

"हे मी तुम्हाला आताच सांगू शकत नाही. फक्त इतके लक्षात असू द्या की काही विशेष उद्देशामुळेच मी इथे थांबली आहे."

काही विचार करून सुदेष्णा म्हणाली, "ठीक आहे. मी तुला तेरा दिवस या महालात राहण्याची परवानगी देते. पण तुझ्या गंधर्व पतीला मात्र या महालापासून दूरच ठेव."

द्रौपदी हासून म्हणाली, "ते या महालाच्या जवळ कधीही येणार नाहीत."

□□

हस्तिनापूरात दुर्योधन अशांत झाला होता.

पांडवांचा अज्ञातवास जसा जसा संपत येत होता, तशी तशी दुर्योधनाची काळजी वाढत चालली होती. पांडव सकुशल परत आले तर कौरवासाठी ते एक कायमस्वरुपी संकट होणार होते. दुर्योधन कोणत्याही प्रकारे त्यांचा पत्ता काढून त्यांचे अहीत करण्यासाठी टपून बसला होता. दुसरीकडे पांडवांचा मात्र त्याला काहीही पत्ता लागत नव्हता. अज्ञातवासाच्या काळात ते जगाच्या कोणत्या कोपऱ्यात लपून बसले होते, काय माहीत?

पांडवांचा शोध घेण्यासाठी दुर्योधनाने चहु बाजूला गुप्तहेर पाठविले होते; पण गुप्तहेरही निराश होऊन परत आले.

त्याच वेळी दुर्योधनाला मत्स्य देशातून अशी बातमी कळली की महाराज विराटांचा सेनापती मारला गेला आहे. त्याला कोणा गंधर्वाने इतक्या वाईट पद्धतीने मारले होते, की त्याचा मृतदेह ओळखणेही अवघड झाले होते. हे ऐकून दुर्योधन काळजीत पडला की कीचकाला मारणारा कोण असू शकतो? कीचकाला तर फक्त दोनच व्यक्ती मारू शकत होत्या, बलराम आणि भीम. कीचकाला मारण्याचे बलरामाला तर काहीच कारण नव्हते. आता शिल्लक राहिला होता, भीम. भीम कीचकाची हत्या करू शकेल, हे शक्य होते. कारण त्याला कळलेल्या बातमीत असेही म्हटले होते की कीचकाला मारण्याचे कारण होते, दासी सैरंध्री. ही दासी महालात राणीची सेवा करण्यासाठी नियुक्त करण्यात आली होती. हा गंधर्व तिचा पती होता. दुर्योधनाला संशय आला की ही सैरंध्री दुसरी तिसरी कोणी नसून द्रौपदी असावी. ते जर महालात असतील, तर उरलेले चार भाऊही नक्कीच महालात असतील. कोणत्याही प्रकारे त्यांना ओळखले तर दुर्योधनाचे काम अतिशय सोप्या प्रकारे पूर्ण होणार होते. म्हणजे अटीनुसार पांडवांना पुन्हा तेरा वर्षांचा वनवास भोगावा लागला असता.

दुर्योधनाने लवकरच आपल्या समर्थकांना बोलावले आणि त्यांना मत्स्य देशातील नवीन घडामोडींची माहिती दिली. म्हटले, "चांगली संधी आहे. आपण आताच जाऊन मत्स्य देशावर हल्ला करायला हवा आणि पांडवाची पोल उघड करायला हवी."

कर्णाने पाठिंबा दिला, "होय, हेच ठीक होईल. आपण दोन दिशांनी मत्स्य देशावर हल्ला करायला हवा. कीचक मारला गेल्यामुळे विराट राजा आपला मुकाबला करू शकणार नाही. अशा परिस्थितीत पांडवांचे क्षत्रिय रक्त उसळी मारल्याशिवाय राहणार नाही. ते विराटाला मदत करण्यासाठी नक्कीच पुढे येतील. त्याच वेळी आपण त्यांना ओळखू आणि मग पुन्हा वनवासात जाण्यासाठी विवश करू."

ही गोष्ट भीष्म आणि कृपाचार्य यांना आवडली नाही. त्यांनी कौरवांना खूप समजावून पाहिले की अशा प्रकारे वैर भावना ठेवण्यात काहीही पडलेले नाही. तुमच्याकडे सर्व काही आहे. आता पांडवांनाही आपला वनवास पूर्ण करून आपले राज्य सांभाळू द्या; पण जेष्ठांच्या सल्ल्याकडे जाणीवपूर्वक दुर्लक्ष करण्यात आले. पांडवांनी पुन्हा इंद्रप्रस्थामध्ये स्थानापन्न व्हावे, असे दुर्योधनाला वाटत नव्हते.

कौरवांना मदत करण्यासाठी त्रिगर्त देशाचा राजा सुशर्माही आला. ज्याचे विराट राजाशी शत्रुत्त्व होते. कीचकाने आपल्या सामर्थ्यामुळे राजा सुशर्माला खूप त्रास दिला होता. म्हणून त्यालाही या संधीचा फायदा घ्यायचा होता.

मत्स्य देशावर उत्तर आणि दक्षिण दिशेकडून हल्ला करण्यात यावा, असे नक्की करण्यात आले. आधी त्रिगर्तचा राजा सुशर्मा दक्षिण दिशेकडून मत्स्य देशावर आक्रमण करील आणि उत्तरेकडून राजा विराटाचे पशु धन लुटायचे.'

□□

राजा विराटाला ही माहिती कळल्यावर तो अतिशय घाबरला. कीचकासारखा सेनापती गमावल्यामुळे तर तो एकदम निरूपाय झाला होता. आता त्रिगर्त आणि कौरवाच्या सैन्याचा कसा सामना करणार? विराट राजाला एकुलता एक पुत्र होता, राजकुमार उत्तर. त्याला युद्ध कलेचे काहीही ज्ञान नव्हते. राजकुमाराशिवाय राजाला एक मुलगी होती, राजकन्या उत्तरा.

राज विराट चिंतीत अवस्थेत आपल्या कक्षात बसला होता. जवळच कंक बसला होता. कंकाला महाराजांची चिंता पाहवली नाही. तो म्हणाला, "महाराज, कीचक नाही म्हणून काय झाले? तुम्हीच हिमंत हारलीत तर काम कसे होईल? तुम्ही ठरविले तर तुम्हीही शत्रूचा अतिशय सहजपणे सामना करू शकता. "

"ते कसे, कंक?"

"हे बघा, तुमच्या महालात एक आचारी काम करतो, वल्लभ. तुम्ही त्याला फक्त सामान्य आचारी समजू नका. तो जितके चांगले पदार्थ तयार करतो, तितक्याच चांगल्या प्रकारे तो शत्रूलाही

पछाडतो. शिवाय तुमच्या अश्वशाळेत ग्रंथिक नावाचा एक पशुपालक आहे. तोही एक यौद्धा आहे. गोशालेत नियुक्त केलेला तंतिपाल नावाचा गवळीही एक लढाऊ आहे. तुम्ही आदेश दिला तर हे लोकही शत्रूचा शौर्याने मुकाबला करू शकतात. शिवाय महाराज, तुम्ही मलाही परवानगी दिलीत, तर मीही दोन चार हात दाखवू शकतो."

विराट राजाने आश्चर्याने कंकाकडे पाहिले, "हे काय म्हणतोस, कंक? कुठे त्रिगर्त आणि कौरवाचे प्रशिशिक्षत सैन्य आणि कुठे तुझे हे सामान्य लोक? तुम्ही त्यांच्याशी कसा काय सामना करणार?"

कंक म्हणाला, "खरं तर आम्ही कधी काळी पांडवांकडे काम करीत होतो. पांडवांचे शौर्य कोणाला माहीत नाही? आम्ही पांडवांकडून छंद म्हणून थोडी फार युद्ध कला शिकली आहे. महाराज, तुम्ही आम्हाला संधी दिलीत तर आम्ही आमचे युद्ध कौशल्य दाखवू शकतो."

राजा विराटाला याबद्दल काय हरकत असणार होती? त्याने कंकाला युद्धात सहभागी होण्याची परवानगी दिली.

□□

त्रिगर्तचा राजा सुशर्माने आपल्या सैन्यासह एका बाजून मत्स्य देशावर हल्ला केला. दुसऱ्या बाजूने दुर्योधन आपले सोबती भीष्ण, कृपाचार्य, कर्ण आणि दुःशासन यांना सोबत घेऊन कूच करायला सज्ज होता.

सुशर्माने अतिशय उत्साहाने मत्स्य देशात प्रवेश केला. आता कीचकाची भीती तर उरली नव्हती. त्यामुळे घाई गर्दीत त्याने विराट राजाचे सैन्य पराभूत केले आणि विराट राजाला बंदी करून तो आपल्या रथावर घेऊन गेला.

तोच पांडव सुशर्माच्या सैन्याशी टक्कर घ्यायला पुढे आले. भीम तर इतका उत्साहित झाला होता की त्याने एक झाडच मुळासकट उपटून शत्रूवर हल्ला करायला प्रयत्न चालवला होता, पण युधिष्ठिराने त्याला असे करू दिले नाही. कारण या चमत्कारामुळे भीम ओळखला जाण्याची शक्यता होती.

म्हणून मग भीम बाण आणि धनुष्य घेऊन सुशर्माच्या मागे धावला. धनुष्य बाण चालविण्याचा भीमाला काही फार सराव नव्हता, तरीही त्याने अशा कुशलतेने सुशर्मावर आक्रमण केले, की सुशर्माला भीमासमोर पराभव मान्य करावाच लागला. भीमाने विराट राजाला मुक्त केले आणि सुशर्माला बंदी केले. सशर्मा आपल्या कृत्यामुळे अत्यंत खजील झाला होता. त्याने विनाकारण आक्रमण केल्याबद्दल भीमाची क्षमा मागितली.

सुशर्माला पश्चाताप व्यक्त करताना पाहून युधिष्ठिराचे मन वितळले. त्याने भीमाला आदेश दिला, "त्याला आदरपूर्वक सोडून दे."

सुशर्मा स्वतंत्र झाल्यावर युधिष्ठिर त्याला म्हणाला, "आता तुम्ही आपल्या देशाला परत जाऊ शकता, फक्त इतके लक्षात ठेवा की भविष्यात कधीही मत्स्य देशाकडे डोळे वर करून पाहू नका."

सुशर्माने होकार दिला आणि आपले सैन्य घेऊन माघारी फिरला.

दुसऱ्या बाजूला सुशर्माच्या पराभवाची गंधवार्ताही नसलेले कौरव मत्स्य देशातील पशु धन लुटण्यासाठी पुढे सरसावले. त्यांनी देशभरातील पशु धन एकत्रित केले आणि गायी बोल हाकलून नेऊ लागले. देशाचे रक्षण करण्यासाठी कोणीच उपस्थित नव्हते. कारण राजा विराट तर सुशर्माशी लढण्यासाठी निघाला होता. त्याच्यासोबत भीम आणि युधिष्ठिरही गेले होते.

महालात उपस्थित होता फक्त राजकुमार उत्तर. दुसऱ्या आघाडीवर देशातील पशु धन लुटले जात असल्याची बातमी त्याच्यापर्यंत पोहचली तेव्हा त्याचे हात पाय कापू लागले. तो अद्याप तरूण होता आणि त्याचा बहुतेक काळ महालात सुंदर स्त्रींयांच्या संगतीतच जात होता. त्या स्त्रियांसमोर तो नेहमी आपल्या शौर्याच्या बढाया मारीत असे.

दुसऱ्या आघाडीवर आक्रमण झाले तेव्हा तर तो खूप घाबरला होता, पण स्त्रियांसमोर आपल्या भित्रेपणाची पोल उघडी पडू नये म्हणून तो उंच रवात म्हणाला, "आमचे पशु धन लुटण्याची शत्रुची हिमंत कशी काय झाली? ठीक आहे. मी त्यांचा मुकाबला करतो. आणा, माझी हत्यारे आणा. कवच आणा." पण थोडा वेळ विचार करून तो म्हणाला, "पण मी जाऊ कसे? माझा रथ कोण हाकील?माझ्याकडे एखादा चांगला सारथी असता, तर मग मी शत्रू सैन्यात धडाधडत घुसलो असतो. माझे शौर्य पाहून लोकांना खात्री पटली असती की मी अर्जुनापेक्षा कमी नाही. पण मी काय करू? सारथ्याशिवाय रणांगणावर जाणे मला अशक्य आहे."

अर्जुन तिथेच बृहन्नडेच्या वेशात उपस्थित होता. राजकुमार उत्तराच्या मोठ मोठ्या गोष्टी ऐकून तो मनातल्या मनात हासत होता. कौरवाशी लढण्याचे धाडस या मुलात असू शकत नाही, हे त्याला माहीत होते, तसेच कोणत्याही परिस्थितीत मत्स्य देशांचे रक्षण करण्याची त्याची इच्छा होती. तो गुपचूप द्रौपदीच्या कानात म्हणाला, "हा मुलगा तर गप्पा मारण्यातच सर्व वेळ वाया घलवील आणि तोपर्यंत कौरव पशु धन घेऊन पळून जातील. तू जाऊन राजकुमारा उत्तराला खात्री पटवून दे, की बृहन्नडेला रथ चालविण्याचा चांगला सराव आहे. अर्जुनाचा रथ मी अनेक वेळा चालविला असल्याचेही त्याला सांग. एकदा खंडववनात आग लागली होती तेव्हा अर्जुनाचा रथ वेगाने हाकून अर्जुनाचा प्राण वाचविला होता, असेही सांग. त्याने तुझे म्हणणे ऐकले तर कौरवांवर मात केली जाऊ शकते."

द्रौपदीने त्याच वेळी राजकुमार उत्तराकडे जाऊन त्याला हे सर्व सांगितले. आता राजकुमार कसा काय नकार देणार? म्हणून मग त्याने बृहन्नडेला बोलावून सांगितले, "हें तर तू उत्तम सारथी आहेस.

अति उत्तम! तर मग आता उशीर कशाला लावतोस? लवकरच मला घेऊन रणांगणावर चल. मी कौरवांना चांगला धडा शिकवील आणि आपले पशु धनही परत घेऊन येईल.''

बृहन्नडेने तर आधी जरासे आढे वेढे घेतले आणि म्हटले, ''मी काय रथाचे सारथ्य करणार? मी तर मुलींना नाच- गाणे शिकविते. युद्ध भूमीवर रथ चालविणे मला जमणार नाही.''

''खोटं बोलू नकोस, बृहन्नडा.' राजकुमार उत्तर म्हणाला, ''मला सैरंध्रीने तुझ्याबद्दल सर्व काही सांगितले आहे. आता बहाणे सांगून काम भागणार नाही. तुला माझ्यासोबत यावेच लागेल. लवकरात लवकर युद्धाच पोषाख कर. मीही तोपर्यंत तयार होतो.''

इतके बोलून राजकुमार उत्तराने हत्यारे घेतली. कवच धारण केले. त्याला अशी खात्री होती, की बृहन्नडा काही रथाचे सारथ्य करू शकणार नाही आणि तसेच रणांगणावर येण्याचा त्रास घेणार नाही. तरीही तो बृहन्नडेला म्हणाला, ''घाई कर, बाई. जरा लवकर तयार हो. नाही तर कौरव आपले इप्सित साध्य करण्यात यशस्वी होतील.''

बृहन्नडा असे काही सजू लागली की जणू काही तिला युद्ध भूमीवर जाण्याची खूप भीती वाटू लागली. तिने कवचही उलट सुलट धारण केले. कारण आपले खरे रूप कोणी ओळखू नये. यासाठी तिची धडपड सुरू होती. बृहन्नडाची धडपड आणि घाई गडबड पाहून तिथे असलेल्या सर्व स्त्रिया खूप हासत होत्या. त्या बृहन्नडेची टिंगलही करीत होत्या.

थोड्याच वेळात राजकुमार उत्तर आणि बृहन्नडा तयार होऊन बाहेर पडले. रथावर स्वार होऊन युद्ध भूमीच्या दिशेने निघाले. बृहन्नडेला भीती वाटत होती, की राजकुमार उत्तर सारखा अडाणी मुलगा युद्ध कसे काय करू शकेल? त्यामुळे रणांगणावर कशा प्रकारे वागायला हवे, ते ती त्याला वारंवार समजावून सांगत होती. राजकुमार उत्तराने मोठी थाप मारीत म्हटले, ''घाबरू नको, बृहन्नडे. तू फक्त चतुराईने रथाचं संचालन कर. तू तर अर्जुनाचे सारथ्य केले आहेस. त्यामुळे घाबरण्याचे काहीही कारण नाही. फक्त एकदा मला युद्ध भूमीवर जाऊ दे. मग पहा मी कसा कौरवांना पराभूत करतो ते. त्यांना बंदी करून राजधानीत घेऊन येतो. जेव्हा महाराज विराटांना माझ्या शौर्याची माहिती कळेल, तेव्हा ते आपल्या मुलाने मिळविलेल्या विजयावर किती समाधानी, आनंदी होतील.''

अशा प्रकरची बोलणी सुरू असतानाच रथ युद्ध भूमीच्या जवळ आला होता. राजकुमार उत्तराची नजर दूर उभ्या असलेल्या कौरव सैन्यावर गेली. तेव्हा त्याचे शौर्य गळून गेले. सैन्याच्या समोर दुर्योधन उभा होता. त्याच्यासोबत कर्ण, दुःशासन, भीष्म, कृपाचार्य यांच्यासारखे वीर होते. घाबरल्यामुळे राजकुमार उत्तरला घाम फुटला होता. तो थरथरत्या स्वरात म्हणाला, ''अरे बृहन्नडा, इतक्या वेगाने रथ चालवू नकोस. रथ इथेच थांबव आता. मला जरा विचार करू दे, की यांच्याविरूद्ध कशा प्रकारे

मोर्चे बांधणी करायला हवी."

बह्नन्नडेला हे कळायला वेळ लागला नाही की राजकुमार उत्तर घाबरला आहे. इथपर्यंत येऊन राजकुमार उत्तरने पाय मागे घेतले तर मत्स्य देशांचे रक्षण करणे अवघड होणार होते. त्यामुळे त्याने राजकुमार उत्तराच्या बोलण्याकडे काहीही लक्ष दिले नाही आणि रथ अतिशय वेगाने पुढे हाकलला. बृहन्नडेचे अशा प्रकारचे दु:साहस पाहून राजकुमार उत्तर आणखी संतापला. म्हणाला, "मी म्हणतो रथ थांबव. तुला माझा आदेश ऐकू येत नाही का?"

"घाबरू नका, राजकुमार." बृहन्नडेने उत्तर दिले, "मला हा रथ वेगाने सैन्याच्या मधोमध नेऊ द्या. ममग पहा, कौरवाच्या सैन्यात कशी धावपळ निर्माण होते ते. वास्तविक पाहता खरी गोष्ट अशी आहे, की मी एकदा रथाचा लगाम हातात घेतल्यावर मी रथाला आपल्या निश्चित ठिकाणी नेल्याशिवाय शांत रहात नाही. तुम्ही मला कौरवाच्या सैन्यापर्यंत जाण्याचा आदेश दिला होता. आता माझा रथ तिथे गेल्यावरच थांबेल."

राजकुमार उत्तरचे सर्व शरीर घामाने थबथबले होते. तो म्हणाला, "नाही, नाही. तू रथ थांबव. ऐक, अचानकपणे माझी तब्येत बिघडली आहे. मी कदाचित यावेळी कौरवांशी लढू शकणार नाही. त्यामुळे तू रथ राजधानीकडे परत नेणे, हेच चांगले. तुला माहीत आहे, का की आपण सोबत सैन्यही आणले नाही. सर्व सैन्य राजा सुशर्माचा मुकाबला करण्यासाठी महाराज विराट घेऊन गेले आहेत. "

"आता तर माघारी फिरणे अशक्य आहे. आपण लढण्यासाठी आलो आहोत आणि लढूनच जाणार आहोत." बृहन्नडा ठाम स्वरात म्हणाला, "तुम्ही अशा प्रकारे का घाबरला आहात? अजून तर युद्धाला सुरुवातही झाली नाही तुम्ही उगीच काळजी करीत आहात. जरा विचार करा, तुम्ही युद्ध न करता इथून परत फिरलात, तर महालातील स्त्रिया तुमची किती टिंगल करतील. आता तर आपल्याला पशु धनाची शत्रूच्या ताब्यातून सुटका करूनच राजधानीला परत जावे लागेल."

"हासू दे स्त्रियांना. पशु धनाची काळजी सोडून दे. फक्त इथून वापस चल. कौरवांना जिंकू दे माझा देश. मला नाही लढायचे त्यांच्यासोबत. रथ मागे फिरव."

बृहन्नडेने मात्र त्याच्या बोलण्याकडे लक्ष दिले नाही. रथ वेगाने पुढे हाकीत राहिली. राजकुमार उत्तरने पाहिले की आता बृहन्नडा रथ कौरवाच्या सैन्यात नेल्याशिवाय थांबणार नाही. तेव्हा त्याने डोळे बंद करून रथातून उडी मारली आणि राजधानीकडे धावत सुटला.

विवश होऊन अर्जुनाला रथ थांबवावा लागला. तो रथातून उतरला आणि राजकुमाराच्या मागे धावत सुटला. दोनच उड्यामध्ये त्याने राजकुमार उत्तरला धरले. राजकुमार उत्तर विनवणी करीत राहिला, पण अर्जुनाने त्याला ओढून रथावर बसविले. रथ पुन्हा धाऊ लागला. राजकुमार उत्तरला कळले की बृहन्नडापासून सुटका करून घेणे शक्य नाही. बृहन्नडा त्याला अभयदान देत म्हणाली, "ऐक राजकुमार, तू निश्चिंत होऊन रथामध्ये बस. तुला युद्ध करण्याची आवश्यकता नाही. मी

एकटीच कौरव सैन्याशी मुकाबला करते."

राजकुमार उत्तरच्या जीवात जीव आला. त्याचे डोळे कौरव सैन्यातील वीरांकडे गेले की तो वाईट प्रकारे थरथरायचा. "या मुलाचा काही भरवसा नाही." अर्जुनाने विचार केला, "मी एकटाच कौरवांशी मुकाबला करू शकतो, पण त्यासाठी गरज होती दिव्यास्त्रांची. आणि दिव्यास्त्रे तर उंच झाडावर टांगून ठेवली होती. बृहन्नडाने आपला रथ त्याच झाडाकडे पळविला.

झाड आल्यावर बृहन्नडा राजकुमार उत्तरला म्हणाला, "राजकुमार, या झाडाच्या उंच फांदीवर ठेवलेले गाठोडे खाली घेऊन ये."

राजकुमाराने झाडाकडे पाहिले आणि म्हणाला, "हे काय म्हणत आहेस, बृहन्नडे? एक राजकुमार कधी झाडावर चढू शकतो का? शिवाय मी असे ऐकले आहे, की त्यामध्ये कोणाचे तरी प्रेत ठेवलेले आहे. मी तर त्या गाठोड्याला हातही लाऊ शकणार नाही."

"नाही, नाही. त्यामध्ये प्रेत नाही, राजकुमार." बृहन्नडा म्हणाली, "खरे तर त्या गाठोड्यात पांडवांची दिव्यास्त्रे आहेत. एकदा का ते आपल्या हातात आले की मग कौरवांना हरविणे सहज शक्य आहे. लवकर झाडावर चढ आणि ते गाठोडे खाली आण."

राजकुमार उत्तर विवश होऊन झाडावर चढला. गाठाडे खाली उतरविले. बृहन्नडाने लगेच गाठोडे सोडले आणि त्यातील दिव्यास्त्रे काढून घेतली. त्याने गांडीव आपल्या खांद्याला लटकविले आणि म्हणाला, "हे गांडीव असे हत्यार आहे की याच्या समोर शत्रूची मोठी मोठी अस्त्रे चालत नाहीत. उर्वरित हत्यारेही देवतांनी प्रसन्न होऊन पांडवांना दिली आहेत. त्यांच्या मदतीने आपण शत्रूला लवकरात लवकर पराभूत करू."

राजकुमार उत्तर परेशान होऊन बृहन्नडेकडे पाहत होता, तर कधी त्या चमकत्या अस्त्रांकडे. मग म्हणाला, "बृहन्नडा, या अस्त्रांना पाहून तर माझी खात्री पटली आहे, की आपला पराभव होऊ शकत नाही. खरं तर माझा भित्रेपणाही दूर झाला आहे, पण तू रथ आणि हत्यारे एकाच वेळी कशी काय चालवशील? ठीक आहे, मी रथ चालवितो, तू हत्यारे चालव. कारण अर्जुनाच्या सहवासात राहून तू संचालन शिकली आहेस."

"अर्जुनाने हे मान्य केले. त्याने आपल्या मोकळ्या केसांची गाठ मारली आणि हत्यारे हातात घेऊन रथात बसला.

राजकुमार रथाच्या घोड्यांना चाबूक मारीत म्हणाला, "आता हा रथ कौरव सैन्याच्या मध्ये जाऊनच थांबेल."

बृहन्नडेने प्रसन्न होऊन आपला शंक फुंकला. त्याचा गंभीर स्वर सर्व वातावरणात घुमला. शंखाच्या तीव्र स्वराने राजकुमार घाबरला आणि घाबरून थरथर कापू लागला.

बृहन्नडा म्हणाली, "अरे, तुला घाबरायला काय झाले? हा तर शत्रूंना घाबरविण्यासाठी वाजविला होता."

"उफ ! किती भयंकर आवाज आहे या शंखाचा. याच्या आवाजाने तर दाही दिशा घुमल्या आहेत आणि सर्व पृथ्वीवर जणू काही भूकंप झाला आहे."

"शूर हो, राजकुमारा." बृहन्नडा म्हणाला, "रथ योग्य प्रकारे चालव. आपले मन जरा मजबूत कर. मी शत्रूंना घाबरविण्यासाठी आणखी एखदा हाच शंक वाजविणार आहे."

अर्जुनाचा शंख ध्वनी पुन्हा एकदा असमंतात घुमला. राजकुमार उत्तर पुन्हा एकदा घाबरला, पण त्याने घोड्यांच्या लगामावरील आपली पकड सैल होऊ दिली नाही.

शंखाचा जोरदार आवाज घुमत घुमत कौरवाच्या सैन्यातही पोहचला. द्रोणाचार्यांनी लगेच शंखाचा आवाज ओळखला. ते म्हणाले, "अरे, हा तर नक्कीच अर्जुनाच्या शंखाचा ध्वनी आहे. याचा अर्थ असा की तो इथेच कुठे तरी जवळपास आहे. तो आपल्याशी सामना करायला येत आहे. दुर्योधन, त्याच्याशी लढण्यासाठी सज्ज रहा."

दुर्योधन खुश होऊन म्हणाला, "तो जर लढण्यासाठी येत असेल तर आपण बाजी जिंकली म्हणून समजा. ते लोक वनवासानंतर एक वर्षाच्या अज्ञातवासासाठी वचनबद्ध आहेत. अजून त्यांचा अज्ञातवासाचा कालावधी पूर्ण झाला नाही. तो जर आमच्याशी लढण्यासाठी आला तर तो ओळखला जाईल आणि पांडवांना पुन्हा वनवासात जावे लागेल. आपण काही जाणून बुजून पांडवाना शोधण्यासाठी आलो नाहीत. आम्हाला तर माहीतही नाही की पांडव मत्स्य देशात आहेत. आम्ही तर त्रिगर्त नरेशाची मदत करायला आलो आहोत. त्याने लुटलेल्या गायी परत न्यायला आलो आहोत. आता आम्हाला लढण्याची काहीही गरज नाही. पांडवानी प्रकट होऊन बाजी गमावली आहे. तुमचा काय विचार आहे, पितामह?"

"इतका उतावीळ होऊ नको, दुर्योधन." भीष्म म्हणाले, "ज्योतिषाची गणना असे सांगते की त्यांनी अज्ञातवास पूर्ण करून एक आठवडा लोटला आहे."

कर्णने दुर्योधनाच्या विचारांचे समर्थन केले. द्रोणाचार्य पुत्र अश्वत्थामा म्हणाला, "आपण काही इथे पांडवांशी लढायला आलो नाहीत. काहीही असो, पांडवांनी आपले वचन पाळले आहे. त्यांच्याशी लढण्याची काय आवश्यकता आहे?"

भीष्म म्हणाले, "आता आपण लढायसाठी आलो आहोत, तेव्हा सर्वांनी मिळून अर्जुनाचा मुकाबला करायला हवा."

दुर्योधन मौन राहिला. अर्जुनाच्या दिव्यास्त्रांचा सामना करावा लागू नये असेच त्याला वाटत होते. अजूनही त्याला असे वाटत होते, की पांडवांनी अज्ञातवास पूर्ण न करता प्रकट झाले आहेत. त्यामुळे त्यांना पुन्हा वनवासाला जावे लागेल.

तोपर्यंत अर्जुनाचा रथ कौरवाच्या सैन्यापासून काही अंतरावर आला होता. अर्जुनाने दुर्योधन आणि इतरांना विचारात दंग असलेले पाहिले आणि आपला रथ एका ठिकाणी थांबविला. त्याने दुर्योधनावर आपले सर्व लक्ष केंद्रित केले. दुर्योधन आता कोणते पाऊल उचलतो, ते त्याला पहायचे होते.

थोडा वेळ शांतता पसरली. मग अर्जुनानेच आपल्या बाजूने पुढाकार घेतला. त्याने धनुष्यातून बाण सोडले. काही तर द्रोणाचार्यांच्या कानाजवळून गेले आणि काही पायाशी पडले. द्रोणाचार्य आनंदाने म्हणाले, "किती महान धनुर्धारी आहे, अर्जुन. त्यांने काही बाणांनी माझ्या कानांशी संवाद साधला आहे आणि काही बाणांनी माझ्या चरणांना प्रणाम पाठविला आहे."

"काय निरोप पाठविला आहे, अर्जुनाने?" दुर्योधनाने विचारले.

"तो म्हणतो की जोपर्यंत गुरू द्रोणाचार्य बाण चालविणार नाहीत, तोपर्यंत अर्जुन युद्ध सुरू करणार नाही." द्रोणाचार्य म्हणाले.

इतके बोलून द्रोणाचार्यांनी बाण चालवून युद्धाला सुरूवात करण्याची परवानगी दिली. अर्जुनाने बाण चालवून द्रोणाचार्यांच्या बाणांचा वार चुकविला. दोन्ही बाजूने अस्त्रे चालवायला सुरूवात झाली.

द्रोणाचार्यांशिवाय कृपाचार्य आणि भीष्मही अर्जुनाची युद्ध कला पाहून प्रभावित झाले, पण ते कौरवाच्या बाजूने होते. त्यामुळे अर्जुनाविरूद्ध हत्यार चालविण्यासाठी विवश होते. पण त्यांच्या वारात उन्माद नव्हता की तिरस्कार नव्हता. फक्त कलात्मक युद्धाचे प्रदर्शन होते. होय, कर्ण आणि दुर्योधनाच्या वारांमधून मात्र शत्रुत्त्व जाणवत होते.

अर्जुनाच्या दिव्यास्त्रांसमोर कोणीही टिकाव धरू शकले नाही. कर्णाची अस्त्रे निरर्थक सिद्ध झाली, तर दुर्योधनाने तिथून पळून जाण्यातच आपली भलाई असल्याचे ओळखले. हीच वेळ होती, की अर्जुनाने आपल्या मंत्र सिद्ध अस्त्रांच्या बळावर शत्रूला जोरदार मात केली.

अर्जुन राजकुमार उत्तरला म्हणाला, "राजकुमार, आपण जिंकलो. युद्ध संपले आहे. तू इथून शत्रूच्या शरीरावरील काही कपडे काढून घे. म्हणजे महालात विजयाची निशाणी म्हणून दाखविता येतील. तेथील स्त्रियांची वाहवा मिळविता येईल."

राजकुमार उत्तरने असेच केले. मग ते आपले पशु धन घेऊन राजधानीला परत आले.

परत येताना अर्जुनाने आपली सर्व हत्यारे पुन्हा त्याच झाडावर लपवून ठेवली.

महालाच्या जवळ आल्यावर अर्जुनाला राजकुमार उत्तर म्हणाला, " हे पार्थ, मला क्षमा कर. मला माहीत नव्हते की पाचही पांडवानी द्रौपदीसह बदललेल्या रूपात आमच्याच महालात आश्रय घेतला आहे म्हणून. "

"ऐक राजकुमार, लक्षात ठेव. आमचे खरे स्वरूप कोणासमोर प्रकट करू नकोस. सर्वांना असेच सांग की युद्ध तू एकट्यानेच जिंकले आहेस."

□□

मत्स्य देशात बातमी पोहचली की कौरवाचे सैन्य पराभूत झाले. राजकुमार उत्तर पशु धन घेऊन आणि विजयी होऊन परतत आहे. मुलाची कीर्ती गाथा ऐकून विराट राजाच्या आनंदाला सीमा उरली नाही.

विराट राजाने सर्व राज्यात आनंदोत्सव साजरा करण्याचा आदेश दिला आणि नाचत म्हणाले, "माझ्या मुलानेतर कमालच केली आहे. कौरव सैन्यासोबत मोठ मोठे यौद्धे आले होते, पण त्या सर्वांना माझ्या मुलाने एकट्यानेच पराभूत केले."

जवळच युधिष्ठिर उभा होता. तो म्हणाला, "होय, ज्याच्या रथाचा सारथी बृहन्नडा असेल, तो कसा काय विजयी होणार नाही!"

युधिष्ठिराची ही युक्ती राजाला आवडली नाही, पण त्यावेळी मुलाच्या विजयात तो इतका बेधुंद झाला होता, की त्याने युधिष्ठिराच्या बोलण्याकडे फारसे लक्ष दिले नाही.

सर्व शहरात उत्सवासारखे वातावरण निर्माण झाले. राजकुमार उत्तर आपल्या रथावर स्वार होऊन शहरातील रस्त्यावरून जात होता तेव्हा जनता त्याचा जयघोष करीत होती. रस्त्याच्या दोन्ही बाजूने लोक त्याचा स्वागत करायला गर्दी करीत होते.

महालात विराट राजा आपल्या विजयी मुलाचे स्वागत करण्याची वाट पाहत होता. वेळ घालविण्यासाठी तो कसा तरी युधिष्ठिरासोबत द्युताचा खेळ खेळत होता. खेळता खेळता तो वारंवार आपल्या मुलाच्या स्तुतीचे पूल बांधत होता. राजा विराटाने केलेल्या प्रत्येक स्तुतीनंतर युधिष्ठिर बृहन्नडेची स्तुती करायला मात्र विसरत नव्हता. विराट राजाला हे सहन झाले नाही, की युधिष्ठिर बृहन्नडेची स्तुती करीत आहे आणि राजकुमाराच्या स्तुतीचा एक शब्दही बोलत नाही. त्यांच्या क्रोधाला काही सीमा उरली नाही. त्यांनी द्युतातील एक कवडी उचलून युधिष्ठिराला मारली आणि म्हणाले, "बंद कर बृहन्नडेची पुरंगाळ. राजकुमार उत्तरच्या वीरतेला तुझ्या दृष्टीने काहीही किमत नाही का?"

कवडी युधिष्ठिराच्या डोक्याला जाऊन लागली. तिथून रक्त वाहू लागले. द्रौपदीने ते पाहताच ती धावत आली आणि कपड्याने रक्त पुसू लागली. कारण जमिनीवर रक्ताचा एकही थेंब पडू नये. युधिष्ठिराला असा वर मिळाला होता, की जो कोणी त्याच्या रक्ताचा थेंब जमिनीवर सांडवेल, त्याचा जागीच मृत्यू होईल.

त्याच वेळी कक्षात राजकुमार उत्तरने प्रवेश केला. विराटाने पुढे होऊन मुलाला कवेत घेतले. राजकुमार उत्तरने युधिष्ठिराच्या डोक्यातून रक्त वाहताना पाहिले आणि त्याचा सर्व उत्साह गेला. त्याने व्याकुळ होऊन विचारले, "यांच्या डोक्याला कसा काय मार लागला?"

"बाळा," राजा विराटाने उत्तर दिले, "कंकाला मीच शिक्षा दिली आहे. त्याला धडा शिकविणे आवश्यक होते."

राजकुमार उत्तरला हे योग्य वाटले नाही. त्याला पांडवाचे वास्तव कळले होते, पण अर्जुनाने मनाई केल्यामुळे तो हे रहस्य उघड करू शकत नव्हता. तो फक्त इतकेच म्हणाला, "महाराज, एका ब्राह्मणाचे रक्त सांडवून तुम्ही चांगले केले नाहीत. त्या ब्राह्मणाच्या हायमुळे आपले अकल्याण होऊ नये म्हणजे झाले."

राजा विराटाने आपल्या मुलाला खुश करण्यासाठी युधिष्ठिराची क्षमा मागितली. त्याच्या जखमेवर पट्टी बांधली.

युधिष्ठिर हळूच म्हणाला, "तुम्ही महाराज आहात. आम्ही नोकर आहोत. आमची क्षमा मागून आम्हाला लाजवू नका. सजा देण्याचा तुम्हाला पूर्ण अधिकार आहे."

विराट राजाने त्याच्या म्हणण्याचे काहीही उत्तर दिले नाही. त्याने आपल्या मुलाला विचारले, "हे राजकुमारा, आता मला सांग, तू युद्ध कसे काय जिंकला?"

"पिताजी, मला तर युद्धात काहीही करावे लागले नाही. फक्त युद्ध भूमीवर एक देवदूत आला. त्याच्या मदतीने मी कौरवांना पराभूत केले."

"असे होय!" विराट राजा आश्चर्याने म्हणाला, "कुठे आहे तो देवदूत? मलाही दर्शन घडव."

"युद्ध संपल्यावर तो लगेच लुप्त झाला. मात्र एखाद्या दिवशी तो पुन्हा नक्की प्रकट होईल."

□□

अज्ञातवासातील एक वर्ष पूर्ण झाले होते.

पांडव अद्यापही विराट राजाच्याच महालात होते. विजयोत्सव झाल्यावर त्यांनी ठरविले की आता आपण प्रकट व्हायला हवे.

एके दिवशी त्यांनी आपले वेश बदलले आणि राजकीय थाटा माटात दरबारात प्रवेश केला. तिथे राज सिंहासनावर युधिष्ठिराला बसविण्यात आले होते. जवळच सैरंध्रीचे रूप त्यागून द्रौपदीही बसली होती. उरलेले भाऊ त्यांच्या आजू बाजूला उभे राहिले होते.

थोड्या वेळानंतर विराट राजाने दरबारात प्रवेश केला. कंकाला राजसिंहासनावर बसलेले पाहून त्याला आश्चर्य वाटले. आश्चर्यापेक्षा जास्त क्रोध. ते काही अपशब्द बोलण्यापूर्वीच अर्जुन आपल्या आसनावरून उठला आणि म्हणाला, "महाराज, रुष्ट होऊ नका. सिंहासनावर बसलेली व्यक्ती सिंहासनाच्या योग्यतेचीच आहे. ते इंद्रप्रस्थाचे नरेश महाराज धर्मराज युधिष्ठिर आहेत."

"धर्मराज युधिष्ठिर?" विराट राजा आश्चर्याने म्हणाला, "हे धर्मराज युधिष्ठिर आहेत, तर त्यांचे इतर भाऊ कुठे आहेत? राजराणी द्रौपदी कुठे आहे?"

अर्जुनाने सांगितले, "महाराज, आम्ही सर्व इथे आहोत. आम्ही विविध वेशात तुमच्या इथे

अज्ञातवास कंठीत होतो. कंक, वल्लभ, बृहन्नडा, ग्रंथिक आणि तंतपाल ही रुपे आम्हा पाच भावंडांचीच होती. द्रौपदी सैरंध्री होऊन अंतःपुरात काम करीत होती. मीच तो सहाय्यक आहे, जो राजकुमार उत्तरसोबत सारथी होऊन युद्ध भूमीवर गेलो होतो आणि कौरवांना पराभूत केले होते."

वास्तविकता कळल्यावर विराट राजा अतिशय आनंदी झाला. तो म्हणाला, "तुमच्यासारखे वीर पुरूष माझ्या महालात राहिले, हे माझे अहोभाग्य होय. तुमच्यावर जो अन्याय झाला तो मला माहीत आहे. तुमचे वैभव परत मिळविण्यासाठी तुम्हाला हवे असलेले सर्व प्रकारचे सहकार्य देण्यासाठी मी तयार आहे. इतकेच नाही तर माझे आणि तुमचे संबंध अतूट नात्यात परावर्तीत व्हावेत, असे मला वाटते. आमच्या राज्याचे रक्षण करण्यासाठी अर्जुनाने जे काही केले आहे, त्यामुळे मी कृपावंत आहे. मला असे वाटते की अर्जुन आणि राजकुमारी उत्तरा यांचा विवाह करून आपले स्नेह संबंध अतूट करायला हवेत. काय धर्मराज युधिष्ठिर, तुमचा काय विचार आहे?"

"याचे उत्तर तर स्वतः अर्जुनच देऊ शकतो." युधिष्ठिर म्हणाला.

अर्जुन थोडा विचार करून म्हणाला, "मी तर राजकुमारी उत्तराशी विवाह करायला असमर्थ आहे. मी त्या दृष्टीने कधी तिला पाहिलेच नाही. अंतःपुरात राहताना मी तिला नेहमी माझ्या मुलीसारखेच समजले. होय, माझी पत्नी सुभद्रापासून झालेला अभिमन्यू राजकुमारी उत्तरेसाठी सर्वथा योग्य आहे. तुमची इच्छा असेल, तर त्यांचा विवाह होऊ शकतो."

राजा विराटाला याबद्दल काहीही हरकत असण्याचे काही कारण नव्हते.

लगेच विवाहाची तयारी सुरू करण्यात आली. द्वारकेकहून श्रीकृष्ण वर अभिमन्यू, बलराम, सत्यकी या यादव वीरांसोबत मत्स्य देशात आले. विवाह समारंभात सहभागी होण्यासाठी द्रुपदानेही आपला पुत्र धुष्टद्युम्न सह हजेरी लावली. बदल्याच्या आगीत जळणारा शिखंडीही आला. याशिवाय राजा युधिष्ठिराचे अनेक मित्र राजेही आले. त्यामध्ये काशीराज, शिबिराज हे सुद्धा आपल्या एक अक्षहौनी सैन्यासह आले.

उत्तरा आणि अभिमन्यू यांचा विवाह अतिशय थाटामाटात संपन्न झाला.

□□

विवाहानंतर पुढील योजनेवर विचार विनिमय सुरू झाला.

पांडवांच्या सर्व मित्र राजांनी वचन दिले, की अशा कठीण प्रसंगी ते पांडवांना प्रत्येक प्रकारे सहकार्य करण्यासाठी तयार नव्हते.

श्रीकृष्ण सर्वांना संबोधित करीत म्हणाला, "पांडवांवर जो अन्याय झाला आहे,त्याबाबत तर तुम्हाला सर्वांनी चांगली माहिती आहे. जुगारामध्ये फसवून युधिष्ठिराला पराभूत करून त्याचे सर्व

वैभव लुटून घेण्यात आले आणि पांडव आपण दिलेले वचन पूर्ण करण्यासाठी मागील तेरा वर्षांपासून दारोदार भटकत आहेत. आता त्यांनी आपले वचन सफलतापूर्वक पूर्ण केले आहे. आता त्यांना आपला राज पाट आणि वैभव परत मिळायला हवे. त्यानंतरच आपण एखादे पाऊल उचलू शकतो. माझा असा विचार आहे, की आधी आपण कौरवांकडे दूत पाठवायला हवा. यावेळी सर्व राज्यावर फक्त दुर्योधनाची सत्ता आहे. आपला दूत त्याला फक्त दोन शब्दात आर्धे राज्य पांडवांना सोपविण्याची विनंती करेल. दुर्योधनाचे उत्तर येईपर्यंत आपण प्रतीक्षा करू.ठ

"मला नाही वाटत की दुर्योधन पांडवांची विनंती मान्य करील." बलरामाचा विचार होता. "कौरवांनी नेहमी पांडवांचे अहीत केले आहे. आता तर सर्व परिस्थिती त्यांना अनुकूल आहे. त्यामुळे ते आता पांडवांना राज्यात घुसूही देणार नाहीत."

सात्यिकी म्हणाला, "दुर्योधनाने आमची विनंती नाकरली तर मग आपल्याला संघर्षाचा मार्ग स्वीकारावा लागेल. युधिष्ठिराने भलेपणाने वागण्यात आपले सर्व काही गमावले आहे. त्यामुळे आता तर फक्त संघर्षाचाच मार्ग शिल्लक राहतो."

द्रुपदाचे म्हणणे होते, "दुर्योधन शांतपणे पांडवांना शांतपणे काहीही देणार नाही. आपल्या दुताने दुर्योधनाशी बेडरपणे बोलायला हवे आणि मगच काही निर्णय घेऊन टाकायला हवा."

शेवटी असे नक्की करण्यात आले, की आधी एखाद्या योग्य दुताला कौरवांकडे पाठवायला हवे.

विचार विनिमय केल्यावर श्रीकृष्ण द्वारकेला येण्यासाठी तयार झाला. जाता जाता युधिष्ठिराला म्हणाला, "आपला पहिला प्रयत्न हाच रहायला हवा, की कौरवाशी मैत्री कायम रहायला हवी. कौरवानी आपली विंनंती ठोकरली तर तू थेट माझ्याकडे या. मग आपल्या सोबत्यांसोबत मिळून दुसरी योजना आखता येईल."

□□

पांडवांनी हस्तिनापूरकडे निडर दूत म्हणून एका पुरोहिताला पाठविले. युधिष्ठिराला खात्री होती, की दुर्योधन दुताची विनंती नक्कीच नाकारील. तसेच संघर्ष करण्याची धमकी देईल. त्यामुळे त्याने अनेक मित्र राजांना सहकार्य करण्याविषयी निरोप पाठविले.

दुर्योधनही शांत राहिला नाही. पांडवांच्या प्रत्येक हालचालीवर त्याची नजर होती. त्यानेही आपल्या बाजूच्या सर्व राजांना संभाव्य युद्धासाठी तयार रहायला सांगितले होते. तोच दुर्योधनाला असे कळले की श्रीकृष्णाचे सहकार्य मिळविण्यासाठी अर्जुन द्वारकेला जाणार आहे. दुर्योधनाने एक क्षणही वाया न घालविता द्वारकेचा रस्ता धरला. शेवटी श्रीकृष्णाकडे शक्तिशाली सैन्य होते. पांडवांनी

जर त्यावर ताबा मिळविला, तर त्यांची सैन्य शक्ती वाढेल आणि दुर्योधनाला नेमके हेच नको होते.

दुर्योधन आणि अर्जुन जवळपास एकाच वेळी द्वारकेत पोहचले.

त्यावेळी श्रीकृष्ण आपल्या शयन कक्षात झोपला होता. दुर्योधनाने आधी शयन कक्षात प्रवेश केला. श्रीकृष्णाला झोपलेले पाहून त्याने शांतपणे बसून राहणेच योग्य समजले. दुर्योधनाने आपल्यासाठी योग्य आसनाचा शोध घेत इकडे तिकडे नजर फिरविली. श्रीकृष्णाच्या उषाला एक आसन पडलेले होते. तो त्यावर बसला. अर्जुन आला तेव्हा त्याने श्रीकृष्णाच्या पायाशी बसणेच योग्य समजले. त्यामुळे तो त्याच्या पायाजवळ बसला.

थोड्या वेळात श्रीकृष्णाची झोप उडाली. डोळे उघडताच त्याचे लक्ष समोर बसलेल्या अर्जुनाकडे गेले. अर्जुनाने त्याला अभिवादन केले.

"कसा काय आलास, अर्जुना?" श्रीकृष्णाने विचारले.

अर्जुन काही बोलण्याआधीच दुर्योधन म्हणाला, "श्रीकृष्ण, मी आधी आलो आहे, त्यामुळे आधी माझ्याशी बोलणेच योग्य होईल. कौरव आणि पांडवांशी तुम्ही समानतेने वागायला हवे. अर्जुनासोबत अधिक चांगले वागून पक्षपात करणे योग्य नाही."

"ठीक आहे, म्हणजे आधी आपण आलात तर?" श्रीकृष्ण म्हणाला, "पण मी तरी काय करू? माझे आधी लक्ष अर्जुनाकडे गेले. जाऊ द्या ते. आता तुम्ही सांगा, कसे काय येणे केलेत?"

दुर्योधन म्हणाला, "मला असे वाटते की भविष्यात युद्ध शक्य आहे. त्यामुळे या युद्धात तुमचे सहाय्य मिळविण्यासाठी आलो आहे."

श्रीकृष्ण काही विचार करून म्हणाला, "हे बघ, दुर्योधन, आधी कोण आले ते मला माहीत नाही. माझी नजर आधी अर्जुनाकडे गेली त्यामुळे मला आधी अर्जुनाच्या इच्छेचा आदर करावा लागेल. तुम्ही दोघेही माझे सहकार्य मिळविण्यासाठी आला आहात. मी दोघांशीही बरोबरीने वागतो. माझ्याकडे खूप मोठे सैन्य आहे. त्यात मोठ मोठे वीर आहेत, जे एका क्षणात शत्रूचा सफाया करू शकतात. एका पक्षाला हे सर्व सैन्य मिळेल. दुसऱ्या पक्षाला मी एकटाच मिळेल. तर अर्जुन, आता तू सांग की तुला काय हवे आहे? मी की माझे शक्तीशाली सैन्य?"

अर्जुन हात जोडून म्हणाला, "मला तर तुम्हीच हवे आहात. तुम्ही मिळालात म्हणजे सर्व काही मिळाले."

"एवमस्तु!" श्रीकृष्ण हासून म्हणाला, "आणि आता तुला काय हवे आहे, दुर्योधन?"

दुर्योधनाला तर भीती वाटत होती, की आधी अर्जुनाची इच्छा विचारली जात आहे. त्याने श्रीकृष्णाच्या विशाल सैन्यावर अधिकार सांगू नये म्हणजे झाले. तो आनंदी होऊन म्हणाला, "मी तुमचे सैन्य मिळाल्यामुळे समाधानी झालो आहे."

अशा प्रकारे दोघेही आपली आपली वस्तू मिळवून दोघेही परत फिरले.

□□

पांडवांची दुसरी माता माद्रीचे वडील शल्य अतिशय शक्तीशाली राजा होते. त्यांच्या कानावरही संभाव्य युद्धाची बातमी आली होती. ही गोष्ट उघडच होती, की ते पांडवांचे हीत पाहणार होते. त्यामुळे ते एका दिवशी आपल्या काही विश्वासू सोबत्यांसह आणि विशाल सैन्य सोबत घेऊन युधिष्ठिराशी विचार विनिमय करायला निघाले.

दुर्योधनाला ही गोष्ट कळल्यावर तो घाबरला. त्याला कोणत्याही प्रकारे शल्याचे सहकार्य स्वत:साठी हवे होते. त्यामुळे ज्या मार्गावरून शल्याची स्वारी जाणार होती, ते मार्ग दुर्योधनाने अतिशय चांगल्या प्रकारे सजविले. शल्याचा आदर सत्कार केला. स्वादिष्ठ जेवणाने त्याने सर्वांना समाधानी केले. शल्याला असे वाटले की हे सारे आयोजन युधिष्ठिराने केले आहे. म्हणून मग तो या आयोजकांना एका दिवशी म्हणाला, "ज्याने माझ्या स्वागताची इतक्या चांगल्या प्रकारे तयारी केली आहे, मला त्याला भेटायचे आहे. त्याला माझ्याकडे बोलवा. मला त्याला काही तरी द्यायचे आहे."

लोक हस्तिनापूरला गेले आणि त्यांनी दुर्योधनाला बोलावून आणले. हे सर्व आयोजन दुर्योधनाने केले असल्याचे शल्याला कळले तेव्हा त्याला आश्चर्य वाटले. दुर्योधन म्हणाला, "तुम्ही स्वतः वचन दिले आहे, की तुम्ही मला काही देऊ इच्छिता. त्यामुळे आपले वचन पूर्ण करा."

धनुष्यातून बाण सुटला होता. शल्य म्हणाला, "सांग, तुला माझ्याकडून काय हवे आहे?"

"माझी अशी इच्छा आहे, की युद्ध होईल तेव्हा तुमचे सर्व सैन्य माझ्या आधीन असायला हवे." दुर्योधन म्हणाला, "बस, याच्याशिवाय मला दुसरे काहीही नको आहे."

"ठीक आहे. मी वचन देतो की युद्धाच्या वेळी माझे सर्व सैन्य तुझ्या ताब्यात असे."

त्यानंतर शल्य युधिष्ठिराकडे गेला आणि त्याला घडलेली सर्व घटना सांगितली. ऐकल्यावर युधिष्ठिर एक क्षण विचार करीत राहिला आणि म्हणाला, "महाराज, तुम्ही वचन दिले आहे, त्यामुळे तुम्हाला त्याचे पालन करावेच लागेल. होय, एक विनंती माझीही आहे. जेव्हा युद्ध होईल तेव्हा तुम्हीच कर्णाचे सारथी व्हा. मग युद्ध मैदानावर कर्णाला असे काही तरी बोला की त्यामुळे तो प्रक्षुब्ध होईल. म्हणजे मग अर्जुन त्या संधीचा फायदा घेऊन त्याचा वध करू शकेल. असे सर्व सांगणे योग्य होणार नाही, पण मला असे वाटते की अर्जुनानेच कर्णावर विजय मिळवावा. इतके सहकार्य तुम्ही नक्की कराल, अशी आशा आहे."

शल्याने आपली यासाठी तयारी दाखविली.

पांडव मत्स्य देशाच्या जवळच उपलव्य नावाच्या नगरीत वसले होते. आता लपून राहण्याची काहीही आवश्यकता नव्हती. कारण त्यांचा अज्ञातवास संपला होता.

त्यांना फक्त प्रतीक्षा होती, आपला दूत परत येण्याची. जो हस्तिनापूरला कौरवांशी बोलणी करायला गेला होता.

(अकरा)

पांडवांचा दूत हस्तिनापूरला पोहचला तेव्हा दरबारात त्याचे योग्य प्रकारे स्वागत करण्यात आले.

आपले आसन ग्रहन केल्यावर दूत म्हणाला, "मी पांडवांकडून आलो आहे. पांडवाना युद्ध नको आहे, हे सांगायला त्यांनी मला पाठविले आहे. आम्हाला फक्त आदर पूर्वक आमचा जो अधिकार आहे, तोच परत हवा आहे. पण तुम्ही लोक जरा युद्ध करायला उतावीळ असाल, तर आम्हीही त्यासाठी पूर्ण तयारी केली आहे. सात औक्षहोनी सैन्य लढण्यासाठी एकदम तयार असून त्याशिवाय अनेक मित्र राज्यांचे शेकडो औक्षहोनी सैन्य येऊन मिळण्याच्या तयारीत आहे. तुमचे काय उत्तर आहे."

एका क्षणासाठी सर्व दरबाराता भयानक शांतता पसरली. दूताचे दोन शब्द ऐकून मोठे मोठे दिग्गज परस्परांच्या तोंडाकडे पाहू लागले. भीष्म दुताकडे पाहिले आणि ते हळूवारपणे म्हणाले, "आम्ही तुमचे म्हणणे ऐकले आहे. पांडवाना सर्व प्रकरण शांततेने मिटवायचे आहे हे पाहून आम्हाला आनंद झाला आहे. पांडवांना त्यांचा योग्य वाटा मिळायला हवा, अशी आमचीही इच्छा आहे."

भीष्मांचे हे बोलणे कर्णाला रुचले नाही. तो क्रोधित होऊन मध्येच म्हणाला, "कोणता योग्य वाटा पांडवांना मिळायला हवा? हे कोणाला माहीत नाही की पांडवांनी द्युतात आपले सर्वस्व गमावले आहे. ही तर नशिबाची गोष्ट आहे, की जर दुर्योधन बाजी हरला असता, तर त्यालाही बारा वर्षांचा वनवास आणि एका वर्षाचा अज्ञातवास भोगावा लागला असता. यामध्ये कसला आलाय अन्याय? जर पांडवांना आपले राज्य परत हवे असेल, तर त्यांनी वचनानुसार आपला वनवास आणि अज्ञातवास भोगायला हवा होता. ते जर युद्ध करण्यासाठी इतकेच अतूर असतील, तर आम्हीही काही हातात बांगड्या भरल्या नाहीत. युद्धाचे उत्तर युद्धानेच देण्यात येईल. दूत आमचे हे म्हणणे पांडवांपर्यंत पोहचवा."

"थांब दुता." भीष्म मध्येच म्हणाले, "कर्ण, शांततेने सर्व काम करण्यातच भलाई आहे. हे विसरू नको की अर्जुन एकटाच अनेकांचा सामना करू शकतो. युद्धामुळे कोणाचेही भले होणार नाही. मत्स्य देशात एकदा पराभूत होऊनही तुला काही धडा मिळाला नाही?"

कर्ण मन मारून राहिला.

सिंहासनावर बसलेले धृतराष्ट्र सर्व काही ऐकत होते. शब्दाने शब्द वाढत आहे, असे पाहून ते थोडे अस्वस्थ झाले. शेवटचा निर्णय त्यांनाच घ्यायचा होता, पण सध्या काहीही उत्तर देणे त्यांच्या हातात नव्हते. ते दुताला म्हणाले, "ऐक दुता, तू जो काही संदेश दिला आहेस, त्यावर जरा आम्हाला विचार करू दे. लवकरच माझा सारथी आमचे उत्तर घेऊन पांडवांना भेटेल. आता तू जाऊ

शकतोस."

दूत निघून गेला.

धृतराष्ट्राने संजयाला आपल्या जवळ बोलावले. थोडा वेळ दोघांमध्ये विचार विनिमय होत राहिला. पांडवांकडे कोणता संदेश पाठवायला हवा, हे धृतराष्ट्राला कळत नव्हते. मग तो संजयाला म्हणाला, "संजय, तू जाऊन पांडवांना भेट. मला असे वाटते की दोन्ही बाजूने शांतता रहायला हवी. फक्त अशा काही प्रकारे वागायला हवे, की ही सर्व उत्तेजना संपायला हवी."

संजय उपलव्य नगरीला येऊन पोहचला.

पांडवांनी संजयचे मोकळ्या मनाने स्वागत केले. आत्मिय स्वजनाचे क्षेम कुशल विचारल्यानंतर युधिष्ठिराने विचारले, "कसे काय येणे केले, संजय?"

"हे धर्मराज," संजय म्हणाला, "मला महाराज धृतराष्ट्रांनी आपल्याकडे पाठविले आहे. त्यांची अशी इच्छा आहे, की युद्धाचे जे ढग जमा झाले आहेत, ते दूर करायला हवेत. त्यांना कौरव-पांडवांत शांतता हवी आहे. युद्धामुळे विनाशाशिवाय कोणालाही काहीही मिळणार नाही."

"युद्ध नको आहे, अशीच आमची इच्छा आहे." युधिष्ठिर म्हणाला, "पण दुर्योधनाला मात्र फक्त युद्धाचीच भाषा हवी आहे. आम्हाला आमचा अधिकार द्या. आम्ही युद्ध करणार नाहीत. महाराज धृतराष्ट्रांना तर सर्व सत्य माहीत आहे, पण त्यांनी आपल्या डोळयांवर पट्टी बांधली आहे. ते पुत्र प्रेमापुढे विवश आहेत. त्यांना जाऊन सांग की आमचे इंद्रप्रस्थ आम्हाला द्या. नाही तर मग सर्व निर्णय युद्धाच्या मैदानात होतील."

"तुमची मागणी योग्य आहे." संजय म्हणाला, "पण माझा असा सल्ला आहे, की युद्धाचा विचार सोडून द्यावा. युद्धामुळे कोणाचेही भले होणार नाही. तुम्हाला युद्ध करूनच राज्य हवे असते, तर तुम्ही बारा वर्षे वन वन का भटकला असतात? योग्य हेच आहे, की दुर्योधनाने तुम्हाला तुमचा वाटा द्यायला नकार दिला, तर इतक्या मोठ्या जगात कुठेही जाऊन आपल्या बाहुबळाच्या जोरावर आपले राज्य स्थापन करा."

"असे होऊ शकत नाही, " युधिष्ठिर म्हणाला, "मी क्षत्रीय आहे आणि क्षत्रियाचे हे पहिले कर्तव्य आहे, की आपले गेलेले राज्य त्याने परत मिळवायला हवे."

"जरा असाही विचार करा, की भावांभावांमध्ये लढणे कितपत योग्य आहे? काय तुम्ही आपले जेष्ठ भीष्म, द्रोणाचार्य, कृपाचार्य, यांच्यावर हत्यार उचलणार आहात? हा तर अधर्म होईल, धर्मराज." संजय म्हणाला.

श्रीकृष्ण तिथेच बसलेला होता. त्याला राहवले नाही. म्हणाला, "आज तर तुझ्या तोंडून धर्माच्या गोष्टी ऐकून आश्चर्य वाटते. जेष्ठांचा हवाला देताना पाहून आश्चर्य वाटते. पांडवांनी आतापर्यंत फक्त धीरच दाखविला आहे, हे काही लपून राहिलेले नाही. त्यांनी आतापर्यंत कोणता आदर्श कायम

ठेवला आहे. द्रौपदीचे भर दरबारात वस्त्रहरण होत होते, तेव्हा या जेष्ठांचे हात-पाय काय फुलले होते? का नाही त्यापैकी कोणी दुर्योधन किंवा दुःशासनाला दूर केले नाही? तरीही पांडव आपल्या बाजूने काहीही आगळिक करणार नाहीत. संजय, तू जाऊन महाराज धृतराष्ट्राला असे सांग की पांडवांना इंद्रप्रस्थ देऊन टाका. त्यांचे उत्तर आल्यावरच काही निर्णय होईल."

युधिष्ठिर म्हणाला, "होय, आम्ही इतके नक्की करू शकतो, की ते आम्हाला पूर्ण राज्य देणार नसतील, तर त्यांनी आम्हा पाच भावांसाठी फक्त पाच गावे द्यावीत. आम्हाला दुसरे काहीही नको आहे. तेव्हाच शांतता प्रस्थापित होऊ शकते."

□□

संजय हस्तिनापूरला परत आला.

धृतराष्ट्राने विचारले, "काय उत्तर घेऊन आलास, संजय?"

"त्यांना कोणत्याही परिस्थितीत आपले राज्य परत हवे आहे. ते तुमच्या शांततेच्या निरर्थक योजनेत अडकणारे नाहीत."

संजयने सुरूवातीपासून शेवटपर्यंत तिथे जे काही घडले ते धृतराष्ट्राला सांगितले. धृतराष्ट्र काळजीत पडला. त्याचा असा विचार होता, की पांडव आपली राज्याची मागणी सोडून देतील आणि शांततेचा मार्ग स्वीकारतील. पण आता काय करायला हवे? दुर्योधन कधीही पांडवांना त्यांचा अधिकार देणार नाही. आपण काही पुत्राला विरोध करू शकणार नाही.

त्याने त्याचवेळी विदुराला बोलावले. महात्मा विदुर त्याला नेहमी संकटाच्या वेळी योग्य सल्ला देत असत. आता ही गोष्ट वेगळी की धृतराष्ट्र पूर्णपणे त्यावर अंमल करू शकत नसे.

विदुर आल्यावर धृतराष्ट्र व्याकुळ स्वरात म्हणाला, "मला असे वाटते की पांडवांना न्याय मिळावा आणि कौरवांचेही काही नुकसान होऊ नये. पण संभाव्य अनिष्ठाच्या शंकेने माझी रात्रीची झोप आणि दिवसाचा चैन हरवला आहे. मला काहीच कळत नाही की मी काय करू आणि काय करू नये."

"यामध्ये जास्त विचार करण्याची काय आवश्यकता आहे?" विदुर म्हणाला, "जी काही स्थिती निर्माण झाली आहे, त्यासाठी तुम्ही स्वतःच जबाबदार आहात. तुम्ही राज्याचा सर्व कारभार दुर्योधनावर सोपवून आपले डोळे मिटून घेतले आहेत. शकुनी, कर्ण आणि दुःशासन यांच्यासारख्या लोकांना सोबत घेऊन दुर्योधन मनमानी करीत आहे. आताही वेळ आहे, की तुम्ही आपली चूक सुधारावी. पांडवांना त्यांचे राज्य देऊन निश्चिंत व्हावे. मग कोणीही असे म्हणणार नाही की तुम्ही न्यायाकडे नजर फिरवली नव्हती."

धृतराष्ट्र शांत. असे करणे त्याच्या हातात नव्हते. दुर्योधनाला रुष्ट करण्याच्या कल्पनेने त्याला

कापरे भरत होते.

विदुर म्हणाला, "तुम्ही गप्प का आहात? तुम्ही माझा सल्ला ऐकला नाहीत, तर हे युद्ध टाळणे शक्य होणार नाही. हे तर नक्की असते की युद्धामध्ये तर अन्यायी व्यक्तीलाच मृत्यूची निवड करावी लागते. असे होऊ नये की युद्धाच्या अखेरीस आपल्या मुलाच्या मृत्यूचे वृत्त ऐकून तुम्हाला रक्ताचे आश्रू ढाळावे लागतील. शेवटी पांडवांना त्यांचा अधिकार देण्यात तुम्हाला काय अडचण आहे?"

धृतराष्ट्राच्या डोळयासमोर अंधार पसरला. तो म्हणाला, "मी माझे म्हणणे नाकारू शकत नाही. माझ्या मनात पांडु पुत्रांसाठी अपार प्रेम आहे, पण दुर्योधनाच्या इच्छेविरूद्ध वागणेही मला शक्य होत नाही. जे नशिबात असेल, ते तर भोगावेच लागेल. तुझ्या बोलण्यामुळे माझ्या विक्षिप्त मनाला शांतता मिळत आहे. पुढे बोला, मी तुझे विचार ऐकत आहे."

विदुर परेशान झाला. सत्य काय ते माहीत असूनही धृतराष्ट्र योग्य निर्णय घेऊ शकत नव्हता. ते रात्रभर धृतराष्ट्राला समजावत राहिले आणि धृतराष्ट्र शांतपणे त्यांचे बोलणे ऐकत राहिला.

□□

दुसऱ्या दिवशी सकाळीच धृतराष्ट्राने भीष्म, द्रोण, संजय, कृपाचार्य यांना बोलावले. दुर्योधनही आपले भाऊ आणि कर्ण-शकुनीसह तिथे पोहचला.

धृतराष्ट्राने बोलायला सुरूवात केली, "संजय पांडवांना भेटून आला आहे. संजयच्या बोलण्यावरून स्पष्टपणे असे वाटते ,की पांडवाने मोठ्या प्रमाणात युद्धाची तयारी केली आहे. ते आपला राज्याधिकार मिळविण्यासाठी वचनबद्ध आहेत. रात्री विदुरानेही मला हेच सांगितले की आपण त्यांना त्यांचा वाटा द्यायला हवा. त्यामुळे माझा असा विचार आहे, की पांडवाना इंद्रप्रस्थ परत देऊन हा वाद कायमस्वरूपी सोडवायला हवा. "

भीष्म, विदुर, द्रोणाचार्य यांनाही हेच हवे होते. जेष्ठांनी लगेत धृतराष्ट्राच्या म्हणण्याला आपले समर्थन दिले.

दुर्योधनाला मात्र आपल्या वडिलांचे हे बोलणे अजिबात आवडले नाही. तो संतप्त होऊन म्हणाला, "त्यांनी जर युद्धाची तयारी केली असेल, तर आपण त्याला घाबरता कामा नये. आपणही कोणापेक्षा कमी नाहीत. आमच्याकडेही मोठ मोठे वीर आहेत. गुरूदेव द्रोणाचार्य, पितामह भीष्म, कृपाचार्य, कर्ण आणि अश्वत्थामा यांच्यासारखे वीर असताना पांडवांच्या धमक्यांना कशासाठी घाबरायचे? हातात आलेले राज्य सोडून देणे म्हणजे सरळ सरळ भित्रेपणा आहे. आम्ही इंद्रप्रस्थ परत देणार नाहीत. ते तर आमच्या वैभवामुळे अशा प्रकारे भयभीत झाले आहेत, की ते फक्त पाच गावे मागत आहेत.

आपण आपल्या निश्चयावर ठाम राहिलो तर ते पाच गावांचीही मागणी सोडून देतील. बाकी राहिला युद्धाचा प्रश्न. ते युद्धात आपला सामना करू शकणार नाहीत."

पुत्राचे म्हणणे ऐकल्यावर धृतराष्ट्राला वाईट वाटले. प्रक्षुब्ध होऊन म्हणाला, "आता या दुर्योधनाला कोण समजावणार? हा मूर्ख पांडवांचे शौर्य कमी लेखत आहे. त्याला हे सुद्धा माहीत नाही का की त्यांच्याकडे दिव्यास्त्र आहेत. अर्जुनाकडे गांडीव आहे. पांडव फक्त आपला अधिकारच मागत आहेत. मला तर असे वाटते की इंद्रप्रस्थ परत देऊन युद्धाचा धोका टाळायला हवा आणि चुलत भावंडासोबत शांतता आणि सन्मानाने रहायला हवे."

दुर्योधन तावात येऊन म्हणाला, "तुम्ही उगीच पांडवाच्या शक्तीला घाबरत आहात. अर्जुनाकडे गांडीव आणि दिव्यास्त्रे आहेत, तर आपल्याकडे कर्ण आहे. कर्णानेही विधिवत युद्ध गुरू आचार्य परशुराम यांच्याकडून दिव्यास्त्रे मिळविली आहेत."

"होय, माझ्याकडेही ब्रह्मास्त्र आहे." कर्ण गर्वाने बोलला, "ब्रह्मास्त्राच्या बळावर मी एकटाच पांडवांच्या सैन्याचे नामोनिशान मिटवू शकतो. "

भीष्म तीव्र स्वरात म्हणाले, "इतका अहंकार करू नको, कर्ण. हा अहंकार हाच मानवाचा सर्वात मोठा शत्रू आहे. एकदा पूर्वीही मत्स्य देशात तू अर्जुनाकडून पराभव स्वीकारला आहेस. आता पुन्हा एकदा युद्ध झाले तर श्रीकृष्ण तुझे ब्रह्मास्त्रही नष्ट करील."

"हो, म्हणजे तुम्हाला असे वाटते का, की मी फक्त गप्पाच मारीत आहे?" कर्ण म्हणाला, "तर मग हे बघा, मी आज असा प्रण करतो, की मी मरेपर्यंत युद्ध करतो. हे भीष्म पितामह, जोपर्यंत तुम्ही जिवंत आहात, तोपर्यंत मी माझ्या शस्त्रांना स्पर्शही करणार नाही. तुम्ही युद्ध भूमीवर आपला वार स्वीकारून शांत झालेले असाल, तेव्हाच माझे काम सुरू होईल."

असे म्हणून कर्ण वेगाने पाऊले टाकीत तिथून चालता झाला.

(बारा)

युद्धाची शक्यता उत्तरोत्तर वाढतच जात होती.

हस्तिनापूरमध्ये जे काही होत होते, त्याची सर्व बित्तं बातमी पांडवांपर्यंत पोहचत होती. युद्ध न करता कौरव पांडवांना इंद्रप्रस्थ सोपविणार नाहीत, हे नक्की झाले तेव्हा त्यांनी गंभीरपणे या स्थितीवर विचार विनिमय करायला सुरूवात केली. युधिष्ठिरासमोर फक्त एकच प्रश्न होता, की शांततेने या समस्येवर तोडगा निघू शकत नाही का? की समजून सांगण्याचा एकमेव मार्ग युद्धच आहे?

युधिष्ठिराने अचानक श्रीकृष्णाला विचारले, "मला तर या युद्धामुळे काही फायदा होईल, असे वाटत नाही. हे युद्ध टाळले जाऊ शकत नाही का? आपण नक्कीच जिंकू, हे तर नक्की आहे. तरीही मी युद्धाच्या बाजूने नाही. युद्धात जिंकून आपण काय मिळविणार आहोत? राज्य? जमिन? वैभव?

कौरव आमचे चुलत भाऊ तर आहेत. त्यांच्या बाजूने आपले सर्व जेष्ठ आणि जवळचे लोक आहेत. त्या सर्वांना मारून राज्य मिळविल्यावर त्यात आनंद मिळेल? मला तर वाटते की आम्ही शांततेने रहायला हवे. हे नक्की आहे, की कौरव युद्धासाठी वचनबद्ध आहेत. युद्ध केल्याशिवाय ते पाच गावेही आपल्याला देऊ इच्छित नाहीत. मी क्षत्रिय आहे आणि युद्ध करणे हा माझा धर्म आहे. तरीही या युद्धात मला कोणाचे भले दिसत नाही.''

श्रीकृष्णाच्या ओठांवर हास्य चमकले. तो म्हणाला, ''धर्मारज, मी तुझ्या भावनांचा आदर करतो. तुझी अशी इच्छा आहे, की कौरवांशी शांतता पूर्ण बोलण्यासाठी आणखी एक फेरी करायला हवी. आपण तसे प्रयत्न करायला हवेत. तर मग मी स्वतः हस्तिनापूरला जाऊन कौरवांना भेटतो. तुमच्या हिताला बाधा न आणता दोन्ही बाजूने शांतता प्रस्थापित व्हावी, यासाठी मी प्रयत्न करील.''

''तुम्ही जात आहात, पण मला अशी भीती वाटते की हस्तिनापुरात तुम्हालाच नुकसान पोहचविले जाऊ नये.'' युधिष्ठिराने शंका व्यक्त केली. ''तिथे दुर्योधन असेल, त्याचे कुटील सोबती असतील. त्यांच्या मध्ये एकट्याने असे जाणे धोकादायक होऊ शकते.''

''माझी चिंता करू नको, युधिष्ठिर.'' श्रीकृष्ण म्हणाला, ''मी माझे रक्षण स्वतः करतो. माझी तर फक्त इतकीच इच्छा आहे, की शांततेसाठी केला जाणारा माझा हा अखेरचा प्रयत्न यशस्वी व्हावा. कौरव- पांडवांत शांतता नांदावी.''

दुसऱ्या दिवशी सकाळी श्रीकृष्ण हस्तिनापूरला जाण्यासाठी तयार झाला. सात्यिकीने त्याच्यासाठी रथ तयार केला. श्रीकृष्णाची गदा, चक्र, शंख आणि इतर सर्व शस्त्र-अस्त्र त्यात ठेवले. मग श्रीकृष्णाने आपल्या सोबत दहा वीर, एक हजार पायदळ सैनिक आणि एक हजार घोडेस्वार सैनिक घेऊन हस्तिनापूरसाठी प्रस्थान केले.

दुर्योधनाच्या कुटीलपणाचा काही विश्वास नव्हता.

□□

श्रीकृष्णाच्या आगमनाची सूचना धृतराष्ट्राला मिळाली होती. अशा संकटाच्या वेळी श्रीकृष्ण स्वतः येत आहे, याचा त्याला आनंद झाला होता. त्यांनी आपल्या माणसांना आदेश दिला, ''जा, श्रीकृष्णाच्या स्वागताची तयारी करा. लक्षात ठेवा, त्यांना मर्गात कोणताही त्रास होता कामा नये. प्रत्येक ठिकाणी त्यांच्या विश्रांतीची आणि खाण्या पिण्याची योग्य व्यवस्था करा.''

असेच करण्यात येईल. ज्या मार्गावरून श्रीकृष्ण येणार होता, त्यावर सर्व सुविधा करण्यात आल्या. त्याच बरोबर हस्तिनापूरला चांगल्या प्रकारे सजविण्यात आले.

विदुराने धृतराष्ट्राला सल्ला दिला, ''महाराज, श्रीकृष्णाची इच्छा असली तर सर्व काही ठीक होऊ शकते. ते वृकस्थळापर्यंत पोहचले आहेत. इथे आल्यावर तुम्ही त्यांनाच कौरव आणि पांडवांच्या भल्याचा उपाय विचारा.''

"होय," धृतराष्ट्र म्हणाला, "मलाही हेच हवे आहे. उद्यापर्यंत ते हस्तिनापूरला पोहचतील. हे बघा, महालात त्यांना काही त्रास होता कामा नये. त्यांना दुःशासनाच्या कक्षात थांबविणे योग्य होईल कारण तो कक्ष खूप मोठा आहे. श्रीकृष्णासाठी तो सर्वथा उपयुक्त आहे."

श्रीकृष्ण येत असल्याचे दुर्योधनाला माहीत होते. त्याने हे ऐकल्यापासून त्याचे डोके नवीन योजना आखण्यामध्ये दंग झाले होते. तो वडिलांना म्हणाला, "महाराज, श्रीकृष्ण हस्तिनापूरला येत आहे. आपण ही संधी गमावता कामा नये. आपण श्रीकृष्णाला पकडून बंदी बनवायला हवे. ही बातमी पांडवांना कळली की ते युद्धाचा आपला निर्णय बदलून टाकतील."

धृतराष्ट्र क्रोधाने संतापला. म्हणाला, "हे काय म्हणतोस, दुर्योधन? श्रीकृष्ण दूत म्हणून हस्तिनापूरला येत आहे. ते आपले सन्मान्य पाहुणे आहेत. त्यांना बंदी बनविण्याविषयी बोलताना तुला लाज वाटायला हवी? अरे, दुतासोबत अशा प्रकारे वाईट रितीने कोणी वागत असते का?"

दुर्योधन म्हणाला, "हेच तर राजकारण आहे."

"शांत रहा, दुर्योधन." भीष्म त्याच्यावर ओरडून म्हणाले, "हे कुटील कारस्थान एके दिवशी तुझ्या मृत्यूचे कारण होईल. धृतराष्ट्र, दुर्योधनाने जर श्रीकृष्णाचे काही अहीत करण्याचा प्रयत्न केला, तर समजून घ्यायला हवे की त्याने आपल्या मृत्यूला आमंत्रण दिले आहे."

असे बोलून भीष्म तिथून निघून गेले.

श्रीकृष्ण हस्तिनापूरला पोहचल्यावर त्याचे भव्य स्वागत करण्यात आले. भीष्म, कृपाचार्य, द्रोणाचार्य यांनी पुढे होऊन त्याला अभिवादन केले.

सर्व शहर त्याचे दर्शन घेण्यासाठी उलथले होते.

श्रीकृष्ण सर्वात आधी महालात जाऊन धृतराष्ट्राला भेटला. धृतराष्ट्राने त्याला प्रेमाने अलिंगन दिले.

तिथून श्रीकृष्ण थेट विदुराच्या घरी गेला. जिथे पांडवांची माता कुंती रहात होती. श्रीकृष्णाला आपल्याकडे आलेले पाहून कुंती खूप आनंदित झाली. श्रीकृष्णाने कुंतीला पुत्र आणि सुनेच्या क्षेम कुशलाची माहिती दिली. कुंती तेरा वर्षांपासून आपली मुले आणि सुना यांच्यापासून दूर राहिली होती. त्यांचे कुशल कळल्यामुळे ती आनंदित तर झालीच, सोबत असेही म्हणाली, "पहा, त्यांनी किती त्रास सहन केला. आपली प्रतिज्ञाही पूर्ण केली. तरीही त्यांना आपल्या अधिकारापासून दूर ठेवले जात आहे."

"काळजी करू नको." श्रीकृष्ण म्हणाला, "ती वेळ आता जवळच आली आहे, जेव्हा तू आपल्या डोळयांनी पाहशील की तुझ्या पुत्रांनी सर्व पृथ्वी जिंकली आहे. ते सर्व पृथ्वीचे मालक होतील आणि त्यांच्या शत्रूचे मात्र नाव निशाणही राहणार नाही."

श्रीकृष्ण दुर्योधनाला भेटला तेव्हा दुर्योधन म्हणाला, "हस्तिनापुरात तुमचे स्वागत आहे. कृपया

आजचे जेवण तुम्ही माझ्यासोबत करा.''

''नाही, मी तुझे निमंत्रण स्वीकारू शकत नाही.'' श्रीकृष्ण म्हणाला.

''का?'' दुर्योधन हतप्रभ झाला. कुठे तो श्रीकृष्णाला आपल्या बाजूने करण्यासाठी आला होता आणि श्रीकृष्णाने तर त्याला हातही ठेवू दिला नव्हता.

श्रीकृष्ण म्हणाला, ''दोन कारणामुळे लोक भोजनाचे निमंत्रण स्वीकारतात. एक तर यासाठी की त्यांचे आपसात प्रेम असते. दुसरे यासाठी की निंमंत्रित व्यक्ती उपाशी आणि दरिद्री असते. हे तर तुला माहीत आहेच की मी उपाशी आणि दरिद्री नाही. शिवाय तुझे काही माझ्यावर प्रेम नाही. खरी गोष्ट तर अशी आहे की जो पांडवांचा तिरस्कार करतो, तो माझाही तिरस्कार करतो आणि जो पांडवांवर प्रेम करतो, तो माझ्यावरही प्रेम करतो. म्हणून मला क्षमा कर. मी तुझ्यासोबत भोजन करू शकत नाही.''

दुर्योधनाच्या चेहऱ्यावर काळिमा फासला होता.

श्रीकृष्ण त्याला तिथेच सोडून विदुराच्या घरी गेला आणि त्याने तिथेच जेवण केले. विदुर म्हणाला, ''मूर्ख दुर्योधन असा विचार करतो, की तो आपले ध्येय साध्य करण्यात यशस्वी होईल. तो कोणाचे म्हणणे ऐकतच नाही. फक्त कर्ण आणि शकुनीचे म्हणणे ऐकून त्याने खूप मोठे सैन्य जमा केले आहे. लढण्यासाठी सज्ज झाला आहे. आता इथे तुमचे म्हणणे कोण ऐकणार आहे? त्यामुळे तुम्ही या दुष्टापासून दूर राहणेच चांगले.''

''मी तर कौरवांच्या भल्यासाठी इथे आलो आहे.'' श्रीकृष्ण म्हणाला, ''कौरवानी माझा प्रस्ताव मान्य केला तर अकाली मृत्यूपासून त्यांचा बचाव होईल. नाही तर मग त्यांचा मृत्यू नक्की आहे. दुर्योधनाने माझे काही अहीत करण्याचा काही प्रयत्न केला, तर त्याचा भयानक परिणाम होईल.''

दुसऱ्या दिवशी दरबारात सभा बोलविण्यात आली. धृतराष्ट्रासह सर्व जण आपल्या आपल्या आसनावर बसले होते. भीष्म, द्रोण, इ. बुजुर्गाशिवाय सन्माननीय ऋषी-मुनीही आले होते.

श्रीकृष्ण सर्वांना उद्देशून म्हणाला, ''मी इथे शांततेचा अखेरचा प्रयत्न करण्यासाठी आलो आहे. पांडवांनी मला संधीचा प्रस्ताव घेऊन पाठविले आहे. माझ्या मते न्यायाची अशी मागणी आहे, की पांडवांना राज्य सोपवायला हवे आणि युद्धाचा धोका टाळायला हवा. असे केले नाही तर कुरू वंश नष्ट होईल.''

सभेला उपस्थित असलेल्या बहुतेक लोकांचे मतही असेच होते. दुर्योधनाला मात्र अशा बोलण्याचा राग आला. तो क्षुब्ध होऊन म्हणाला, ''मला समजत नाही, लोकांना पांडवांबद्दल इतकी सहानुभूती का वाटते? जे काही झाले आहे, ते नियमानुसार झाले आहे. एकदा जुगारात हारल्यावर पुन्हा जुगार खेळण्याची काय आवश्यकता होती? पहिल्या वेळी तर त्यांनी गमावलेले सर्व काही आम्ही त्यांना

परत दिले होते, पण आता त्यांना काही देण्याच्या बाजूने मी नाही. त्यांना जर आमच्याशी युद्ध करायचेच असेल, तर आम्हीही तयार आहोत. ”

श्रीकृष्ण म्हणाला, “दुर्योधन, हा विचार मनातून काढून टाक, की तू युद्धात विजयी होशील. युद्ध न करता तुला कोणताही निर्णय घ्यायचाच असेल, तर तुझ्या एखाद्या वीराला परम वीर अर्जुनाशी लढायला पाठव. त्यांच्याच हार-जीतीवरून निर्णय होईल. उगीच मोठ्या युद्धाचे आयोजन कशासाठी? सर्वात चांगली गोष्ट तर हीच आहे, की शांतपणे पांडवांना त्यांचा अधिकार देऊन टाकावा आणि दोघांनीही मिळून मिसळून रहावे. ”

भीष्मानेही दुर्योधनाला समजावून सांगितले, “श्रीकृष्ण जे काही सांगत आहेत, तेच योग्य आहे. मिळून मिसळून राहण्यातच भलेपणा आहे. ”

सर्व जण श्रीकृष्णाला पाठिंबा देत आहेत, हे पाहून दुःशासन घाबरला. तो हळूच आपला भाऊ दुर्योधनाच्या कानात म्हणाला, “दादा, इथे तर गंगा उलटीच वहायला लागली आहे. तू जर श्रीकृष्णाचे म्हणणे ऐकले नाही आणि पांडवांशी करार केला नाही तर द्रोण, भीष्म आणि पिताजी सर्व मिळून आपल्याला पांडवांच्या ताब्यात देतील.”

दुर्योधनाचे सर्व शरीर रागाने थरथरू लागले. त्याने एक वेळ तीक्ष्ण नजेरेने सर्वांकडे पाहिले आणि एका झटक्यात उठून सभागृहाच्या बाहेर पडला. त्याच्या सोबत कर्ण, शकुनी आणि दुःशासन वगैरेही निघून गेले. सन्माननीय दुताशी न बोलता अशा प्रकारे सभेमधून निघून जाणे कोणालाच आवडले नाही.

धृतराष्ट्र मात्र या विघ्नामुळे आपल्या आसनावरच चुळबूळ करू लागला.

श्रीकृष्ण धृतराष्ट्राला म्हणाला, “दुर्योधनाचे वागणे असाह्य झाले आहे. त्यामुळे त्याला राज्याधिकारापासून वंचित करणे,आणि पांडवाशी करार करणे, हेच जास्त योग्य होईल. कुरू वंशाचे रक्षण करण्यासाठी आता फक्त हाच एक मार्ग उरला आहे.”

अशा वेळी काय उत्तर द्यावे ते धृतराष्ट्राला सूचले नाही. तो विदुराला म्हणाला, “महात्मन, जरा गांधारीला बोलावून आणा. अशा संकटाच्या वेळी तीच माझे मार्गदर्शन करू शकते.”

विदुर सभेतून निघून गेला आणि दुसऱ्याच क्षणी अंतःपुरातून गांधारीला घेऊन आला. गांधारी आसनावर बसल्यावर धृतराष्ट्राने आपली द्विधा स्थिती तिला सांगितली. गांधारी आपल्या पुत्राचा उन्माद आणि पतीचा असाह्यपणा यामुळे आधीच खूप दुःखी झाली होती. आज तिला काही बोलण्याची संधी मिळाली होती. ती म्हणाली, “महाराज, स्पष्ट बोलते त्याबद्दल क्षमा असावी. खरे तर हेच आहे, की तुमची कमकुवत वृत्ती आणि डळमळीत नीती यामुळे आपले पुत्र अशा प्रकारे उदंड झाले आहेत. पुत्रांना तुम्ही नियंत्रणात ठेवा आणि या युद्धापासून दूर ठेवा.”

इतकेच नाही तर दुर्योधन परत सभेत आल्यावर गांधारीने आपल्या मुलालाही समजावले. दुर्योधनाला आपल्या मातेची एकही गोष्ट आवडली नाही. तो सापासारखा फुत्कारत आणि लाल झालेल्या डोळ्यांनी मातेकडे पाहत राहिला. माता जोर देत म्हणाली, "मुला, अनीतीचा मार्ग सोडून दे. अधर्माच्या मार्गावरून वाटचाल करीत तू पांडवांवर विजय मिळवू शकणार नाहीस, की आपल्या राज्याचे रक्षण करू शकणार नाहीस. तुला खरोखरच सुख शांतता हवी असेल, तर श्रीकृष्णाने आणलेला संधी प्रस्ताव स्वीकार कर."

दुर्योधनाला हे सहन झाले नाही. तो काहीही उत्तर न देता पाय आपटीत सभागृहाबाहेर पडला.

□□

दुसऱ्या कक्षात कर्ण, शकुनी, दुःशासन असे सर्व जण दुर्योधनाची वाट पाहत होते. दुर्योधनाने परत येऊन सांगितले की सर्व वातावरण आपल्या विरोधात आहे. आता काय करावे? त्यांनी गंभीरपणे या विषयावर विचार विनिमय सुरू केला आणि शेवटी असा निर्णय घेतला की श्रीकृष्णाला बंदी करायला हवे. दुर्योधन म्हणाला, "श्रीकृष्ण आपल्या ताब्यात राहिला, तर पांडवाची हिमत खचेल. मग आपण अतिशय सहजपणे पांडवांचा विनाश करू शकू. मला अजिबात त्याची पर्वा नाही की आपल्या या वागण्यामुळे धृतराष्ट्र किवा इतर कोणाला काय वाटणार आहे? कोण खुश होते की कोण नाराज होते ते?"

सात्यिकीला दुर्योधनाच्या या कट कारस्थानाचा पत्ता लागला. तो लगेच बाहेर आला आणि त्याने आपल्या सैन्याला सतर्क राहण्याचा इशारा केला. मग तो सभागृहात गेला आणि संभाव्य धोक्याबाबत त्याने श्रीकृष्णाला सावध केले.

श्रीकृष्ण धृतराष्ट्राला म्हणाला, "मला अशी माहिती मिळाली आहे, की तुमचा पुत्र मला बंदी करण्याची योजना आखत आहे. ठीक आहे, त्याला असे करायचे असेल, तर त्याने मला बंदी बनविण्यासाठी यावे. मग मीही पाहतो की कोण कोणाला बंदी करते ते. मला माझ्या सामर्थ्यावर विश्वास आहे, पण मी इथे तुमच्यासमोर माझ्या सामर्थ्याचे प्रदर्शन करण्यासाठी आलो नाही. कृपा करून दुर्योधनाला समजावून सांगा, की त्याला असे वागणे खूप महाग पडेल."

धृतराष्ट्र दुःखी स्वरात म्हणाला, "दुर्योधनाला मी समजावतो, कृपया मला थोडा वेळ द्या. कदाचित दुर्योधन युद्धाचा विचारही सोडून देईल."

तोच दुर्योधन आपल्या सहकाऱ्यांसमवेत सभागृहात आला, धृतराष्ट्राने आपल्या मुलाला खूप दटावले. दुर्योधनावर त्याचा काही परिणाम झाला नाही. त्यावर श्रीकृष्णाने आपले विराट स्वरूप दाखविले. त्यामुळे सर्व सभागृहात भयाण शांतता पसरली.

श्रीकृष्ण आपल्या आसनावरून उठत म्हणाला, "आता माझे इथे थांबणे व्यर्थ आहे. तुमचा तुमच्या पुत्रावर काहीही अधिकार नसल्याचे मला स्पष्ट दिसत आहे. तुम्हाला पांडवांशी तह करायचा

नाही. मग तेही युद्धासाठी तयार आहेत.मी निघालो."

असे बोलून श्रीकृष्ण सभागृहाबाहेर पडला. मग कुंतीला भेटून उपलव्यसाठी निघाला.

ज़ाता जाता एकदा तो कर्णाला भेटला आणि म्हणाला, "कर्ण, तूही कुंतीचा पुत्र आहेस. त्यामुळे तू पांडवांचा सर्वात मोठा भाऊ आहेस. त्यामुळे तूही माझ्यासोबत पांडवांकडे यावे, हे तुझ्यासाठी चांगले. युधिष्ठिराला तुझे वास्तव कळल्यावर तो सर्व राज्य तुझ्या ताब्यात देईल. मग संभाव्य युद्ध टाळले जाऊ शकते."

कर्ण म्हणाला, "मी तुमचे म्हणणे मान्य करू शकत नाही. मी कुंतीला माझी माता कशी काय समजू शकतो? तिने मला जन्म दिल्यावर लगेच पाण्यात सोडून दिले. मला क्षमा करा."

"याचा अर्थ असा की आता युद्ध कोणीही टाळू शकत नाही. " श्रीकृष्ण म्हणाला, "ठीक आहे. कौरवांना सांग की आजपासून सातव्या दिवशी आमवस्या सुरू होणार आहे, त्याच दिवशी युद्धा सुरूवात होईल."

असे बोलून श्रीकृष्णाने सात्यिकीला आदेश दिला, "रथ उपलव्य नगराकडे घेऊन चल."

□□

कुंती विदुराच्या घरी काळजीत बसली होती. आता युद्ध टाळणे अशक्य असल्याचे तिला कळले होते. कारण कौरवांनी श्रीकृष्णाचा शांतता प्रस्ताव फेटाळून लावला होता. तिला सर्वाधिक दुःख याच गोष्टीचे होते की कर्ण आपल्या भावांना सोडून अन्यायी लोकांना मदत करीत होता. कसे तरी कर्णाचे तिला मन जिंकायचे होते.

दुसऱ्याच दिवशी ती कर्णाच्या घरी पोहचली. म्हणाली, "पुत्र, तू अन्यायी लोकांची सोबत सोडून दे. पांडव माझे पुत्र आहेत. तूही माझाच पुत्र आहेस. सर्व भाऊ एकत्र येऊन अन्यायाचा प्रतिकार करा."

कर्ण म्हणाला, "मी तुझा आदर करतो आणि तू जे काही सांगितले त्यावर विश्वास ठेवतो. पण मी तुला आई म्हणून स्वीकारू शकत नाही की तुझा कोणता आदेश पाळू शकत नाही. तू कशी माता आहेस की मला जन्म दिल्यावर मांडीवर उचलून घेण्याऐवजी नदीमध्ये सोडून दिलेस. मला सूताने वाचविले आणि माझे पालन पोषण केले. मी तर सूताला आपला पिता आणि त्याच्या पत्नीला आपली माता मानतो. बस, त्यामुळे तू आता निघून जा. मी शेवटच्या श्वासापर्यंत दुर्योधनाच्या बाजूने लढणार आहे. होय, मी इतके करू शकतो, की पांडवापैकी फक्त एकाशीच मी लढेल आणि बाकी चौघांशी युद्ध करणार नाही. मी फक्त अर्जुनाशीच लढेल. मग मी जिंको की अर्जुन. तुझे पाच पुत्र तर शेवटी

जिवंत राहतील. तू नेहमीसाठी पाच मुलांची आई राहशील.''

कुंतीच्या डोळयातून आसवे ओघळली. ती स्फुंदत म्हणाली, ''नशिबाच्या समोर कोण काय करू शकते? माझ्या चार पुत्रांना सोडल्याबद्दल खूप खूप धन्यवाद. युद्धाच्या मैदानावर हे वचन लक्षात असू दे. माझ्या तुला शुभेच्छा!''

इतके बोलून कुंती भरलेल्या मनाने आणि जड पावलांनी तिथून निघाली.

(तेरा)

श्रीकृष्ण उपलव्य नगरात परतला.

पांडवांनी त्याला शिबिरात घेरले. श्रीकृष्णाने सुरूवातीपासून शेवटपर्यंत कौरवांच्या सभेमध्ये एएघडलेला सर्व वृत्तांत सांगितला.

एका क्षणासाठी सर्व शिबिरात शांतता पसरली. त्यांचे हे अंतिम प्रयत्नही निष्फळ ठरले होते. आता होणारी घटना कोणीही टाळू शकत नव्हते. युधिष्ठिराने आपल्या भावांकडे पाहिले आणि म्हणाला, ''आताच श्रीकृष्णाने जे काही सांगितले आहे, ते तुम्ही सर्वांनी ऐकले आहे. याचा अर्थ असा झाला की आता युद्धाच्या मैदानावरच भाग्याचा निर्णय होणार आहे. त्यासाठी आता आपण आपले सैन्य एकत्रित करायला हवे.''

पांडवांकडे सात औक्षहोनी सैन्य होते. युधिष्ठिराने खूप विचार करून या सैन्याचे अधिनायक द्रुपद,धृष्टद्युम्न, भीमसेन, विराट, शिखंडी, सात्यिकी, चेकितान यांना नियुक्त केले.

''आता सर्व सैन्याचा सेनापती कोणाला करायचे?'' श्रीकृष्णाने विचारले.

थोडा वेळ त्यांच्यामध्ये विचार विनिमय चालला. अनेक नावे सुचविण्यात आली, पण त्यापैकी एकाही नावावर एकमत होऊ शकले नाही. शेवटी श्रीकृष्णाने सूचविले, ''माझा असा विचार आहे, की सेनापतीपदासाठी धृष्टद्युम्न उपयुक्त आहे.''

श्रीकृष्णाचा सल्ला सर्वांनी अतिशय आनंदाने स्वीकारला. धृष्टद्युम्नाने ही खूप मोठी जबाबदारी स्वीकारली आणि सर्व सैन्याला सतर्क राहण्याचा आदेश दिला.

□□

युद्धाची तयारी झाली. सैन्य कूच करण्यासाठी सज्ज होते. चहुकडे युद्धाचा उन्माद पसरला होता. घोड्यांच्या टापा आणि अस्त्रांचे झंकार यामुळे वातावरण गुंजत होते. रथ इकडून तिकडे आणि तिकडून इकडे धावत होते. शंख आणि नगाऱ्यांचे गंभीर आवाज दिग-दिंगंतात घुमत होते. युधिष्ठिर सर्वत्र फिरून सैन्याचे निरीक्षण करीत होता.

उपलव्याहून निघण्यापूर्वी युधिष्ठिराने द्रौपदीच्या सुरक्षिततेची संपूर्ण काळजी पूर्वक व्यवस्था केली

होती. मग ठरलेल्या दिवशी सैन्य रणभूमीवर जाण्यासाठी निघाले. कुरूक्षेत्रासारख्या समतल मैदानावर पोहचल्यावर युधिष्ठिराने तंबू ठोकले. श्रीकृष्णासह पांडवांचे सर्व सहकारी राजे रणभूमीवर तैनात होते. जवळूनच हिरण्यवती नदी वाहत होती.

युद्धाचे इतक्या मोठ्या प्रमाणावर आयोजन केल्याचे पाहून युधिष्ठिराचे मन जड झाले. सर्व भाऊ आपसात भेटले तेव्हा युधिष्ठिर म्हणाला, "हे कसे दुर्दैव आहे, की आपल्याच आप्त जनांशी लढण्यासाठी आपण एकत्र आलो आहोत. कुरू वंश वाचविण्यासाठी केलेले सर्व प्रय़त्न निष्फळ ठरले आहेत. "

अर्जुन म्हणाला, "दादा, आता दुःख करणे व्यर्थ आहे. कौरव जरा जरी समजूतदार असते, तर अशी वेळ आली नसती. याचा विसर पडू देऊ नका, की त्यांनी श्रीकृष्णाचा अंतिम शांतता प्रस्तावही ठोकरला आहे. शिवाय आपल्यालाही कुंती मातेचा आदेश आला आहे, की आपण आपल्या क्षत्रिय धर्माचे पालन करून आपले राज्य मिळवावे."

खरं तर मनातल्या मनात युधिष्ठिर खूप दुःखी होता. तरीही कौरवांचा कुटीलपणा आठवल्यावर तो युद्धासाठी तयार झाला.

□□

श्रीकृष्णाने इशारा देऊन हस्तिनापूर सोडले होते.

दुर्योधनाला अशी शंका वाटत होती, की श्रीकृष्ण पांडवांकडे पोहचता क्षणीच युद्धाची तयारी करण्याचा आदेश देतात की काय? कारण श्रीकृष्ण अतिशय नाराज आणि निराश होऊन इथून परतला होता. पुढील योजना आखण्यासाठी त्याने शकुनी, कर्ण अशा सर्वांना आपल्या कक्षामध्ये बोलावले, "आता युद्ध नक्कीच होणार. श्रीकृष्णाने सर्व परिस्थिती पांडवांना सांगितली असेल. आता आपणही वेळ करता कामा नये. लगेच सैन्य एकत्रित करून कुरूक्षेत्राच्या दिशेने रवाना व्हायला हवे."

मग काय पाहता, दुर्योधनाच्या इच्छेनुसार हस्तिनापूरामध्ये युद्धाच्या हालचाली सुरू झाल्या. कौरवांकडे अकरा औक्षहोनी सैन्य होते. दुर्योधनाचा आदेश मिळताच सैन्य कुरूक्षेत्राच्या दिशेने निघाले. अकरा औक्षहोनी सैन्यासाठी नियुक्त करण्यात आलेल्या अधिनायकांची नावे अशी होती- गुरू द्रोणाचार्य, कृपाचार्य, कर्ण, शल्य, शकुनी, सुदक्षिणा (कंबोजचा राजा), जयद्रथ, अश्वत्थामा, कृतवर्मा, भूरिश्रवा आणि वाह्णिक. मुख्य सेनापती म्हणून पितामह भीष्म यांना नियुक्त करण्यात आले होते.

पितामह भीष्म म्हणाले, "सेनापती होण्यात मला काही अडचण नाही, पण मी सेनापती असताना कर्ण युद्धात सहभागी होऊ शकणार नाही."

कर्ण म्हणाला, "तुमचे म्हणणे मान्य आहे. तसाही मी प्रण केला आहे, की तुम्ही असेपर्यंत मी हत्यार उचलणार नाही. हा, जेव्हा तुम्ही जिवंत असणार नाहीत, तेव्हा युद्धात सहभागी होण्यापासून मला कोणीही रोखू शकणार नाही."

पितामह भीष्म आपल्या आधीन असलेले सैन्य घेऊन कुरूक्षेत्रावर पोहचले. पांडवाचे सैन्यही आले होते.

युद्धाला सुरूवात होण्यापूर्वी दोन्ही बाजूचे दूत आपसांत भेटले आणि युद्धातील सर्वमान्य नियमांवर विचार विनिमय झाला. एक संहिता तयार करण्यात आली, जिचे पालन करणे दोन्ही बाजूसाठी अनिवार्य होते. संपूर्ण युद्धाला धर्मयुद्ध असे नाव देण्यात आले. प्रमुख नियम असे होते- कोणताही पक्ष युद्धामध्ये छल-कपट करणार नाही. पायदळातील सैनिकाशी पायदळातील सैनिकच लढतील. घोडेस्वाराशी घोडेस्वार लढतील आणि त्याच प्रमाणे रथावर स्वार सैनिकाशी रथावर स्वार असलेले सैनिकच लढतील. मरणासन्न किंवा शरणागतावर कोणीही हत्यार उचलणार नाही.

या नियमांवर दोन्ही बाजूचे एकमत झाले. आता प्रतीक्षा होती ती युद्धाला तोंड फुटण्याची. समोरा समोर सैन्य उभे टाकले होते. कोणत्याही क्षणी ते तुटून पडले असते.

दुर्योधनाच्या शिबिरात विचार मंथन सुरू होते. यावेळीही दुर्योधन आपले संतुलन ठेवू शकत नव्हता. जवळ पास बसलेल्या मंत्र्यांकडे आणि सेना नायकांकडे पाहून तो म्हणाला, "आम्हाला युद्ध जिंकायचे आहे. त्यासाठी काय करायला हवे?"

दुर्योधनाला कशा प्रकारे खुश केले जाऊ शकते ते त्याच्या भोवताली बसलेल्या लोकांना चांगले माहीत होते. ते म्हणाले, "महाराज, युद्धाच्या आधीच त्यांच्यावर असा वार करा की ते तळमळतील. तुम्ही एक काम करा. शकुनीचा पुत्र उलूक याला दूत म्हणून पाठवा. तो पांडवांची टिंगल करील आणि त्यांचा अपमान करील. त्यामुळे पांडव संतप्त होतील आणि मग एखादे चुकीचे पाऊल टाकून पराभूत होतील."

दुर्योधनाला ही योजना अतिशय आवडली. लगेच उलुकाला बोलावण्यात आले. त्याला योग्य प्रकारे समजावून पांडवांकडे पाठविण्यात आले.

उलूक पांडवांच्या शिबिराजवळ पोहचल्यावर त्याला कौरवांचा दूत म्हणून थेट युधिष्ठिराकडे पाठविण्यात आले. युधिष्ठिर म्हणाला, "हे कौरवाच्या दुता, तुला काय म्हणायचे आहे?"

"मी तुमच्यासाठी दुर्योधनाचा संदेश घेऊन आलो आहे." उलुक म्हणाला, "आता तुम्ही सर्व संताप विसरून माझे म्हणणे ऐका."

उलुकाची बोलण्याची पद्धत कोणालाही आवडली नाही. तो दूत असल्यामुळे नियमानुसार त्याला त्याबद्दल काहीही बोलले जाऊ शकत नव्हते. युधिष्ठिर म्हणाला, "तू तर अतिशय उन्मादी आहेस. पण दूत असल्यामुळे आम्ही तुला अभयदान देतो. सांग."

उलुक म्हणाला, "धर्मराज युधिष्ठिर, दुर्योधनाने असे म्हटले आहे, की जो धर्माच्या मोठ्या मोठ्या गोष्टी करतो, वास्तविक पाहता तोच खरा पापी असतो. मांजरही वरकरणी अशीच वागत

असते. जणू काही भक्त आहे, पण संधी मिळाली की उंदिरावर हल्ला करते. तुम्हीही तसेच आहात. तुम्ही जर स्वतःला खूप मोठे वीर समजत असाल, तर जरा युद्धाच्या मैदानात तशी कामगिरी करा.”

युधिष्ठिराने संतापाचे घोट गिळले. आता उलुक श्रीकृष्णाकडे पाहत म्हणाला, “तुम्ही तर हस्तिनापूरला येऊन ख़ूप मोठ्या मोठ्या गप्पा मारल्या होत्या. आता प्रत्य़क्ष युद्धाच्या मैदानात दाखवा की तुमच्या बोलण्यात खरोखरच किती दम आहे. दुर्योधनाने म्हटले आहे, की तुम्ही मला कंसासारखे दुबळे समजू नका.”

उलुकाचे दुःसाहस पाहून सर्व जण आश्चर्यात पडले होते. खरं तर त्यापेक्षा अधिक संतप्त झाले होते. तरीही संतप्त होऊन त्यांना आपला धीर सुटू द्यायचा नव्हता. तो अर्जुनाला म्हणाला, “आणि तू? तुम्ही द्युतात हारला तेव्हा तुमचा उद्धार कोणी केला? द्रौपदीने? यावरूनच सिद्ध होते की तू कायर आहेस.”

आता उलुक भीमाला म्हणाला, “दुर्योधनाने तुला म्हटले आहे, की एका आचाऱ्याचा गदेवर काही अधिकार असत नाही. तुम्ही तर स्वंयपाक घरात बसून जेवण तयार करा. युद्ध करणे काही तुम्हाला जमणार नाही. नाही तर युद्धभूमी तुमच्यासाठी नेहमीकरता निद्राभूमी होईल.”

भीमाला हे सर्व सहन झाले नाही. तो उलुकाला शिक्षा देण्यासाठी उठला, पण श्रीकृष्णाने त्याला आवरले.

श्रीकृष्ण उलुकाला म्हणाला, “कौरव दुता, आम्ही तुझे म्हणणे ऐकले आहे. आता तत्काळ इथून निघून जा. दुर्योधनाला सांग की त्याने आमच्याकडून ज्या अपेक्षा ठेवल्या आहेत, त्या प्रत्यक्ष रणभूमीवर नक्कीच पूर्ण होतील. आता जा.”

उलुक जायला निघाला तेव्हा युधिष्ठिर त्याला म्हणाला, “दुर्योधनाला माझा हा संदेश सांग की जो जसा असतो, तो इतरांनाही तसाच समजत असतो. पापी कोण आहे, याचा निर्णय रणांगणावर होईल.”

“आणि ऐक,” आता त्याला अर्जुनाने अडविले, “त्याला गर्व आहे की सर्व गुरू जन आणि जेष्ठ आपल्या बाजूने आहेत. पण लक्षात ठेवा, त्यांना पाहून आमची हत्यारे झुकणार नाहीत. भीष्मांसारखा परम सेनापती मिळाला म्हणून दुर्योधनाला जास्त गुंतण्याची गरज नाही. त्याचा मृत्यूही माझ्या हाताने लिहिला आहे.”

उलुक जास्त वेळ तिथे थांबू शकला नाही. त्याने दुर्योधनाचा संदेश पांडवांपर्यंत पोहचविला होता. आता पांडवांचा संदेश दुर्योधनाला द्यायचा होता.

□□

पांडवांनी तर उलुकाचे अपमानास्पद बोलणे धीराने ऐकले होते, पण उलुकाने पांडवांचा संदेश दुर्योधनाला सांगितला तेव्हा तो संतापाने पेटून उठला. तो आवेशाने थरथर कापत आपल्या सेनानायकांना

म्हणाला, "जा, युद्धाची तयारी करा. उद्या सकाळ होताच आपण पांडवांवर आक्रमण करू."

सेना नायक लगेच आपापल्या सेना तुकडेकडे निघाले. उलुकाला पांडवाकडे पाठवून त्यांना उत्तेजित करण्याचा दुर्योधनाचा डाव होता, पण आता तर तो स्वतःच उत्तेजित झाला होता. त्याने एकाच वेळी अनेक दुतांना पांडवांकडे पाठविले की उद्या सकाळी युद्धाला सुरूवात होणार आहे.

दुसऱ्या दिवशी सकाळी नवीन सूर्योदय होताच दोन्ही सैन्ये समोरा समोर भिडल्या. दोन्ही सैन्याच्या समोर महत्त्वाचे यौद्धे पूर्ण साहित्यासह सुसज्ज होते. एका बाजूला होते कौरवांचे अकरा औक्षहोनी सैन्य तर दुसऱ्या बाजूला होते पांडवांचे सात औक्षहोनी सैन्य.

पांडवांचे सैन्य संख्येने कमी असले तरी त्यांचे इरादे मजबूत होते. याशिवाय युधिष्ठिराने अशा प्रकारे मोर्चेबंदी केली होती, की युद्ध कलेच्या दृष्टीने ती अद्वितीय होती. दुरून कौरवांना असे वाटत होते की पांडवांसोबत फक्त मूठभर सैनिकच लढण्यासाठी आले आहेत. गुरूदेव द्रोणाचार्यांपासून मात्र पांडवांची कुशल मोर्चाबंदी लपून राहिली नाही. त्यांनी मनातून युधिष्ठिराचे कौतुक केले. पांडव सैन्याने कौरवांना चारी बाजून घेरले होते.

पांडवांनी युद्ध सुरू केल्याची घोषणा केली. शंखाच्या जोरदार आवाजाने दहा दिशा निनादल्या. युद्ध पताका घेतलेल्या सैन्याच्या लहान लहान तुकड्या मोर्चे सांभाळण्यासाठी पुढे निघाल्या. सर्व वातावरणात गोंधळ निर्माण झाला. धुळीचे लोट इतके मोठे होते की सूर्याचा प्रकाशही आंधारात बदलला. जणू काही सकाळ होता होता संध्याकाळ झाली होती.

गुरूदेव द्रोणाचार्यांजवळ उभा असलेला दुर्योधन म्हणाला, "जराशा सैन्याचा इतका अभिमान? आपल्या विशाल सैन्यासमोर हे काय टिकाव धरणार? सेनापती भीष्म, तुम्ही शंखनाद करा."

भीष्मांनी शंखनाद करून युद्ध सुरू करण्याचा आदेश दिला. कौरव सैन्यात हालचाल सुरू झाली. सेना नायक आपापली तुकडी घेऊन पांडवांच्या सैन्याशी दोन हात करण्यासाठी पुढे निघाले.

अर्जुन आपल्या रथावर स्वार होऊन पुढे पुढे निघाला होता. त्याच्या रथाचा सारथी स्वतः श्रीकृष्ण होता. भीष्माच्या शंखनादाला प्रत्युत्तर म्हणून श्रीकृष्णाने आपला पांचजन्य शंख वाजविला, तर अर्जुनाने देवदत्त नावाचा शंख. या दोन्ही शंखाचा गगनभेदी आवाज सैनिकाच्या कानावर पडल्यावर काही क्षणांसाठी त्यांचे कान सुन्न झाले.

अर्जुन श्रीकृष्णाला म्हणाला, "हे पार्थ, जरा रथाला मैदानाच्या मधोमध घेऊन चल. मीही पाहतो की दोन्ही सैन्याकडून लढण्यासाठी कोण कोण आले आहे आणि कोणता वीर कोणत्या वीराशी लढू

शकतो?

श्रीकृष्णाने रथाची दिशा वळविली आणि दोन्ही सैन्यांच्या मध्ये रथ थांबविला.

श्रीकृष्णाने दोन्ही बाजूचे युद्धातूर सैन्य पाहिले. कौरवांच्या बाजूच्या सैन्याच्या पुढील रांगेत सर्व स्वजन, आप्तेष्ट, गुरूजन आणि जेष्ठ आप्त उभे होते. त्या सर्वांना पाहून अर्जुनाचे मन भरून आले. तो म्हणाला, "इथे तर मोठे मोठे युद्धात सहभागी होण्यासाठी आले आहेत. मला दिसत आहे, की पितामह भीष्म यांच्याशिवाय गुरू द्रोणाचार्य, कृपाचार्य आले आहेत."

"मग काय झाले?" श्रीकृष्ण म्हणाला, "युद्धामध्ये कोणीही सहभागी होऊ शकते. ते शत्रूपक्षाकडून लढण्यासाठी आले आहेत, त्यामुळे या वेळी ते तुझे स्वजन नाहीत, तर शत्रू आहेत. त्यांच्याशी आता शत्रूसारखेच वागायला हवे."

श्रीकृष्णाच्या अशा बोलण्याने अर्जुनाचे समाधान झाले नाही. समोर शत्रू म्हणून उभे असलेले सर्व जण एकाच कुटुंबातील सगे सोयरे होते. कोणी मामा होता, तर कोणी चुलत भाऊ होता. कोणी गुरू होता, तर कोणी पितामह होता. कोणी मित्र होते. अशा आपल्याच लोकांविरूद्ध अर्जुन बाण कसे सोडणार? अर्जुनाचे हृदय विरघळले आणि अचानक त्याचे मन युद्धावरून उडाले. तो म्हणाला, "हे देवा, असे राज्य मला नको आहे, जे आपल्याच सग्या सोयऱ्यांना मारून मिळविले आहे. अशा विजयामुळे कोणत्या प्रकारचे सुख मिळेल? नाही, मला आपल्याच माणसांविरूद्ध धनुष्य उचलायचे नाही. रथ परत घे."

इतके बोलून अतिशय व्याकुळ होऊन अर्जुनाने आपले धनुष्य आणि बाण रथाच्या एका कोपऱ्यात फेकून दिले. तो दुःखात बुडाला आणि खाली बसला.

अर्जुनाची ही अवस्था पाहून श्रीकृष्ण हासला. अर्जुनाचे दुःख स्वाभाविक होते. म्हणाला, "अर्जुन, कमकुवत, दुबळा होऊ नकोस. तू क्षत्रिय आहेस, क्षत्रिय धर्माचे पालन कर. अशा वेळी आपल्या मनातून ही मोह माया काढून टाक. वीरासारखे कर्म कर. अविवेकी होऊ नको."

"मी काय करू? मला तर काहीच कळत नाही." अर्जुन व्याकुळ होऊन म्हणाला, "तुम्ही तर सर्वज्ञानी आहात. त्यामुळे आता तुम्हीच मला सांगा की यावेळी माझे काय कर्तव्य आहे?"

श्रीकृष्णाच्या ओठांवर स्मित झळकले. त्याने अर्जुनाच्या खांद्यावर थोपटत अतिशय प्रेमाने सांगायला सुरूवात केली,

"अर्जुन, असा विचार करू नको, की तू मारले म्हणूनच ते मरणार आहेत. सर्व प्राणी नाशवंत आहेत. एके दिवशी प्रत्येकालाच मरायचे आहे. पण आत्मा मात्र अविनाशी असतो. तो नेहमी अमर असतो. म्हणून मग तो खोट्या मोह मायेत गुंतू नकोस. हे सर्व संबंध, हे सर्व नाते म्हणजे एक माया जाल आहे. सुख-दुःखाच्या गोष्टीही भ्रामक आहेत. फक्त एकच गोष्ट नेहमी लक्षात ठेव, की तुझा धर्म काय आहे? धर्मानुसार वाटचाल करून तसेच वागायला हवे. हेच विवेकी व्यक्तीचे परम कर्तव्य

आहे. तू क्षत्रिय आहेस, आणि तू हे थांबवू शकत नाहीस. तू तर फक्त निमित्त मात्र आहेस. कर्ता करविता दुसराच कोणी तरी आहे. तुझे जे कर्म आहे, ते मोह माया आणि ममतेचा त्याग करून पूर्ण कर. तू त्या कर्माच्या फळाची चिंता करू नको. आपले मन ठाम कर. ऊठ अर्जुना, शुद्धीवर ये. आपले धनुष्य उचल आणि शत्रूवर तुटून पड. तुला माझाच आदेश हवा असेल, तर हाच माझा आदेश आहे."

अर्जुनाचे डोळे उघडेच राहिले. हे जग दोन घडीचे आहे. इथे जो कोणी येतो, त्याला आपले कर्तव्य पार पाडावेच लागते. हे नाते, हे संबंध सर्व काही निरर्थक असते. मग काय, त्याने आपले धनुष्य उचलले आणि म्हणाला, "हे प्रभू, आज मी एक नवीनच तत्त्वज्ञान आत्मसात केले आहे. आता मी मोह मायेचा त्याग करून युद्धासाठी सज्ज झालो आहे."

श्रीकृष्णाने त्याला युद्धात विजयी होण्याचा आशीर्वाद दिला.

□□

हस्तिनापुरातील महालात धृतराष्ट्र चिंतातूर अवस्थेत बसला होता. जवळच बसलेला संजय त्याला युद्ध भूमीवर होणाऱ्या प्रत्येक हालचालीची माहिती देत होता.

धृतराष्ट्र मनातून दुःखी झाला होता. एकाच कुटुंबातील लोक आज परस्पराचे शत्रू होऊन एक दुसऱ्याचा सामना करण्यासाठी समोरा समोर उभे टाकले होते. त्याच्या दुःखाला अंतच नव्हता.

अशाच प्रसंगी महर्षी व्यास यांनी तिथे प्रवेश केला. धृतराष्ट्राला दुःखात बुडालेले पाहून महर्षी व्यास म्हणाले, "आता इतकी काळजी करून काय फायदा होणार आहे? आधीच जर तू थोडी सतर्कता ठेवून आणि बुद्धीचा वापर करून काम केले असते, तर आज ही वेळच आली नसती. जे काही होत आहे, ते सर्व तुझ्या कमकुवतपणामुळे आणि दुबळेपणामुळे होत आहे. आज जर एकाच कुटुंबातील लोक परस्परांशी युद्ध करण्यासाठी अतूर झाले असतील, तर तो सर्व तुझी अनीती आणि अधर्माचा परिणाम आहे. शिवाय हे सर्व तर नेहमीच होत आले आहे. काळाच प्रवाह कोणीही अडवू शकत नाही. त्यामुळे तुम्ही दुःख करू नका. तुला जर शेवटचे एकदाचे आपल्या सर्व अप्त स्वकियांना पहायचे असेल, तर मी तुला दिव्य दृष्टी मिळवून देऊ शकतो. "

"नाही, नाही. माझ्यात इतके धैर्य अजिबात नाही, की रणांगणावर परस्परांना मारायला आणि मरायला उठलेल्या आपल्या स्वकीयांना आपल्या डोळयांनी पाहण्याची माझी हिमंत नाही. " धृतराष्ट्र म्हणाला, "फक्त असे काही तरी करा की त्यामुळे रणांगणावर घडणाऱ्या प्रत्येक क्षणाच्या घटनेची मला माहिती मिळत राहील."

"एवमस्तु!" असे म्हणून महर्षी व्यासांनी संजयकडे पाहत म्हटले, "संजय, मी तुला दिव्य दृष्टी प्रदान करतो. तू इथे बसल्या बसल्या युद्ध भूमीवरील सर्व स्थिती स्पष्ट पाहू शकशील.मग हे डोळयांनी

दिसणारे सर्व वर्णन तू धृतराष्ट्राला सांगत जा."

"जशी आज्ञा, महर्षी." संजय म्हणाला.

□□

युद्ध भूमीवर अर्जुनाने पुन्हा धनुष्य बाण उचलले होते आणि श्रीकृष्णाने रथ पुढे चालविला होता.

दोन्ही सैन्य समोरा समोर उभे राहून अंतिम आदेशाची वाट पाहत होते. तेव्हा अर्जुनासह सर्व पांडवांनी असे पाहिले की अचानकपणे युधिष्ठिराने आपल्या रथातून खाली उडी मारली आहे. पायी चालत हळू हळू कौरवाच्या दिशेने निघाले आहेत.

अचानकपणे भीष्म पितामह यांच्या समोर जाऊन युधिष्ठिर थांबला. त्याने भीष्मांना चरण वंदन केले आणि म्हणाला, "आदरणीय पितामह, युद्धाला सुरूवात करण्याचा आदेश घ्यायला आलो आहे. आशीर्वाद देऊन कृतार्थ करा."

युधिष्ठिराने दाखविलेला हा आदर पाहून पितामह भीष्म हेलावले. ते आशीर्वाद देत म्हणाले, "पुत्र, माझा आशीर्वाद नेहमी तुझ्यासोबत आहे. मी तुला युद्धाला सुरूवात करण्याची आज्ञा देतो. जा, युद्धामध्ये विजयी हो."

युधिष्ठिर म्हणाला, "यावेळी तुमच्या मार्गदर्शनाची आम्हाला नितांत आवश्यकता आहे. तेव्हा कृपया आम्हाला उपदेश करा."

"ही काही उपदेश करण्याची वेळ आहे का?" भीष्म म्हणाले, "यावेळी युद्धाचे संचलन कर. दुसऱ्या एखाद्या वेळी मी तुला मार्गदर्शनपर उपदेश करील."

युधिष्ठिराने पितामह भीष्म यांच्याशिवाय तिथे उपस्थित असलेल्या सर्व जेष्ठांना वंदन केले. युधिष्ठिराच्या अशा वागण्यामुळे सर्व जण अतिशय प्रसन्न झाले. पांडवाबद्दल सर्वांनाच आधीपासूनच सहानुभूती वाटत होती. आता परिस्थितीच अशी निर्माण झाली होती की त्यांना विवश होऊन कौरवाची बाजू घ्यावी लागली होती. द्रोणाचार्य आणि कृपाचार्य यांनीही त्याला आशीर्वादासोबतच युद्धात विजयी होण्याचाही आशीर्वाद दिला. शल्य म्हणाला, "मला दुर्योधनाने फसवून आपल्या बाजूला केले आहे. पण मी कर्णाला निरस्त्र करण्याचे जे वचन दिले आहे, त्याचे पालन नक्की करेल."

सर्वांचा आशीर्वाद घेऊन युधिष्ठिर आपल्या सैन्यात परत आला.

येताना तो म्हणाला, "कौरवाच्या सैन्यात कोणी आमचा शुभ चिंतक असेल, तर त्याने आमच्या बाजूने यावे."

हे ऐकल्यावर कौरवाच्या सैन्यातून एक सैनिक निघाला आणि पांडवाच्या सैन्याला जाऊन मिळाला. तो युयत्सु होता. धृतराष्ट्राच्या एका नायिकेचा मुलगा.

श्रीकृष्णाने घोषणा केली, "युद्धाला सुरूवात करा."

□□

कुरूक्षेत्रावर हे युद्ध अठरा दिवस चालले. हेच युद्ध महाभारत या नावाने पुढे चालून प्रसिद्ध झाले.

या युद्धात कधीही स्पष्ट अशी निर्णायक स्थिती आली नाही. कधी असे वाटायचे की युद्धात कौरवाचे पारडे जड आहे, तर कधी असे जाणवायचे की पांडव भारी भरताहेत. नियमानुसार युद्ध सकाळी सुरू होत असे आणि संध्याकाळ झाल्यावर युद्ध विरमाची घोषणा केली जात असे. सैन्य आपापल्या तळावर परत जात असे आणि विश्रांती घेत असे. सेनानायक दुसऱ्या दिवशी करायच्या मोर्चे बाधणीच्या तयारीला लागत असत. सैनिक रात्र भर गात-वाजवित, विश्रांती घेत आणि दुसऱ्या दिवशी ताजे तवाने होऊन पुन्हा लढत. जसे जसे दिवस वाढत होते, तसा तसा युद्धाचा ज्वर चढत होता. तसे तसे सर्व नियम आणि आचार संहिता मोडीत निघू लागली. युद्ध विरामाचेही वारंवार उल्लंघन होऊ लागले. त्यामुळे अनेक वेळा रात्री उशिरापर्यंत युद्ध चालायचे. आग आणि मशाली पेटविल्या जात.

(चौदा)

पहिल्या दिवशी जोरदार व्युह रचनेमुळे पांडव पुढे निघाले. भीमाने मस्तवाल हत्तीप्रमाणे शत्रूवर आक्रमण केले.

तिकडे पितामह भीष्म आपल्या सैन्यासह वीजेसारखे शत्रू सैन्यावर तुटून पडले. दोन्ही सैन्यात घनघोर युद्ध झाले. सर्वत्र भयंकर युद्ध लढले गेले.

युद्धात सहभागी होण्यासाठी अर्जुनाचा पुत्र अभिमन्युही आला होता. त्याच्या शौर्याची गाथा अशी होती, की तो मातेच्या गर्भातूनच युद्ध कौशल्य शिकून आला होता. त्याने अतिशय शूरपणे युद्धात आपला पराक्रम दाखविला. अभिमन्यूच्या बाणांनी कृपाचार्यांसह शल्य आणि कृतवर्माही जखमी झाले. या शूर मुलाचे शौर्य आणि नेमबाजी पाहून भीष्म सुद्धा मनातल्या मनात त्याचे कौतुक केल्याशिवाय राहिले नाहीत. मग त्यांनी धनुष्य उचलले आणि नेम धरून अभिमन्यूवर बाण सोडला. जखमी झाल्यावरही अभिमन्यूने आपले धनुष्य भीष्मांच्या दिशेने वळविले आणि त्याच्या बाणांनी भीष्माच्या रथावरील पताकेच्या चिंधड्या केल्या.

राजुकमार उत्तरही पांडवांच्या बाजूने होता. तो हत्तीवर स्वार होता. त्याने आपला हत्ती पुढे काढला आणि शल्याच्या रथाचे घोडे पायदळी तुडविले. शल्याच्या संतापाला सीमा उरली नाही. त्याने लोह शक्तीचा नेम धरून राजकुमार उत्तरवर वार केला. राजकुमार उत्तर या वारापासून आपला बचाव करू शकला नाही. त्याला रणांगणातच वीर गती मिळाली.

दुसऱ्या बाजूला पितामह भीष्म यांच्या वेगवान बाणांमुळे पांडवाच्या सैन्यात गोंधळ उडाला. पितामह भीष्म यांचे बाण पांडव सैनिकांना धारातीर्थी पाडीत होते.

तोपर्यंत संध्याकाळ झाली आणि युद्ध विराम लागू झाला.

राजकुमार उत्तरच्या मृत्यूमुळे पांडवात दुःख पसरले.

श्रीकृष्णाने पांडवांना निराश होऊ दिले नाही. तो म्हणाला, "अशा बारीक सारीक गोष्टीमुळे घाबरण्याची काही आवश्यकता असत नाही. अंतिम विजय आपलाच होणार आहे."

दुसऱ्या दिवशी सूर्योदयासोबत पुन्हा युद्धाला सुरूवात झाली. दोन्ही बाजूचे सैन्य नवीन उत्साहाने युद्धात उतरले.

पहिल्या दिवसाप्रमाणेच दुसऱ्या दिवशीही पितामह भीष्माने बाणांचा घनघोर वर्षाव सुरू केला. पितामह भीष्म यांचे रक्षण करण्यासाठी त्यांच्या चहु बाजुला मोठ मोठ्या वीरांची सुरक्षक फळी उभरली होती. भीष्माचे बाण पांडव सैन्याला गाजर-मुळयासारखे चिरत जात होते.पांडवांचे धुरंधर सेनानायक बाणांच्या या वर्षावामुळे खूप घाबरले.

अर्जुन आपल्या रथावर श्रीकृष्णासोबत बसला होता. आपले सैनिक धडाधड कोसळताना पाहून तोही काळजीत पडला. श्रीकृष्ण म्हणाला, "अर्जुन, पितामह भीष्म यांचा हा चमत्कार असाच सुरू राहिला तर आपले सैनिक विनाकारण मारले जातील. मी रथाला भीष्माच्या जवळ नेतो. संधी साधून तू भीष्माला थांबव."

अर्जुनाचा रथ भीष्माच्या समोर येऊन थांबला. आता दोन महान यौद्धा समोर समोर होते. त्यांनी परस्परांकडे पाहिले आणि धनुष्य ताणले.

दोन महारथींचे युद्ध पाहण्यासाठी सैन्यात उत्सुकता निर्माण झाली. अनेक कौरव वीर लढणे विसरून भीष्म आणि अर्जुनाकडे पाहून लागले.

कौरवांना अशा प्रकारे बेसावध पाहून भीमाची पाऊले आपोआपच शत्रूकडे वळली. त्याने आपल्या गदा प्रहाराने अनेक सैनिकांना धाराशयी केले. शत्रू सैन्यात गोंधळ उडाला. पाहता पाहता भीमाने शत्रू सैन्याला खूप मोठे नुकसान पोहचविले.

आपल्या सैन्याची अशी अवस्था झालेली पाहून सेनापती भीष्म यांनी पुन्हा आघाडी सांभाळली. त्यांनी अर्जुनाला सोडून दिले आणि ते भीमाच्या दिशेने निघाले. सात्यकीने भीष्मांना पुढे निघताना पाहिले आणि आपला रथ पुढे आणला. त्याने भीष्माच्या रथाच्या सारथ्याला मारून टाकले. सारथ्या शिवाय रथ इकडे तिकडे भटकू लागला. तो भीष्माच्या नियंत्रणा पलिकडे गेला. आता भीष्म काय करणार? रथ चालविणार की हत्यार? त्यामुळे मग त्यांनी आपल्या सैन्याला आदेश दिला, "संध्याकाळ होत आली आहे. युद्धा विरामाची घोषणा करा आणि शिबिरात परत फिरा."

युद्धामध्ये सुट्टी आली. आजच्या युद्धात अर्जुन पुत्र अभिमन्युने दुर्योधनाचा पुत्र लक्ष्मणाला जखमी केले होते.

तिसरा दिवस अर्जुनाचा होता.

त्याने बाणांचा घनघोर वर्षाव करून शत्रू सैन्याचे खूप नुकसान केले. गांडीवाच्या एकेका टणत्काराने

सैनिक भूमीवर पडत. कौरवांची स्थिती नाजुक झाली होती.

दुर्योधनाला हे सहन झाले नाही. तो पितामह भीष्म यांच्या जवळ गेला आणि म्हणाला, "तुम्ही असताना अर्जुनाची ही हिमंत की त्याने आपल्या सैन्याचा विनाश करावा. आज तुम्हाला काय झाले आहे? युद्धाबद्दल इतके उदासीन का झालात? तुम्ही पांडवांना सामील तर झाला नाहीत ना? आम्हाला पराभूत करायचे असेल तर युद्धाचे आयोजन तरी कशासाठी केलेत?"

दुर्योधनाचा हा आरोप ऐकून भीष्माला संताप आला, तरीही ते धीराने म्हणाले, 'दुर्योधन, युद्धामध्ये हार-जीत होतच राहते. शिवाय तू पांडवांना तू कमकुवत समजू नकोस. तेही वीर आहेत. आम्ही आपले कर्तव्य पार पाडीत आहोत. हा आरोप खोटा आहे, की मी पांडवांना जाऊन मिळालो आहे. या वयात माझ्याच्याने जितके होईल, तितके मी करतो."

काहीही झाले तरी दुर्योधनाच्या कटु वचनांचा भीष्मावर परिणाम झाला. भीष्माच्या हातात पुन्हा स्फुर्ती आला. त्यांच्या धनुष्यातून सुटणारे बाण पांडव सैन्याला धारातीर्थी पाडू लागले. पांडवांची तर शुद्ध हरवली.

हे पाहून श्रीकृष्ण अर्जुनाचा रथ घेऊन भीष्माच्या जवळ गेला. अर्जुनाला वाटले असते तर त्याने आजही भीष्माला उकसवून त्यांचे लक्ष विचलित करू शकला असता. पण आज त्याच्यात विशेष उत्साह नव्हता. तरीही भीष्माचे लक्ष अर्जुनाकडे थोडे विचलित झालेच. त्याचा परिणाम असा झाला की त्यांच्या बाणांचा वर्षाव थोडा कमी झाला. पांडव सैन्याने सुटकेचा श्वास घेतला.

पांडव नवीन उत्साहाने कौरव सैन्यात घुसले. अनेक सैनकांचा त्यांनी वध केला.

तिसऱ्या दिवशींही कौरवांचे अपरिमित नुकसान झाले. शुद्रक देशाचा राजा आपल्या सोबत जितके सैनिक घेऊन आला होता, ते सर्व कामी आले होते. एकूणात त्या दिवशी कौरवांच्या जवळपास दहा हजार रथांचा विनाश झाला. सातशे हत्ती मारले गेले.

संध्याकाळ होताच दुर्योधनाने युद्ध विरामाची घोषणा केली.

□□

खूप नुकसान झाले होते तरीही पुढच्या दिवशी कौरव नव्या उत्साहाने रणांगणावर उतरले.

अर्जुन रोजच्या प्रमाणे शत्रू संहार करायच्या मागे लागला होता. तोच त्याने पाहिले की त्याचा पुत्र अभिमन्यूला कौरवाच्या यौद्धयांनी घेरले आहे. अभिमन्यूच्या चारही बाजूला अश्वत्थामा, शल्य यांच्यासारखे अनुभवी यौद्धे अस्त्र धरून उभे होते. अर्जुनाने आपला रथ त्या दिशेला वळविला. धृष्टद्युम्नसोबत तो अभिमन्यूचे संरक्षण करू लागला. दुर्योधनाने हे पाहिल्यावरतोही आपल्या भावांसह शल्य आणि

अश्वत्थामाच्या मदतीला आला. भीमानेही आपला पुत्र घटोत्कचासोबत अभिमन्यूला मदत केली.

दुर्योधनाने पांडव वीरांना पांगविण्यासाठी हत्तींना पुढे पाठविले. भीमाने हत्तींना चिरडत पुढे येतांना पाहिले. तेव्हा त्याने आपल्या रथावरून उडी मारली आणि लोह वज्राने हत्तींवर हल्ला सुरू केला. असे वाटत होते जणू काही एखादा विशाल पहाड हत्तीवर तुटून पडला आहे. हत्तींमध्ये गोंधळ निर्माण झाला आणि ते आपल्याच सैन्यांना चिरडत पळू लागले. भीम पूर्ण उत्साहात होता.

भीम आपल्या रथावर चढून गेला आणि सारथ्याला म्हणाला, ''रथ पुढे काढ. आज मी या धूर्त कौरवांना चांगला धडा शिकविणार आहे. त्यांना यमलोकात पाठविणार आहे.''

त्या दिवशी भीमाने धृतराष्ट्राच्या सात पुत्रांना यमसदनी पाठविले. दुर्योधनाने अतिशय शूरतेने प्रतित्त्युरादाखल हल्ला केला. इतकेच नाही तर भीमावरही वार केला. भीमाचा पुत्र घटोत्कचही मृत्यूचे रोप घेऊन कौरवावर तुटून पडला. त्याने कौरवाचे खूप मोठे सैन्य नेस्तनाबूत केले.

भीष्माने ही परिस्थिती पाहिल्यावर दुर्योधनाला म्हणाले, ''या राक्षसाशी लढणे खूपच अवघड आहे. आपले सैन्य थकले आहे. युद्ध विरामाची घोषणा करा.''

□□

भीष्म असताना पांडवांना जिंकणे अशक्य झाले होते. भीष्माच्या बाणाच्या वेगवान माऱ्यापुढे पांडवांचे काही चालत नव्हते. अर्थात अर्जुन जवळपास रोजच आपला रथ भीष्माकडे नेत असे आणि भीष्माला आपल्याकडे आकर्षित करून काही वेळासाठी युद्धाचे फास पलटत असे. तरीही भीष्माची रणांगणावरील उपस्थिती पांडव सैन्यासाठी काळजीचा विषय बनली होती.

सहाव्या दिवशी अर्जुनाने नक्की केले, की भीष्माचा वध करणे आवश्यक आहे, नाही तर पांडवाच्या होणाऱ्या नुकसानीची भरपाई होणे अवघड आहे.

अर्जुनाने शिखंडीला आपल्या जवळ बोलावले. हा शिखंडी तोच होता, ज्याने भीष्माला मारण्याचा प्रण केला होता. अर्जुनाने आपल्या रथावर समोर शिखंडीला बसविले आणि रथ भीष्माकडे नेला. भीष्माला कळून चुकले की आपला मृत्यू आला आहे. अर्जुनाच्या रथावर शिखंडीला येताना पाहून त्यांनी ठरवून टाकले की त्याच्यावर बाण मारायचे नाहीत. कारण त्याच्या नजरेत तो नारी होता. नारीवर वार करणे भीष्माच्या तत्त्वाच्या विरूद्ध होते.

भीष्माजवळ पोहचल्यावर शिखंडीच्या आडून अर्जुनाने आपल्या धनुष्यातून बाण सोडायला सुरूवात केली. भीष्माचे सर्व शरीर बाणाने वेधले. भीष्म स्वतःला सावरू शकला नाही आणि रथाच्या खाली कोसळला. बाण त्यांच्या शरीरात असे घुसले होते, की त्यामुळे ते जमिनीवर पडले नाहीत तर

बाणांच्या अंथरूणावर जमिनीवर तोलले गेले. हे बाण शिखंडीने नाही तर अर्जुनाने मारले असल्याचे त्यांना कळले होते.

भीष्माची ही अवस्था पाहून दोन्ही बाजूने काही वेळासाठी युद्ध थोडा वेळ थांबले.

अर्जुन आपल्या रथातून उतरला आणि वेगाने चालत भीष्माकडे गेला. भीष्माचे डोके खाली लटकत होते. अर्जुनाने एक तीर उषाला मारला आणि भीष्माचे खाली लोंबकळणारे डोके तीरावर स्थीर केले.

"अर्जुन बाळा, " भीष्म हळूच म्हणाले, "तहानेने घसा कोरडा पडला आहे. थोडे पाणी पाज."

अर्जुनाने त्याच वेळी जमिनीत बाण मारला आणि तिथून पाण्याचे कारंजे उसळले. तो पाण्याचा प्रवाह थेट भीष्माच्या तोंडात जाऊन पडला. पाणी पिऊन भीष्माने आपली तहान भागवली. ही पाण्याची धार गंगेची होती, जी अखेरच्या क्षणी आपल्या बाळाची तहान भागविण्यासाठी आली होती.

मरणासन्न भीष्म पितामहांच्या चारी बाजूला दोन्ही बाजूंचे वीर एकत्र आले होते. भीष्म म्हणाले, "मी अशी आशा करतो की माझ्या मृत्यूसोबत या युद्धाचाही शेवट होईल. तुम्ही मिळून मिसळून रहावे, अशी माझी इच्छा आहे. आता मला माझ्या मरणाचे अजिबात दु:ख नाही. सूर्याचे उत्तरायण सुरू झाल्यावर माझा प्राणत्याग होईल. तोपर्यंत अशा प्रकारे शर शय्येवर मला पडून राहू द्या.तोपर्यंत माझा आत्मा शरीरात राहील. माझ्या अंतिम समयी जो कोणी जिवंत राहील त्यानेच माझे अंत्यसंस्कार करावेत."

कर्णाला भीष्माची अवस्था कळल्यावर तो धावत धावत त्यांचे अंतिम दर्शन घेण्यासाठी आला. त्याने हात जोडून भीष्माला विनंती केली, "माझ्या चुकीबद्दल क्षमा करा. मी जे काही अपशब्द बोललो होतो, त्याबद्दल मी लाजिरवाणा आहे."

"ऐक कर्ण, " भीष्म म्हणाले, "पांडवांचा अशा प्रकारे तिरस्कार करू नको. तू सारथी पुत्र नाहीस तर सूर्य पुत्र आहेस. पांडवांचा भाऊ आहेस. जा आणि त्यांच्याशी मैत्री करून या युद्धाचा शेवट कर."

कर्णाला हा प्रस्ताव आवडला नाही. तो म्हणाला, "जेव्हा सर्व लोक माझी टिंगल करीत होते, तेव्हा दुर्योधनाने मला सन्मान दिला होता. त्यामुळे अशा संकटाच्या वेळी मी दुर्योधनाची सोबत कशी काय सोडू? मी वचन बद्ध आहे आणि आपले वचन मी पाळणार आहे. तुम्ही मला युद्धात भाग घेऊ दिला असता, तर मी अर्जुनाला तुमचा वध करू दिला नसता."

भीष्माचा मृत्यू झाल्यावर कर्णाने युद्धाचा गणवेश घालण्यात उशीर केला नाही. आता दुर्योधनाची निराशा पुन्हा वळण घेऊन नवीन उत्साहात परिवर्तित झाली. कर्ण आल्यामुळे त्याच्या सैन्यात नवीन प्राण फुंकला गेला होता.

दुर्योधन तर कर्णालाच सेनापती बनविणार होता, परंतु कर्णाच्या सल्ल्यानुसार त्याने गुरू द्रोणाचार्यांवर

सेनापती पदाची जबाबदारी सोपविली.

□□

संजय युद्ध क्षेत्रावरील प्रत्येक क्षणाचा वृत्तांत दिव्य दृष्टीने दर रोज धृतराष्ट्राला ऐकवित होता. ज्या दिवशी भीष्माचा मृत्यू झाला त्या दिवशी धृतराष्ट्र खूप दुःखी झाला.

□□

दुर्योधनाला अचानक असे वाटले,की जर युधिष्ठिराला जिवंत पकडण्यात आले तर युद्ध जिंकले जाऊ शकते.

दुर्योधन द्रोणाला म्हणाला, "गुरूदेव, तुम्ही कशाही प्रकारे युधिष्ठिराला जिवंत पकडण्यासाठी प्रयत्न केला. मला युद्धात पूर्ण विजय मिळविण्याची अजिबात अभिलाषा नाही. फक्त जिवंत युधिष्ठिर हाती लागणे हेच माझ्यासाठी पुष्कळ आहे."

द्रोणाचार्य म्हणाले, "युधिष्ठिराला जिंवत पकडणे सोपे नाही. तरीही मी तुझी इच्छा पूर्ण करण्यासाठी प्रयत्न करतो."

द्रोणाचार्यांच्या नेतृत्त्वाखाली कौरवांनी पांडवांवर नवीन जोमाने हल्ला सुरू केला. पांडवाने सैन्य वाईठ प्रकारे पराभूत होत होते. युधिष्ठिराने आपल्या सैन्याचे रक्षण करण्यासाठी कंबर कसली. त्याच वेळी शकुनीने सहदेवावर हल्ला केला. संधी साधून द्रोणाचार्यानी द्रुपदाला जाऊन पकडले आणि सात्यिकीने कृतवर्मावर आक्रमण केले. भीमाने शल्यला आपल्या पंजात अडकविले.

□□

युधिष्ठिराला जिवंत पकडण्यासाठी जी योजना आखण्यात आली होती, त्यानुसार द्रोणाचार्यांनी त्रिगर्त नरेश सुशर्माला अर्जुनाशी लढण्यासाठी पाठविले. त्यामुळे अर्जुन एका आघाडीवर व्यस्त राहणार होता. त्यामुळे दुसऱ्या बाजूला युधिष्ठिराला पकडणे शक्य होणार होते.

अर्जुन सुशर्माशी लढण्यासाठी निघाला तेव्हा तो युधिष्ठिराला म्हणाला, "मला असे कळले आहे, की तुम्हाला जिवंत पकडण्याची दुर्योधनाची योजना आहे. मी तर त्रिगर्त नरेशासी लढायला जात आहे. तुम्ही आपल्या सुरक्षिततेकडे लक्ष असू द्या. मी सत्यजितला तुमची मदत करण्यासाठी ठेवतो. सत्यजीत लढता लढता मेला तर मात्र तुम्ही लगेच रणांगण सोडून निघून जा."

असे बोलून अर्जुन त्रिगर्त नरेशाशी लढायला निघून गेला. त्याने बाणांचा जोरदार वर्षाव करून त्रिगर्त नरेशाच्या सैन्याचा विनाश सुरू केला. आर्धे सैनिक मृत्यू पावले आणि आर्धे पळून गेले. जे काही थोडे फार सैनिक वाचले होते, त्यांना घेऊन त्रिगर्त नरेश आघाडी सांभाळित होता. त्यांने संधी मिळताच श्रीकृष्णावर बाण सोडले. नियमानुसार सारथ्यावर वार करणे वर्ज्य होते.अर्जुनाची संतापामुळे वाईट अवस्था झाली. त्याने आपले दिव्यास्त्र चालविले. त्यामुळे त्रिगर्त नरेशाचे राहिले सुहिले सैनिकही संपून गेले.

या आघाडीवर विजय मिळवून अर्जुन युधिष्ठिराचे रक्षण करण्यासाठी परत आला. तिथे जाऊन पाहतो तर सत्यजित मारला गेला होता आणि द्रोण पुढे येत होता. अर्जुन म्हणाला, "भैया, तुम्ही लगेच या आघाडीवरून बाजूला व्हा."

युधिष्ठिर चुपचापपणे रणांगणावरून बाहेर पडला.

अर्जुन आपल्यात आलेला पाहून पांडवांना नवीन जोश मिळाला. ते नवीन उत्साहाने कौरवांशी लढू लागले.

याच दरम्यान संध्याकाळ होत आली.

द्रोणाने निराश होऊन युद्ध विरामाची घोषणा केली. युधिष्ठिराला जिंवत पकडण्याची संधी हातात येऊनही निसटली होती. त्यामुळे द्रोणाचार्य खूप दुःखी झाले होते.

या निराशेतून बाहेर पडण्यासाठी त्यांनी मनातल्या मनात ठरवून टाकले की दुसऱ्या दिवशी युधिष्ठिराला जिवंत पकडायचेच. तेव्हाच कुठे आजची अस्वस्थता कमी होईल.

□□

दुसऱ्या दिवशी द्रोणाचार्यांनी एका भव्य व्युहाची रचना केली. म्हणजे यधिष्ठिराला बंदी बनवून दुर्योधनासमोर सादर करता येणार होते. या व्युहाचे नाव होते, चक्रव्युह. यामध्ये कोणी अडकला तर निकलने अवघड होते. या व्युहातून बाहेर पडण्याचे रहस्य फक्त एकाच व्यक्तीला माहीत होते, तो होता अर्जुन. या व्युहाबाबच युधिष्ठिरला कळल्यावर त्याला काळजी वाटू लागली. अर्जुन दुसऱ्या आघाडीवर लढण्यासाठी गेला होता.

अभिमन्यु म्हणाला, "चक्रव्युहात जाणे मला माहीत आहे, पण बाहेर पडण्याचे रहस्य मात्र मला माहीत नाही."

युधिष्ठिर म्हणाला, "तर मग चक्रव्युहात प्रवेश कर आणि त्याला तोडून टाक. तुझे रक्षण करण्यासाठी इथे अनेक वीर उपस्थित आहेत."

युधिष्ठिराचा आदेश मिळाल्यावर अभिमन्यु चक्रव्युहात घुसला. चक्रव्युहाच्या द्वारावर रक्षणाची जबाबदारी जयद्रथावर होती. अभिमन्यू आत गेल्यावर त्याने दुसऱ्या कोणत्याही पांडव वीराला आत प्रवेश करू दिला नाही.

चक्रव्युहात कौरवाचे सर्व वीर उपस्थित होते. अभिमन्यू आत आल्याचे पाहताच सर्वांनी त्याच्यावर आक्रमण सुरू केले. अभिमन्यूने अतिशय शौर्याने दुर्योधनाचा सामना केला. अभिमन्यूचे शौर्य पाहून दुर्योधनही चकीत झाला. अभिमन्यूचे वार सहन करणे दुर्योधनासाठी अवघड झाले तेव्हा कृपाचार्य, कर्ण, शल्य, अश्वत्थामा आणि कृतवर्मा यांनी येऊन दुर्योधनाला मदत केली. तरीही अभिमन्यूचा सामना करताना या वीरांना घाम फुटला होता. अभिमन्यूने आपल्या वारांनी या वीरांना नाचविले. दुःशासनाची तर अवस्था अशी झाली होती, की त्याच्या शरीरात अभिमन्यूचे अनेक बाण घुसले

होते. त्याला हे सर्व असह्य झाल्यावर तो रणांगण सोडून पळून गेला.

कर्णाने नेम धरून एक बाण अभिमन्यूवर सोडला. अभिमन्यूला हा बाण तर लागला, पण त्याने मैदान सोडले नाही. अभिमन्यूच्या वारामुळे अनेक वीरांना मृत्यू पत्करावा लागला. त्यामध्ये कौशल देशाचा राजा बृहबद्दलयाशिवाय दुर्योधनाचा पुत्र लक्ष्मण आणि मद्रराजाचा पुत्र रुक्म हे होते.

अभिमन्यूचे हे शौर्य पाहून कौरव वीर अडचणीत आले. त्यांना काही उपाय सापडेना गेला तेव्हा ते गुरू द्रोणाचार्यांकडे गेले. गुरू द्रोणाचार्य वीर मुलाचे शौर्य पाहून मनातल्या मनात खुश झाले. मग त्यांना आपल्या सेनापतीत्त्वाची जाणीव झाली. त्यांनी दुर्योधनाला सल्ला दिला, "हे पहा, त्याची सर्व हत्यारे संपल्यावव सर्व मिळून त्याच्यावर चारी बाजूने हल्ला करा."

द्रोणाच्या योजनेनुसार दुर्योधनाने अभिमन्यूवर नवीन अक्रमण सुरू केले. अभिमन्यूकडे शस्त्रे होती तोपर्यंत तो कौरवांचा सामना करीत राहिला. इतकेच नाही तर शस्त्रे संपल्यावरही रथाच्या चाकाने त्याने सामना केला. अर्थात तो एकटा त्या वीरांशी कुठपर्यंत लढला असता? शेवटी त्याला निरूपाय झालेले पाहून दिग्गज वीरांनी त्याच्यावर चारी बाजूने हल्ला केला आणि त्याचा वध केला.

अभिमन्यू मारला गेल्यावर कौरवांमध्ये आनंदाची लाट उसळली. त्यांनी शंख वाजवून अशी बातमी पसरवली की आमचा विजय झाला.

अभिमन्यूच्या मृत्यूच्या बातमीने पांडवामध्ये दुःख पसरले. संध्याकाळ होताच युद्ध विरामाची घोषणा करण्यात आली.

□□

आपल्या शिबिरात पांडव अभिमन्यूच्या मृत्यूमुळे अतिशय संतप्त झाले होते. युधिष्ठिराला तर खूप दुःख होत होते कारण त्यानेच अभिमन्यूला पाठविले होते.

तोच तिथे महर्षी व्यास आले. ते म्हणाले, "युधिष्ठिर, दुःखी होऊ नको.जे काही झाले ते अटळ होते. खरं तर भगवान शिवाने जयद्रथाला असा वर दिला होता, की तू एके दिवशी नक्कीच पांडवांना पराभूत करशील, पण अर्जुनाचा वध करणे मात्र अशक्य आहे. त्या वराच्या प्रतापामुळेच अभिमन्यू मारला गेला आहे. "

थोड्या वेळानंतर आपल्या आघाडीवरून अर्जुन परत आला तेव्हा आपल्या पुत्राच्या मृत्यूच्या बातमीने तो दुःखी कष्टी झाला. श्रीकृष्ण त्याचे सांत्वन करीत म्हणाला, "वीराचा मृत्यू झाला नाही म्हणून दुःख करीत नाहीत. अर्जुन, अभिमन्यू तर दिव्य लोकांमध्ये गेला आहे. तिथे जाण्याची प्रत्येक वीराची इच्छा असते. "

अर्जुन म्हणाला, "मी जयद्रथाला सोडणार नाही. त्याचा मृत्यू माझ्याच हाताने होईल. उद्या

सूर्यास्तापूर्वी मी त्याला यमसदनी पाठवील.''

अर्जुनाच्या प्रणाची बातमी कौरवाच्या शिबिरात पोहचली.

जयद्रथाला मारण्याचा अर्जुनाचा निश्चय कधी ढळू शकत नाही. त्यामुळे कौरवांमध्ये थोडी खळबळ माजली. जयद्रथाची तर घाबरल्यामुळे वाईट अवस्था झाली होती. तो दुर्योधनाला म्हणाला, ''मी तुमच्या लोकांसाठी माझ्या प्राणांची बाजी लावली आहे. आता माझे रक्षण करण्याची जबाबदारी तुमच्यावर आहे. फक्त, सूर्यास्त होईपर्यंत मला वाचवा.''

''घाबरू नको, जयद्रथ. आम्ही असताना अर्जुन तुला साधा स्पर्शही करू शकणार नाही. '' दुर्योधनाने त्याला अभय दान दिले, ''तुझे रक्षण करण्यासाठी कर्ण, शल्य, अश्वत्थामा आणि भूरिश्रवा यांच्यासारखे वीर तैनात आहेत. मग कसली आलीय भीती?''

द्रोणाचार्य म्हणाले, ''मी अर्जुनाला तुझ्या जवळही येऊ देत नाही. सर्व सैन्य तुझ्या रक्षणासाठी तैनात करतो. माझा नवीन व्युह भेदून कोणीही पांडव वीर तुझ्या जवळ येऊ शकणार नाही, अर्जुनही नाही.''

खरोखरच युद्धाला सुरूवात झाली तेव्हा जयद्रथाला कौरव सैन्याने घेरून टाकले होते. जयद्रथ रथ, हत्ती, आणि घोडेस्वार यांच्या मागे लपला. तो सकाळपासून फक्त आकाशाकडे डोके करून सूर्य पाहत होता, कधी सूर्यास्त होतो आणि कधी युद्ध विराम घोषित होतो. कारण अर्जुनाने आज संध्याकाळपर्यंतच त्याचा वध करण्याची शपथ घेतली होती. आज जर तो वाचला असता, तर अर्जुनाचा पण व्यर्थ गेला असता.

त्याच वेळी सूर्याला ढगांनी झाकून टाकले. जयद्रथाला वाटले की सूर्यास्त झाला. त्याने सुटकेचा श्वास घेतला. तो बेडर होऊन आपल्या गुप्त ठिकाणाहून बाहेर आला. अर्जुनाने त्याला पाहताच आपला बाण सोडला. बाण अचूक लागला. जयद्रथ आह करीत जमिनीवर कोसळला.

सूर्य पुन्हा ढगाच्या आडून बाहेर आला. सर्वत्र स्वच्छ प्रकाश पडला होता. वास्तविक पाहता श्रीकृष्णाने आपल्या चक्राच्या मागे सूर्याला लपवून सूर्यास्ताचा भ्रम निर्माण केला होता. कारण त्याला जयद्रथ मारला जाणे आवश्यक होते.

जयद्रथाचा वध झाल्यावर त्या दिवसीचे युद्ध संपले.

◻◻

ज्या दिवशी भीम आणि कर्णामध्ये टक्कर झाली त्या दिवशी दुर्योधनाने भीमावर मात करण्यासाठी आपले काही भाऊ कर्णाच्या मदतीला पाठविले होते. भीमाने मात्र दुर्योधनाच्या अकरा भावाना यमसदनी पाठविले. भीम तो दिवस विसरला नव्हता, ज्या दिवशी भर दरबारात द्रौपदीला अपमानित करण्यात आले होते. त्याच दिवशी भीमाने पण केला होता, की दुर्योधनाच्या मांडीचे तुकडे तुकडे

क़रून टाकील.

कर्णाने भीमाला काहीच हानी पोहचवली नाही. त्याने भीमाची हत्यारे आणि धनुष्य बाण तोडून टाकला. त्याच्या रथाचेही नुकसान केले. कर्ण भारी ठरत आहे, असे पाहून भीमाला आघाडीवरून माघार घेऊन जागो जागी आपले रक्षण करीत फिरावे लागले. भीमाच्या हाताला जे काही येत होते, ते उचलून तो कर्णावर फेकत होता.

कर्ण म्हणाला, "तू कसला क्षत्रीय आहेस? पळून जाऊन आपला जीव वाचवित आहेस? तू तर जंगलात जाऊन जनावरांना चारा आणायला पाठवायला हवे."

त्या दिवशी दोन्ही बाजूने युद्ध उन्माद इतका चढला होता, की युद्ध विरामाची वेळ झाल्याचेही त्यांना भान राहिले नाही. रात्री उशिरापर्यंत ते लोक लढत होते.

त्या रात्री घटोत्कचही युद्धाच्या मैदानात होता. त्याने कर्णाला आपल्या वाराने जखमी केले. कर्ण वेदनेने वाईट प्रकारे विव्हळत होता. त्याच्याकडे इंद्राने दिलेले असे एक अस्त्र होते, जे आपल्या शत्रूवर फेकल्यावर शत्रूचा संहार ठरलेला होता. पण त्याचा वापर फक्त एकाच वेळी होत होता. हे अस्त्र त्याने अर्जुनाचा वध करण्यासाठी राखून ठेवले होते, पण घटोत्कचाने त्याला अशा प्रकारे उत्तेजित केले होते, की कर्णाने ते अस्त्र त्याच्यावर सोडले. घटोत्कच त्यामुळे वाचू शकला नाही. तो अर्जुनाला सुरक्षा देऊन मृत्यू पावला.

□□

बरीच रात्र झाली होती.

युद्धाचा क्रम सुरूच होता. प्रत्येक आघाडीवर भयंकर मारा-मारी,कापा-कापी सुरू होती. द्रोणाचार्य आपले सेनापतीत्त्व अतिशय चांगल्या प्रकारे पार पाडीत होते. जिथे त्यांची गरज असे, तिथे ते लगेच जात असत. जिथे पहावे तिथे द्रोणांच्या अस्त्रांचा आवाज ऐकायला येत होता.

गुरू द्रोणाचार्यांची चपळता पाहून श्रीकृष्ण काळजीत पडला होता. म्हणाला, "द्रोणाचार्य जिवंत असेपर्यंत आपले युद्ध जिंकणे शक्य नाही. ते तर वीजेच्या गतीने प्रत्येक आघाडीवर धावत असतात. त्यांच्या शौर्याची सीमा इतकी प्रचंड आहे की ते सलग सात दिवस न थकता लढू शकतात. जोपर्यंत आपल्या सैन्याचा विनाश होणार नाही तोपर्यंत त्यांच्या भात्यातून बाण सुटतच राहणार आहेत.आपण कोणत्याही परिस्थितीत द्रोणाचार्यांची शक्ती नष्ट करायला हवी. त्यांना आपला पुत्र अश्वत्थामाचा खूप अभिमान होता. अश्वत्थामाला तर आता मारणे शक्य नाही, पण कोणत्याही प्रकारे गुरू द्रोणाचार्यांच्या कानावर ही बातमी पोहचवली, की त्यांचा लाडका मुलगा मारला गेला आहे, तर त्यांची सर्व शक्ती निरस्त होईल. ते वाईट प्रकारे तुटतील.अशा वेळी द्रोणाचार्यांवर नियंत्रण मिळविले जाऊ शकते."

"पण हा तर सरळ सरळ धोका आहे, " अर्जुन म्हणाला, "मी अशा युद्धात कधीच सहभागी होऊ शकत नाही. "

युधिष्ठिराने उत्तर देण्यापूर्वी थोडा वेळ आधी विचार केला. काळ चालला होता आणि द्रोणाचार्यांचा नरसंहार सुरूच होता. आपले रक्षण करण्यासाठी काही तरी उपाय करणे आवश्यक होते. नाही तर हा रक्कत पात काही थांबला जाणार नव्हता.

युधिष्ठिर श्रीकृष्णाला म्हणाला, "खरं तर हा अधर्म आहे, पण तरीही मी तो करायला तयार आहे. कारण तेव्हाच द्रोणाचार्य रक्तपात बंद करतील. मग या खोटेपणासाठी मला नरकात जावे लागले तरीही चालेल.मी द्रोणाचार्याकडे जातो. हे कृष्ण, मला नाही वाटत त्याशिवाय दुसरा काही उपाय आहे."

आता भ्रम निर्माण करण्यासाठी भीम पुढे आला. त्याने आपल्या गदेने एका हत्तीचे डोके उडविले. त्याचे नाव 'अश्वत्थामा' होते. मग तो ओरडून म्हणाला, "मी अश्वत्थामाला मारून टाकले."

त्यावेळी द्रोणाचार्य एक असा शक्तीशाली बाण सोडायला निघाले होते, त्याचे नाव ब्रह्मास्त्र होते. या बाणाचे वैशिष्ट्ये असे होते, की तो पांडवांचे सर्व सैन्य नष्ट करू शकला असता. पण त्याच वेळी त्यांच्या कानावर अश्वत्थामाला मारल्याची घोषणा आली. त्यामुळे त्यांनी ब्रह्मास्त्र खाली झुकविले.

युधिष्ठिर जवळच पोहचला होता. द्रोणाचार्यांनी विचारले, "युधिष्ठिर, तू तर कधी खोटे बोलत नाहीस, तू तरी खरोखर सांग, की अश्वत्थामा मारला गेला आहे का?"

"होय, हे सत्य आहे." युधिष्ठिर म्हणाला. त्याच बरोबर तो हळुवारपणे असेही पुटपुटला, "पण हे एका हत्तीचे नाव आहे."

द्रोणाचार्य युधिष्ठिराचे पहिले वाक्य ऐकूनच सुन्न झाले. पुढचे अस्पष्ट वाक्य ते ऐकू शकले नाहीत. कारण तोपर्यंत ते आपली शुद्ध हरवून बसले होते. त्यांना असे वाटले की आपले सर्वस्व लुटले गेले आहे. आता जिवंत राहणे व्यर्थ आहे. आपल्या लाडक्या मुलाशिवाय जिवंत राहण्याची ते कल्पनाही करू शकत नव्हते.

भीम जवळ येऊन म्हणाला, "तुम्ही तर जन्माने ब्राह्मण आहात, पण तुम्ही ब्राह्मणाचे कर्म त्यागून क्षत्रियाचे कर्म स्वीकारले आहे. तो आपल्या जातीशी केलाला द्रोह आहे. तुम्ही तर जन मानसात शांततेचा संदेश द्यायला हवा. या उलट तुम्ही मात्र लोकांना लढण्याचे, युद्ध करण्याचे शिक्षण देत असता. आज तुम्हाला आपल्या कृत्याचा पुरेपूर बदला मिळाला आहे."

द्रोणाचार्य आधीच आपल्या पुत्राच्या मृत्यूमुळे दुःखात बुडाले होते. त्यावर भीमाचे असे बोलणे म्हणजे जखमेवर मीठ चोळल्यासारखेच होते. ते वाईट प्रकारे तळमळले. त्यांनी त्याच वेळी आपली सर्व हत्यारे खाली फेकून दिली. ते रथात बसून विचारात हरवून गेले.

त्याच वेळी धृष्टद्युम्न द्रोणाचार्याच्या रथावर उडी मारून चढला. कोणाला काही कळण्यापूर्वी किवा कोणी पुढे येऊन त्याला अडविण्यापूर्वीच धृष्टद्यम्नाने म्यानातून तलवार काढली आणि द्रोणाचार्याचे शीर धडापासून वेगळे केले. अशा प्रकारे त्याने आपल्या वडिलांच्या, द्रुपदाच्या अपमानाचा बदला

घेतला होता.

□□

गुरूदेव द्रोणाचार्यांच्या मृत्यूनंतर दुर्योधनाने कर्णाला आपला सेनापती केले.

अर्जुनासाठी ही आव्हानात्मक वेळ होती. तो भीमासह कर्णाच्या विरूद्ध मैदानात उतरला.

त्याच वेळी संधी साधून दुःशासन भीमाजवळ आला आणि बाणांचा वर्षाव करू लागला. भीम तर याच संधीची वाट पाहत होता. तो विसरला नव्हता की दुःशासनेच द्रौपदीचे वस्त्रहरण करण्याचा प्रयत्न केला होता. भीमाच्या डोळ्यात रक्त उतरले आणि तो पुटपुटला, "हीच वेळ आहे, बदला घेण्याची." त्याने वेगाने आपला रथ दुःशासनाकडे वळविला. मग दुःशासनाला आपल्या रथाने घासून खाली उतरविले. मग त्याचे हात तोडून भीम म्हणाला, "तू याच हाताने द्रौपदीचे केस धरून तिला ओढत आणले होते ना?" त्यानंतर त्याने दुःशासनाच्या छातीत तलवार घुसविली. दुःशासन आह भरीत खाली पडला त्याच्या छातीतून रक्त वाहू लागले. भीमाने रक्ताची ओंजळ दुर्योधनाच्या तोंडावर फेकत म्हणाला, "मी दुःशासनाचे रक्त पिण्याची प्रतिज्ञा केली होती. आज ती पूर्ण करण्याची वेळ आली आहे."

असे म्हणून भीमाने दुःशासनाच्या शरीरातून वाहणाऱ्या रक्ताने ओंजळ भरून घेतली आणि पिली. भीमाचे हे विक्राळ रूप पाहून दुर्योधन तर सुन्न झाला. बाकी सर्व लोकही भयाण शांत झाले.

भीमाचे हे कृत्य पाहून एका क्षणासाठी कर्णही थरथरला. शल्य कर्णाच्या रथाचा सारथी होता. तो म्हणाला, "तुम्ही थरथरत असल्याचे मी पाहिले. परिस्थिती नाजूक आहे, हे ठीक आहे. पण तुम्ही सेनापती आहात. तुम्ही अशा प्रकारे शुद्ध हरविणे योग्य नाही. स्वतःवर नियंत्रण मिळवा. युद्धातील जय पराजयाची सर्व जबाबदारी तुमच्यावर आहे."

कर्ण शुद्धीवर आला. त्याने शल्याला आदेश दिला की रथ अर्जुनाकडे घे. शल्याने आपल्या बोलण्याने कर्णाला उत्तेजित केले होते.

अर्जुनाच्या जवळ पोहचताच कर्णाने आपली अस्त्रे चालवायला सुरूवात केली. त्याने सर्वात आधी नाग बाण सोडला. बाण वेगाने उडत अर्जुनाचे शीर त्याच्या धडापासून वेगळे करण्यासाठी जवळ येताच श्रीकृष्णाने आपल्या शक्तीने रथ पाच बोटे जमिनीत घुसविला. परिणाम अर्जुनाचे डोके कापण्यापासून वाचले, पण त्याचा मुकूट मात्र दूर जाऊन पडला. त्यामुळे अर्जुनाला खूप राग आला. चेहऱ्यावर क्रोधाची लाली पसरली. अर्जुनाने कर्णाकडे प्राणघातक बाण सोडले.

कर्ण या बाणामुळे विचलित झाला. त्याच वेळी त्याचा रथ चिखलात फसला. तो रथ सांभाळित

अर्जुनाला म्हणाला, "थांब, मला माझा रथ व्यवस्थित करू दे. मग वार कर. माझा तुझ्यावर विश्वास आहे."

श्रीकृष्ण म्हणाला, " या गोष्टी राहू दे. तुम्ही कधी कोणाच्या विश्वासासोबत न्याय केला आहे का? तुम्ही तर नेहमी अन्याय करीत आला आहात. तो दिवस विसरला आहात का, ज्या दिवशी उघडपणे द्रौपदीचा अपमान केला जात होता? पांडवांना देशाबाहेर काढून लावले जात होते? निशस्त्र अभिमन्यूवर वार केले जात होते? तेव्हा कुठे होता तुझा न्याय?" इतके बोलून त्याने अर्जुनाला उपदेश दिला, "अर्जुन, आपले बाण चालव आणि कर्णाला संपवून टाक."

तोपर्यंत कर्णाने स्वतःला सावरले होते. त्याने अतिशय स्फूर्तीने अर्जुनावर एक बाण सोडला होता. त्याची स्फुर्ती पाहून अर्जुन परेशान झाला. कर्ण संधी साधून रथातून खाली उतरला आणि चिखलातून चाक काढू लागला. तो चिखलातून चाक काढू शकला नाही तेव्हा तो परेशान झाला. त्याने अर्जुनावर ब्रह्मास्त्र सोडण्याचा विचार केला, पण घाबरल्यामुळे ते चालविण्यासाठी कोणत्या मंत्राचा वापर केला जातो, तेच तो विसरला. अर्जुन या परिस्थितीचा अनैतिक फायदा घेण्याला घाबरत होता; पण श्रीकृष्णाने सांगितले, "वेळ वाया घालवू नको. बाण सोड."

तेव्हा अर्जुनाने गांडीव उचलले आणि एकाच बाणात कर्णाचे शीर धडापासून वेगळे केले.

□□

कर्णाच्या मृत्यूची बातमी कळल्यावर कौरवामध्ये निराशा पसरली. अश्वत्थामाने दुर्योधनाला सल्ला दिला, "मला वाटते की या रक्तपातामुळे काहीही लाभ होणार नाही. त्यामुळे आता पांडवांशी तह करणेच चांगले होईल. आपले सर्व श्रेष्ठ वीर मारले गेले आहेत."

"नाही." दुर्योधनाने एकाच शब्दात अश्वत्थामाचा सल्ला नामंजूर केला. म्हणाला, "मी पांडवांशी कसा काय संधी करू शकेल? ज्यांनी आमच्या इतक्या लाडक्या आणि शूर मित्रांना यमसदनी पाठविले आहे. मी मरेपर्यंत पांडवांशी लढत राहणार." मग त्याने शल्याकडे पाहिले आणि म्हणाला, "आजपासून आमच्या सैन्याचे तुम्ही सेनापती आहात."

शल्य आपल्या ताब्यात असलेले सैन्य घेऊन पुढे निघाला.

तिकडून स्वतः युधिष्ठिराने शल्याच्या सैन्याचे मनसुबे उधळून लावले. सर्वांना असे वाटत होते, की युधिष्ठिर मनाने कोमल आहे. आज त्यांची शक्‍ती पाहून सर्व जण परेशान झाले. तसे शल्यही खूप शूर वीर होता, पण युधिष्ठिराने त्याचे काही एक चालू दिले नाही. युधिष्ठिराने आपल्या शक्तीचे अशा प्रकारे प्रदर्शन केले, की शल्याचे पाय उखडले गेले. तो जमिनीवर चक्कर येऊन पडला. धुळीत

लोळून लोळून तो मृत्यू पावला.

भीमाने धृतराष्ट्राचे उरले सुरले पुत्र यमलोकात पाठवून दिले. अर्थात जोपर्यंत दुर्योधन जिवंत होता, तोपर्यंत भीमाच्या जळत्या हृदयाला शांतता मिळणार नव्हती. तो शेवटी दुर्योधनाकडे गेला. जो सर्व काही गमावल्यामुळे लुटल्या गेल्यासारखा वाटत होता. त्याचा सर्व आशा आता धुळीला मिळाल्या होत्या. भावंडाशिवाय त्याचा अतिशय लाडका असा शकुनी मामाही सहदेवाच्या हातून मारला गेला होता.

दुर्योधन चिंता मग्न अवस्थेत बसला होता. तेव्हा त्याच्याकडे अश्वत्थामा आणि कृपाचार्य गेले. कौरवांच्या बाजूचे फक्त हेच तीन वीर शिल्लक राहिले होते. दुसऱ्या बाजूला सात जण जिवंत होते.

दुर्योधनाने शल्याचा मृत्यू झाल्यावर अश्वत्थामाला सेनापती नियुक्त करताना म्हटले, "आता तुझ्यावरच माझा विश्वास आहे."

अश्वत्थामा म्हणाला, "चिंता करू नको. तू माझ्यावर जबाबदारी सोपविली आहेस. मी तिचे पालन करील आणि पांडवांचे नाव निशाण मिटवूनच दम घेईल."

□□

दुर्योधनाला आपण जिवंत राहणार असल्याची काहीच शक्यता वाटत नव्हती. म्हणून मग त्याने आपली गदा उचलली आणि एका तळयाच्या काठी जाऊन बसला.मंत्र बळाने पाण्यात मार्ग केला आणि पाण्याच्या तळाशी जाऊन लपून बसला.

पण पांडवांनी शेवटी त्याला शोधून काढले.

युधिष्ठिर म्हणाला, "पाण्यात लपून बसताना तुला लाज वाटली नाही. बोल, आपला वंश समाप्त करून तुला काय मिळाले आहे?"

दुर्योधन म्हणाला, "मी इथे लपून बसलो नाही. हे विसरू नका की माझे शरीर अजूनही बदल्याच्या आगीत जळत आहे. मी तर इथे थंडावा मिळण्यासाठी बसलो आहे. तुम्ही लोकांनी माझ्या सर्व आत्मिय स्वजनांना मारले आहे. आता मी कोणासाठी लढू आणि जगू? मला राज्य वगैरे काही नको. सर्व काही तुम्ही घेऊन टाका. उफ! हेच राज्य मिळविण्यासाठी तुम्ही इतका नरसंहार केला आहे."

"व्वा! आज तर तू खूपच दयाळू झाला आहेस?" युधिष्ठिर म्हणाला, "तू विसरला आहेस का की तू सुईच्या अग्राइतकी जमिन द्यायला सुद्धा आम्हाला नकार दिला होतास. "

दुर्योधन पाण्याच्या तळातून बाहेर आला. त्याच्या हातात त्याचे लाडके हत्यार गदा होते. म्हणाला, "मी एकटा आहे. तुम्ही माझ्याशी लढण्यासाठीच आला आहात तर मी तुमच्याशी एकेक करून लढतो. एकदाच माझ्यावर आक्रमण करणे अन्याय होईल. तुम्ही पाहत आहात की मी निःशस्त्र आणि एकटा आहे."

"आज तुला न्याय आणि अन्याय आठवत आहे?" युधिष्ठिर म्हणाला, "तू विसरला आहेस का,

की एका निःशस्त्र आणि एकाकी बालक अभिमन्यूला तुम्ही कसे मारले होते ते? तुम्ही सर्वांनी त्याच्या एकट्यावर लांडग्यासारखा हल्ला केला होतात. जाऊ दे, आम्ही तसे करणार नाहीत. तुला आमच्यापैकी कोणाशी लढायचे आहे, त्याची निवड कर. तू मारला गेलास तर थेट स्वर्गात जाशील आणि जिवंत राहिलास तर राज्य तुला सोपविण्यात येईल."

युधिष्ठिराच्या बोलण्यात श्रीकृष्णाला काही तर्क जाणवला नाही. दुर्योधनासाठी फक्त भीमच उपयुक्त होता. म्हणून तो लवकर भीमाला म्हणाला, "भीम, तयार हो. तू दुर्योधनाचा वध करण्याचा पण केला आहेस."

भीम गदा घेऊन दुर्योधनाच्या समोर जाऊन उभा राहिला. दोघेही गदा चालविण्यात कुशल होते. त्यामुळे त्यांच्या गदा एकमेकावर जाऊन आदळू लागल्या. वारावर वार होऊ लागले. भीम दुर्योधनाचे वार चुकवित होता, तर दुर्योधन भीमाचे. हवेत त्यांच्या गदा परस्परावर आदळताच त्यातून ठिणग्या उडत असत.

खूप वेळपर्यंत हा संघर्ष चालला, तेव्हा श्रीकृष्णाला कळून चुकले की जय-पराजयाचा निर्णय होणे अवघड आहे. तेव्हा श्रीकृष्णाला आठवले की भीमाने दुर्योधनाची मांडी फोडण्याचा पण केला होता. अर्थाय गदा युद्धात शरीराच्या खालील भागावर गदेने वार करणे निषेधार्ह होते, तरीही श्रीकृष्ण म्हणाला, "अरे भीम, तू तर दुर्योधनाची मांडी फोडण्याची प्रतिज्ञा केली होती. तुला तिचा विसर पडला आहे का?" त्याच बरोबर त्याने भीमाला त्याच्या मांडीवर वार करण्याचा इशारा केला.

भीमाला सर्व काही आठवले, की दुर्योधनाने कशा प्रकारे द्रौपदीला मांडीवर बसण्याचा अश्लील इशारा केकला होता आणि मग कशा प्रकारे रागात येऊन त्याने दुर्योधनाची मांडी फोडण्याचा पण केला होता. मग काय, भीम खाली वाकला आणि त्याने दुर्योधनाच्या मांडीवर गदेने एक जोरदार प्रहार केला. दुर्योधन खाली पडला. भीमाने गदेच्या एकाच वाराने दुर्योधनाचे डोके चक्काचूर केले.

युधिष्ठिर म्हणाला, "बस कर, भीम. तुझी प्रतिज्ञा आता पूर्ण झाली."

□□

त्या रात्री अश्वत्थामाने पांडवांच्या शिबिरात जाऊन विध्वंस मांडला. त्याने फक्त द्रौपदीच्या पाच पुत्रांना झोपलेल्या ठिकाणीच मारून टाकले, तर पांडवाचे उरले सुरले सैन्यही झोपेत असतानाच संपवून टाकले. या नरसंहारात कृपाचार्य आणि कृतवर्मानेही त्याला सहाय्य केले. अर्थात कृपाचार्य अशा प्रकारे नरसंहार करण्याच्या विरूद्ध होते. याची माहिती दुर्योधनाला देऊन तिघेही लुप्त झाले. दुर्योधन ही बातमी कळल्यावर मृत्यू पावला.

पांडवांना या नरसंहाराची बातमी कळल्यावर ते अश्वत्थामाच्या शोधात निघाले. युधिष्ठिर म्हणाला, "या कांडामुळे तर आपण विजयी होऊनही पराभूत झालो आहोत."

अश्वत्थामा गंगेच्या काठावर व्यासाश्रमात लपून बसला होता. भीमसेनाने त्याला पाहताच ललकारले.

दोघांमध्ये घनघोर युद्ध सुरू झाले. मग अश्वत्थामा आपला पराभव मान्य करून जंगलाच्या दिशेने निघाला.

□□

या युद्धाचा परिणाम असा झाला की सर्व हस्तिनापुरात एकही पुरूष उरला नाही. तिथे फक्त स्त्रिया आणि मुलेच राहिली. त्यांच्या करूण आक्रोशाने सर्व वातावरण दुःखी झाले होते.

रणांगणावर कुत्रे, कोल्हे आणि गिधाडे प्रेतांना लुचून खात होते.

युद्ध समाप्त झाले होते.

पांडव हस्तिनापुरात आले. युधिष्ठिर विचार करीत होता, की अशा प्रकारच्या वेदनादायी विजयानंतर महाराज धृतराष्ट्राला तोंड कसे दाखवावे? गांधारीला कसे भेटावे? ते आपले शंभर पुत्र गमावल्यानंतर पांडवांना सहज क्षमा करतील का?

पांडव राज दरबारात पोहचले तेव्हा धृतराष्ट्र म्हणाला, "भीम कुठे आहे? त्याला माझ्याकडे पाठवा. मला त्याचे स्वागत करायचे आहे."

श्रीकृष्ण जवळच उभा होता. त्याला धृतराष्ट्राच्या मनोभावना चांगल्या प्रकारे उमजल्या. भीमानेच त्यांचा लाडका पत्र दुर्योधनाचा वध केला होता. जे धृतराष्ट्र कधीही विसरू शकत नव्हता. त्यामुळे श्रीकृष्णाने भीमाच्या ऐवजी एक लोखंडी पुतळा धृतराष्ट्राच्या समोर धरला.

धृतराष्ट्राने त्याला अशा प्रकारे मिठीत घेतले की जणू काही प्रमातिरेकामुळे ते विचलित झाले आहेत. त्यांनी लोखंडी पुतळा पूर्ण शक्तीनिशी आपल्या छातीशी धरला. त्याचा परिणाम असा झाला की त्या पुतळ्याचे तुकडे तुकडे झाले. जमिनीवर पडले. धृतराष्ट्र अतिशय दुःखाने म्हणाला, "अरे, अरे, भीमाला हे काय झाले? कदाचित भावनावेगात मी तुला जास्तच कवटाळून धरले. तुला काही त्रास तर झाला नाही ना?"

धृतराष्ट्राचे नाटक पाहून श्रीकृष्ण संतप्त झाला. हळूच म्हणाला, "तुम्ही भीमाला नाही, तर लोखंडी पुतळ्याला आवळले होते. आशा आहे, तुमचा बदला घेण्याचा जोर कमी झाला असेल."

धृतराष्ट्र मनातल्या मनात लाजला. स्थिती सांभाळत म्हणाला, "मला आनंद आहे, की भीमाचे काही नुकसान झाले नाही. श्रीकृष्ण, वास्तव तर असे आहे, की माझ्या दुःखाने मला वेडे केले होते. मला आनंद आहे, की तुझ्या कौशल्यामुळे भीमाचा जीव वाचला."

तो आपली लाज आणि दुःख दूर करण्यासाठी पांडवांसोबत भविष्यातील योजनांबद्दल विचार करू लागले.

पण गांधारी ! ती तर माता होती ! ती कसे आपले दुःख कसे काय सहजपणे विसरू शकली

असती? ती श्रीकृष्णाला पाहून स्फुंदत स्फुंदत म्हणाली, "आमचा पूर्णपणे विनाश केल्यावर आता तर तुला शांतता मिळाली आहे ना? तू जो काही गुन्हा केला आहेस, त्याला शिक्षा नाही."

"असे बोलू नका." श्रीकृष्ण म्हणाला, "हे तर कर्माचे फळ आहे. तुमच्या मुलांनी जसे कर्म केले तसे त्यांना फळ मिळाले. त्यांना आपल्या पापाची शिक्षा मिळाली आहे. तुम्ही दुःख करू नका. त्यांना स्वर्गात जागा मिळाली आहे."

एका महिन्याचा दुखवटा व्यक्त करण्यासाठी पांडव हस्तिनापूरच्या बाहेर एका नगरात गेले. त्यांनी नदीच्या काठावर आपला मुक्काम केला. त्यांच्यासोबत धृतराष्ट्र, विदुर आणि संजयासोबत महालातील सर्व राण्या होत्या.

नदी काठी राहून त्यांनी विधिवत दुखवटा केला आणि युद्धात कामी आलेल्या सर्व आत्मिय स्वजनांच्या आत्म्याला शांतता मिळावी म्हणून पूजा पाठ केले.

एके दिवशी त्यांच्याकडे नारद मुनी आणि महर्षी व्यास यांच्याशिवाय अनेक ऋषी मुनी भेटायला आले.

नारद युधिष्ठिराला म्हणाले, "तुम्ही इतके मोठे युद्ध जिंकले. सर्वत्र आता तुमचे नाव झाले आहे. या विजयामुळे तुम्ही आनंदी आहात ना? आता तर काही दुःख उरले नाही ना?"

थोडा विचार करून युधिष्ठिर म्हणाला, "कसला विजय, मुनीवर? मी तर काहीच केले नाही. या विजयाचे सर्व श्रेय श्रीकृष्णाला आहे. याशिवाय अर्जुन आणि भीमाच्या शौर्यामुळे हे सर्व शक्य होऊ शकले. माझा विचार केला तर मी आपल्या जीवनाचे ध्येयच हरवून बसलो आहे. हे पहा, द्रौपदीचे सर्व पुत्र मारले गेले आहेत. सुभद्रेचा एकुलता एक मुलगा अभिमन्यूही मारला गेला. दुसऱ्या बाजूला आमचे सर्व स्वजनही उरले नाहीत. ज्यांच्या पुत्रांच्या मृत्यूला मी जबाबदार आहे, त्या आई वडिलांना मी कसे तोंड दाखवू? याशिवाय आणखी एका गोष्टीने मला खूप त्रास दिला आहे. मला थोड्या वेळापर्यंत ही गोष्ट माहीत नव्हती की कर्ण हा सुद्धा कुंतीचा पुत्र आणि आमचा भाऊ होता. मी तर समजत होतो, की तो सारथी पुत्र आहे. आपल्याच भावाला मारून राज्य मिळविण्याची लालसा धरून मी भयंकर चूक केली आहे. उफ ! हे किती भीतीदायक पाप आहे. मला तर त्याच वेळी समजायला हवे होते, की जेव्हा त्याला पहिल्यांदा पाहिल्यावर कुंती माता आपली शुद्ध हरवून बसली होती. पण तो अमानुषपणे मारला गेला. मला आता कळत नाही की युद्ध भूमीत अचानक त्याचा रथ चिखलात कसा काय फसला? इतकेच नाही तर कोणत्या कारणामुळे तो ब्रह्मास्त्र चालवायला विसरला. तुम्हाला तर हे सर्व माहीत असेल. कर्णाच्या दुर्दैवाचे काय कारण होते ते तुम्हीच सांगा."

नारदाने उत्तर दिले, "ऐक युधिष्ठिर, मी तुला सुरूवातीपासून सांगतो. ब्रह्मास्त्र विसरण्याचे एकमेव कारण असे होते, की तो क्षत्रिय असूनही परशुरामाकडून विद्या शिकण्यासाठी ब्राह्मणाच्या वेशात गेला होता. रथ चिखलात फसण्याचा विचार केला तर, त्याचे एक कारण असे आहे, की

एकदा चुकून त्याने कोणाची गाय मारली होती. त्याने कर्णाला शाप दिला होता, की कठीण परिस्थितीच्या वेळी तुझा रथ जमिनीत घुसेल. त्याचे दुःख करू नको. हे सर्व तर नशीब, प्रारब्ध होते."

युधिष्ठिराने समाधानाचा श्वास घेतला. मग अर्जुनाकडे पाहत म्हणाला, "आपले मित्र आणि शत्रू मेल्यामुळे स्वर्गात गेले आहेत. आपण मात्र इथे नरकात जगण्यासाठी विवश आहोत. शोक आणि दुःख याशिवाय आपल्याला काहीही मिळालेले नाही. आता असे म्हणू नकोस की हाच क्षत्रिय धर्म आहे. दुःखी होण्याची आवश्यकता नाही. मला या विजयाचा जरा सुद्धा आनंद नाही. अर्जुन, आजपासून हा राजकारभार तू सांभाळ. मी तर जंगलात जाऊन तप करतो. माझे मन इथे उबगले आहे."

अर्जुन म्हणाला, "इतके रक्त सांडवून आणि वीरांचा बळी देऊन आता तुम्हाला जंगलात जाऊन तप करायचे आहे, असे होणार नाही. हा राज्य कारभार तुम्हालाच करायचा आहे. हे तमचे कर्तव्य आहे, की राजा होऊन प्रजेच्या हिताची कामे करणे, हाच क्षत्रिय धर्म आहे."

युधिष्ठिराने तरीही आपली जंगलात जाण्याची इच्छा पुन्हा व्यक्त केली.

भीम म्हणाला, "दादा, जास्त विचार करू नको. यावेळी तुझ्या मनावर शोक छाया आहे. हळूहळू सर्व काही ठीक होईल. शत्रूचा विनाश करणे हे तर आम्हा क्षत्रियांचे परम कर्तव्य आहे. यामध्ये दुःखी होण्याची काय आवश्यकता आहे? "

सर्वाचा हाच विचार होता की युधिष्ठिराने दुःख विसरून आपल्या क्षत्रिय धर्माचे पालन करावे.

शेवटी महर्षी व्यास म्हणाले, "तुला नक्कीच राजा होऊन राज्य कारभार करायला हवे. हाच एक मार्ग तुझ्यासाठी शिल्लक आहे. राजा होऊन क्षत्रिय धर्माचे पालन कर. आणि निरर्थक विचाराने आपले डोके शिणवू नको. याशिवाय दुसरा काहीही पर्याय नाही. आनंदाने राज्य कर. "

यावेळीही युधिष्ठिराने टाळाटाळ केली तेव्हा श्रीकृष्णाला वाईट वाटले. तो म्हणाला, "इतके दुःख काय कामाचे? विसरून जा सर्व काही. कमीत कमी त्या लोकांचे बलिदान तर लक्षात ठेव. ज्यांनी तुला विजय मिळवून दिला. तुला राज्य सांभाळावेच लागेल."

थोडा वेळ विचार केल्यावर अचानकपणे युधिष्ठिर म्हणाला, "हे कृष्ण, आता मी ठीक आहे. मला तुमचा आदेश मान्य आहे."

युधिष्ठिराने राजा होणे स्वीकारल्यावर विधिवत त्याला हस्तिनापूरचा राजा करण्यात आले.

या बातमीमुळे सर्व नगरात आनंदाची लाट उसळली.

महालात राज्य सिंहासनावर बसताना युधिष्ठिराने घोषणा केली, "महाराज धृतराष्ट्र नेहमीसाठी

या देशाचे प्रमुख राहतील. मी आनंदी रहावे असे तुम्हाला वाटत असेल, तर महाराज धृतराष्ट्रांबद्दल पूर्वीसारखा सन्मान आणि आज्ञाधारकरणा कायम ठेवावा लागेल. आपण फक्त महाराज धृतराष्ट्र यांच्या सेवेसाठी आहोत."

त्याच बरोबर युधिष्ठिराने भीमाला राज्याचा युवराज आणि आपला वारसदार म्हणून घोषित केले. प्रमुख सल्लागार म्हणून विदुराची नियुक्ती करण्यात आली. युद्ध आणि संरक्षण या जबाबदाऱ्या त्यांच्यावर सोपविण्यात आल्या. संजयवर आर्थिक विभाग सोपविण्यात आला. सर्वांना योग्य प्रकारे पदे देण्यात आली.

कौरवांच्या सैन्यातून युयत्सु नावाचा एक सैनिक पांडवांच्या सैन्यात येऊन दाखल झाला होता. तो जिवंत होता. युधिष्ठिराने युयत्सुवर धृतराष्ट्राची देखभाल करण्याची जबाबदारी सोपविली. कृपाचार्यही धृतराष्ट्राच्या जवळच राहू लागले.

अनेक वर्षे निघून गेली.

एके दिवशी श्रीकृष्ण आपल्याच विचारात हरवलेला पाहून युधिष्ठिराने विचारले, "काय झाले आहे? कोणत्या विचारात हरवला आहेस?"

श्रीकृष्ण म्हणाला, "मला असे वाटते की उत्तरायण सुरू होताच भीष्म आपला प्राण सोडतील. ते ज्ञानाचा विराट सागर आहेत. त्यांचा मृत्यू होण्याआधी त्यांना भेट आणि त्यांच्याकडून ज्ञान मिळव."

युधिष्ठिराला आश्चर्य वाटले की इतक्या वर्षानंतर ते आणखी जिवंत कसे काय आढळतील? पण श्रीकृष्णाने मात्र युधिष्ठिराला आपल्या मागे मागे यायला सांगितले आमि भीष्माची भेट घालून दिली.

भीष्म शर शय्येवर झोपून अखेरचे श्वास घेत होते. त्यांनी अतिशय प्रेमाने श्रीकृष्ण आणि युधिष्ठिराचे स्वागत केले. मग म्हणाले, "मी म्हणालो होतो ना, की संधी आल्यावर मी तुला योग्य उपदेश करील. ऐक, आज ती संधी आली आहे." त्यानंतर त्यांनी सदुपदेश केला. राजाच्या कर्तव्याबद्दल मार्गदर्शन केले. मग पितामह भीष्म यांनी अखेरचा श्वास घेतला आणि नेहमीसाठी डोळे मिटले.

युधिष्ठिराने बाणांच्या शय्येवरून त्यांचे शरीर उचलले. विधिवत त्यांचा अंतिम संस्कार केला. युधिष्ठिराने गंगा तीरावर जाऊन भीष्माचे शरीर पवित्र नदीच्या स्वाधीन केले.

□□

युधिष्ठिराने एकूण छत्तीस वर्षे राज्य केले.

एके दिवशी धृतराष्ट्र युधिष्ठिराला म्हणाला, "बेटा, आता मला मुक्त कर. मी, गांधारी आणि पांडु पत्नी कुंतीसोबत जंगलात जाऊन एकांतात राहू इच्छितो. "

युधिष्ठिराने धृतराष्ट्राच्या इच्छेचे अक्षरशः पालन केले. सर्व प्रकारची व्यवस्था करून धृतराष्ट्र,

गांधारी आणि माता कुंतीला वनात पाठविले. अधून मधून तो स्वतः वनात जाऊन त्यांचे क्षेम कुशल विचारत असे.

एके दिवशी त्या वनाला आग लागली. त्या आगीत धृतराष्ट्र, गांधारी आणि कुंती हे सर्व जळून राख झाले.

तिकडे श्रीकृष्णाचे सर्व यदुवंशी आपसात लढून लढून नष्ट झाले. श्रीकृष्णानेही धरा धाम सोडून देण्याचा निर्णय घेतला. एके दिवशी तो नदी तीरावर वाळूवर पडल्या पडल्या विश्रांती घेत असताना एका शिकाऱ्याने त्यांच्या पायाला पक्षी समजून एक बाण मारला. अशा प्रकारे विष्णुचा आठवा अवतार म्हणून त्यांचा काळ संपला. ते अंतर्धान पावले.

श्रीकृष्ण अंतर्धान पावल्यावर यदु वंशीय एकदम कोलमडून पडले. त्यांनी द्वारकेला समुद्राच्या स्वाधीन केले आणि तेही त्याच बुडून गेले.

पांडवांनी असा निर्णय घेतला की आता या जगाचा त्याग करायला हवा. म्हणून मग ते हिमालयात प्रवासाला निघाले. तिकडेच महाप्रस्थानाच्या वाटेवर एकेक करून पाच भावांनी आणि द्रौपदीने मृत्यूचला स्वीकारले.

युधिष्ठिर मृत्यू पावल्यानंतर सदेह स्वर्गात गेले. स्वर्गात त्यांना आतापर्यंत मृत्यू पावलेले सर्व नातेवाईक भेटले.

महाभारातातील युद्धाच्या अखेरीस कोणीही जिवंत राहिले नव्हते.

होय, अभिमन्यूचा पुत्र परीक्षित मात्र एकटाच जिवंत राहिला होता. तो मोठा झाल्यावर तोच हस्तिनापूरचा सम्राट झाला आणि त्यानेच मग पांडवांचा वंश पुढे चालविला.